# క్రీస్తు వ్యతిరేఖ సాక్షి

రచయిత
## రెవ. డా. జోసెఫ్ ఆడమ్ పియర్సన్
(Rev. Dr. Joseph Adam Pearson)

అనువాదం
## బ్రదర్ యం. డేవిడ్ లివింగ్‌స్టన్
(Bro. M. David Livingstone)

ప్రచురణ
## కల్వరి సాల్వేషన్ పబ్లికేషన్స్ - ఇండియా
ISBN-13: 9780996222457

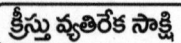

Copyright © 2018 by Rev. Joseph Adam Pearson, Ph.D.

This work is a revision of earlier versions registered with the United States Copyright Office:
Copyright 2017 (TX-008-368-084)
Copyright 2014 (TX-008-056-307)
Copyright 2010 (TX-007-330-043)
Copyright 1989 (TX-003-516-271)
and Copyright 1981 (TXu-000-075-639)
by Joseph Adam Pearson.

All rights reserved.

Electronic Book Identifiers:
ISBN-10 : 0985772840
ISBN - 13 : 9780985772840

Paper Book Identifiers:
ISBN - 10 : 0985772832
ISBN - 13 : 9780985772833

Library of Congress Control Number : 2012921242
Published by
Christ Evangelical Bible Institute
(SAN : 920-3753)
Dayton, Tennessee

# సమర్పణ

ఈ కార్యము చెప్పలేనంత మంది ఈపాటికే భయభ్రాంతులకు గురియైన వారును, ఇంకను భయభ్రాంతులకు గురి కావలసిన, మరియు నిత్యము శపింపబడిన అబద్ధ ప్రవక్త కొరకు నిమిత్తము విధ్వంసం, గందరగోళము, దోష కార్యములు చేత హత్య గావింపబడవలసిన వారికి సమర్పించుచున్నాము. cbhnf (cursed be his name forever)

ఈ కార్యము దేవుని ఒక్కగానొక్క కుమారుడు, యేసుక్రీస్తు ఆయన భూమి మీద వెయ్యేండ్ల శాంతి పరిపాలనా చేయుటకు వచ్చినప్పటికిని సజీవులుగా ఉండబోతున్న మానవాళికి కూడా సమర్పిస్తున్నాము. (అప్పుడు ఈలోకములోని సగము మంది జనాభా యుద్ధ రంగమందు, అక్రమము, కరువు, తెగుళ్ళు, అంటువ్యాధి, విప్లవాత్మక విపత్తు చేత నశించెదరు.)

# విషయ సూచిక

1. ముందుమాట 7

2. గమనిక 10

3. 1వ అధ్యాయం : పరిచయం

ఖురాన్ మరియు పరిశుద్ధ బైబిలుపై పఠనము 12

4. 2వ అధ్యాయం : ఇస్సాకు ఇస్మాయేలు మధ్య వ్యత్యాసం 18

5. 3వ అధ్యాయం : యేసు–మహమ్మద్ మధ్య వ్యత్యాసం 27

6. 4వ అధ్యాయం : ఇది అన్నింటిని ఎలా కలుపుతుంది 56

7. 5వ అధ్యాయం :

ఇస్లామ్ ఆలోచన పరిధిలో ప్రవచనం వివరించుట 79

8. 6వ అధ్యాయం : చెడ్డ ప్రమాదాలు (అయ్యోలు) 103

9. 7వ అధ్యాయం : అంత్యక్రీస్తును గూర్చిన వివరణలు 117

10. 8వ అధ్యాయం : కాలము సంపూర్ణమగుట 120

11. 9వ అధ్యాయం : మానవాళి సంఘర్షణ 132

12. ఎఫిండెన్స్ (చివరి పలుకులు) ఎ :

666ను గూర్చిన ప్రశ్నలు సాధ్యమైన జవాబులు 148

13. ఎఫిండెన్స్ (చివరి పలుకులు) బి :

ఇశ్రాయేలీయులు ఏడు పండుగలు 152

14. ఎఫిండెన్స్ (చివరి పలుకులు) సి :

అంచనాలు మరియు సిఫార్సులు 153

15. ఎఫిండెన్స్ (చివరి పలుకులు) డి : బోధకుని మార్గదర్శకాలు 164

5

# ముందు మాట

ప్రియ చదువరీ!

ఈ పుస్తకము ఎల్లప్పుడు పి.డి.ఎఫ్. రూపంలో డిజిటల్ చేయబడి ఉచితంగా అందుబాటులో ఉంటుంది. ఇది ఎన్నెటిన్నటికి డిజిటల్ పి.డి.ఎఫ్. రూపంలో ఉంచబడి ఉచితముగానే దొరుకుతుంది. కారణమేమంటే ఈ పుస్తకం సర్వశక్తిమంతుడైన ప్రభువైన దేవునికి నా యొక్క ఉచిత కానుక. ఈ పుస్తకము పరిశుద్ధాత్మ నడిపంపు, ప్రేరణతో నిచ్చిన తలంపులతో వ్రాయబడి, మరియు యేసుక్రీస్తు ప్రభువు తానే ఇచ్చిన ప్రోత్సాహము మరియు సమ్మతితో సిద్ధపరచబడింది. పరిశుద్ధ బైబిలు యొక్క దేవుడే ఈ పుస్తకమును బట్టి సమస్త స్తుతులుకు అర్హుడై యున్నాడు ఎందుకంటే ఆయనే నన్ను రక్షణ, ఆత్మీయ వరములు, జ్ఞానము, అవగాహన, దీర్ఘాయువు, ఆత్మీయ విజయము అలాగుననే విద్య సంబంధమైన అవకాశములు అన్నింటిని ఇచ్చి, వ్యక్తిగత వికాసం, మరియు క్రైస్తవ పరిచర్యను ఇచ్చి ఆశీర్వదించినాడు. నా యొక్క చెప్పుకోదగిన బలహీనతలు, మానవ బలహీనతలు మరియు ఆరోగ్య సమస్యలు ఉన్నప్పటికినీ ప్రభువు నన్ను వాడుకొనుటకైన ఆయన నిర్ణయము కొరకు కృతజ్ఞతలు చెల్లించుచున్నాను.

ప్రకటన గ్రంథమును గూర్చి సంబందించి నాకు కలిగిన గ్రహింపు, ఏ మనిషి నాకు బోధించలేదు గాని (గలతీ 1:12) దేవుని పరిశుద్ధాత్ముడు మాత్రమే నా ఉపదేశకుడు. ఖచ్చితముగా దేవుని పరిశుద్ధాత్ముడు మాత్రమే సత్యమును గూర్చిన ఉపదేశకుడు. (యోహాను 14:26). ఎందుచేతననగా అన్ని మంచి విషయములు దేవుని పరిశుద్ధ బైబిలు గ్రంథము నుండి మాత్రమే వచ్చును. ఈ పుస్తకములో ఇమిడియున్న సత్యమునకు మూలకర్తను నేనేనని నాకు నేను ఆత్మ స్తుతి చేసుకోలేను. అయినను మన కొరకు మనమే సత్యమును కనుగొన కలుగునట్లు ప్రతివారిని ఆయన చేయును. ఆయన చిత్తము చొప్పున దేవుడు బయలు పరచుటను బట్టి మాత్రమే మనము దీనిని కనుగొన గలుగుచున్నాము. అది ఎల్లవేళలా ఆయన సమయంలో అన్నింటిలోను పరిపూర్ణమైనదై స్వచ్ఛమైనదై యుంటుంది.

దీనిలోని ఆత్మీయ సత్యమును ఈ పనిని నేను యెదుట ఉంచితిని గనుక యేసు ఆత్మ యొక్క ప్రవచనము వలెనైన సాక్ష్యమును గ్రహించుటద్వారా, రక్షణ

క్రీస్తు వ్యతిరేక సాక్షి

జ్ఞానమునకు తేబడి, అనేకులు రక్షింపబడవలెనని ఈ పని మీ యెదుట ఉంచుకుని, ప్రకటన 1910 ప్రజలందరూ పరిశుద్ధ బైబిలు మరియు అందులోని ప్రకటన గ్రంథములో నుండిన సువార్త సత్యము మీద తమ జీవితములను పందెముగా పెట్టుటకు తెలిసికొనవలసిన వారైయున్నారు.

నేను ఈ పుస్తకములో వున్న సత్యమును మీ హృదయములోకి తీసుకొని మరియు మీరు ఇతరులతో పుస్తకమును పంచుకొనవలెనని ప్రార్థిస్తూ యున్నాను. ఈ పుస్తకము విశ్వాసమునకు అవసరమైన పాఠ్యాంశ పుస్తకము మాత్రమే కాక విశ్వాస పరీక్ష పుస్తకము కూడానూ...

యేసుక్రీస్తు నందు అధిక ప్రేమతో....

రెవ. జోసఫ్ ఆడమ్ పిరసన్,

పి.యస్. అందుచేత ఈ పుస్తకము కూడా కాగితపు మీడియా ద్వారా అనేక ముద్రణలు అందు బోధనా సంబంధ అవసరతలను సంతృప్తి పరుచుటకు అవసరమున్నది. ఈ పుస్తకము www.amazon.com వద్ద ముద్రణ అత్యవసరతను బట్టి కొనుటకును కూడా అవసరత యున్నది. ఈ పుస్తకమునకు మీరు వెల చెల్లించకపోతే మీకు పి.డి.ఎఫ్. రూపములో యాంత్రికము ద్వారా ఇది ఉచితముగా మీరు ఎక్కువగా కలిగియున్నట్లయితే, మీరు ఆర్థికముగా సహకారము చేయుటకు ఇష్టమున్న యెడలను, అప్పుడు దయచేసి ఈ పుస్తకము యొక్క కాగితపు కాపీలను కొని ఇతరులు చదువుటకును, వ్యక్తిగతముగను, గుంపులగును అధ్యయనము చేయునట్లు ఉచితముగ పంచవలయును. ఈ పుస్తకము యొక్క పేపరు కాపీలను అమ్ముటవలన వచ్చిన లాభమంతటిని, యునైటెడ్ స్టేట్స్ వెలుపల నున్న క్రీస్తు సౌవార్తిక బైబిలు ఇన్‌స్టిట్యూట్ చిన్న కేంద్రములకు సహాయముగా వెళ్ళును. మీకిష్టమైతే, మీరు కూడా సరాసరి సహాయమును చేయవచ్చు. క్రీస్తు సౌవార్తిక బైబిలు ఇన్‌స్టిట్యూట్‌కు ప్రపంచ బైబిలు విద్యను పెంపొందించునట్లు సహాయము చేయవచ్చును. drjpearson@aol.com గ్రంథకర్తకు మెయిల్ చేయవచ్చును.

పి.పి.యస్. ఈ పుస్తకము యొక్క పి.పి.యస్. కాపీలను దాని అసలైె డిజిటైజ్‌డ్ పి.డి.ఎఫ్. రూపము ఈ క్రింది విధమైన సరఫరాలోను ఒప్పందములలోను మీరు చేసికొనవచ్చును. 1.ఈ పి.డి.ఎఫ్. ప్రచురణ తిరిగి ఉత్పత్తి చేయవచ్చును,

మరల సంపాదించుకొనే విధానములో దాచుకొనవచ్చును మరియు ఏ రూపములైననూ ఏ విధమునైననూ ప్రసరణ చేసుకొనవచ్చును. (ఎలక్ట్రానిక్, మెకానికల్, ఫోటో కాపీ, ఆడియో రికార్డింగు లేక ఇతరమైనది) గాని మొత్తము పనిని మాత్రమే చేయవచ్చును - మార్పులు ఏమి లేకుండగ - ప్రారంభ పేజీ నుండి, దాని ఆఖరు పేజీ వరకు - ఎ) ఇవ్వబడినది ఇది అమ్ముకొనుట కాదు, సరకునకు సరకును మార్చునట్లుగను కాదు, మారకము చేయుట లేక ఏ ప్రత్యేక క్రైస్తవ శాఖ అన్య మతముగ చేయుటకు వాడునట్లుండుటకు కాదు (క్రీస్తు శరీరములో అన్ని శాఖలు సమీపముగ ఆకర్షింపబడిన కాలములో నుండి) బి) వ్యాపార సంబంధమైన ప్రకటనలు ఇచ్చుట కాదు, దీని పేజీలలోగాని చుట్టుగాని మధ్యలోగాని ప్రకటనలు చొప్పించకూడదు. 2) ఈ పనిని ఇతర భాషలలోనికి తర్జుమాను చేయవచ్చును దీని అసలైన ఇంగ్లీషు భాషలోని దానిని అన్ని డిజిటల్ ట్రాన్స్‌లేషన్స్ చేసుకొనవచ్చును. 3) తర్జుమా చేసిన అన్ని పేపరు కాపీలు అసలైన ఇంగ్లీషు మొదటి పేజీ నకలు కాపీతో కలిపి వుండవలయును. అసలైన ఇంగ్లీషు కాపీ అనుమతించిన సమాచార పేజీ, మరియు ఇంగ్లీషులోని అసలైన తొలిపలుకు పేజీలు వుండవలయును.

నేను ఈ పుస్తకములోని కాగితపు కాపీలు అలాగునన డిజిటైజడ్ కాపీలను మీరు పంపుటకు, మీ కుటుంబములకు, స్నేహితులకు, తోటిపనివారికి, ఇతరులు దీనినుండి మేలు పొందునట్లుగా పంపమని ప్రోత్సహిస్తున్నాను. నా యొక్క అనుమతిని దీని మొదటి పుస్తకమంత పి.డి.యఫ్. రూపంలో పోస్టు చేయుట కూడా చేయవలెను (అలాగే ఇప్పుడు ఎట్లు కనపడుతుంది అట్లనే) మీ వెబ్‌సైట్‌లో ఇతర మీడియా రూపములో 2017 ప్రస్తుతమున్నట్లు కాదు.

నేను నా జీవిత కాలమంతా ఈ పుస్తకము ఇంగ్లీషు భాషలో పి.డి.యఫ్. రూపములో ఇలాగే వుండును.

http//www.dr_joseph_adam_pearson.com

http//www.christevangelicalbibleinstitute.com

# గమనిక

ఈ పుస్తకము నందు ఉపయోగించినది KJV సంక్షిప్తము కింగ్ జేమ్స్ వెర్షన్‌లో పరిశుద్ధ బైబిలు బహిరంగముగ వాడుకొనుటకై ఇవ్వబడినది. వాటి యొక్క ఖచ్చితత్వమును నిర్ధారించుకొనుటకు ఈ పుస్తకమంతా వాడబడింది. మొదట పరీక్షించిన తరువాత కింగ్ జేమ్స్ వెర్షన్ పరిశుద్ధ గ్రంథములోని సులభమైన పదములతో వివరణను అంతిమంగా నిర్ణయించడమైనది. (1) మాసోరెటిల్ హెబ్రీ తానాల్ (జాయిస్ బైబిల్) (2) ఆదిమ గ్రీకు గ్రంథము ఇప్పటికినీ నూతన నిబంధన KJV నుండి లేఖానాలు సరాసరి సజీవముగనుండినది. అదనముగా KJV గ్రంథము నుండి చదవదగిన కొనసాగింపబడినది. Hath, Thou వంటి పదములు వాటికి సమానమైన ఆధునికమైన మార్పు చెందిన పదములు మీకివ్వబడినవి.

ఈ పుస్తకములో అనేక హీబ్రూ మరియు గ్రీకు మాటలు భాషాంతీకరింపబడిన పదములు వాటి యొక్క సంబంధిత సంఖ్యలను సూచించబడినవి (బ్రాకెట్లలో H (హీబ్రూ) కొరకు G (గ్రీకు) కొరకు ముందుమాటలు) హీబ్రూ బైబిలు డిక్షనరీ నుండి గ్రీకు బైబిలు యొక్క డిక్షనరీ నుండి జేమ్స్ స్ట్రాంగ్ చే బైబిలు యొక్క విషయ సూచికలో బలమైన మాటలు కనుగొనబడినవి. (Copy-rights 1980) క్రూసేడ్ బైబిలు పబ్లిషర్స్ INC నాష్ విల్లే అసలైన హీబ్రూ మరియు గ్రీకులో ఎక్కువ మొత్తం మాటలు బ్రాకెట్లలో సంఖ్యలచే (సూచించబడినవి) నాలుగవ అధ్యాయములో టేబుల్ 2 చే ఇవ్వబడినవి. కొన్ని హీబ్రూ మరియు గ్రీకు మాటలు ఇతర అధ్యాయములో ప్రత్యేకము వివరింపబడినవి.

తండ్రియైన దేవుడు (అనగా సర్వశక్తిగల ప్రభువైన దేవుడు) మరియు కుమారుడైన దేవుడు (i.e. ప్రభువైన యేసుక్రీస్తు) విడదీయలేనంతగా దేవుని ప్రధానత్వములో పరిశుద్ధాత్మ దేవునితో కలసి ఐక్యపరచబడినారు. తండ్రియైన దేవుని నుండి కుమారుడైన దేవుని స్పష్టపరచుటలో క్రమములో తండ్రియైన దేవునికి సూచనగా నుండుటకై వ్యక్తగత సర్వనామము కొరకు "హెచ్" పై నుంచి వాడబడియున్నది H He, His, Him మరియు క్రిందికి నుండి h వ్యక్తిగత సర్వనామము కొరకు తండ్రియైన దేవుని సూచించుటకు he, his, and him వాడబడి యున్నది.

ఎప్పుడైననూ దేవుడు అను పదము ఈ పుస్తకములో వాడబడిననూ (అనగా పై నుంచి “జి”తో) చదువవాడు పరిశుద్ధ బైబిలు దేవునికి సూచించుచూ ఆ మాటవాడబడినట్టు గుర్తించు చూసుకొనవలెను - సర్వశక్తి మంతుడైన ప్రభువైన యావే (G) ఒకే నిజమైన సృష్ఠి కర్తయైన దేవుడు. దీని భిన్నంగా ఎప్పుడైననూ దేవుడు అనుమాట ఈ పుస్తకములో వాడబడినపుడు (అలాగే క్రింది నుండిన “g”) చదువువాడు ఇది ఖురాన్ యొక్క దేవునికి సూచించబడినది అని గుర్తించవలెను. అతడు పరిశుద్ధ బైబిలు దేవుడు కాదు అని గుర్తించాలి (ఈ రెండు ఎట్లు భిన్నమైనవో ఈ పుస్తకములో వివరింపబడినవి)

బాహ్య సంబంధమైన మాట కొరకు మూలమైన మాటల వెదకుటకై ఉద్దేశ్యము : ఖురాను, ఖురాను ఖుర్ఆన్, అల్ ఖుర్ఆన్, ఆల్ - ఖుర్ఆన్, క్రీస్తు విరోధి, 666, మహమ్మద్, మహమ్మద్ ఇస్లామిక్‌రాజ్యము, ఇరాక్ మరియు లెవాంట్ ఇస్లామిక్ రాజ్యము (ISIL) ఇరాక్ మరియు సిరియా ఇస్లామిక్ రాజ్యము (ISIS) ఇరాన్ మరియు అల్‌షామ్ ఇస్లామిక్ రాజ్యము, ఇరాక్ మరియు లెవాంట్ ఇల్లామిక్ రాజ్యము ILIS ఆల్-దవ్లా ఆల్ - ఇస్లామియా ఫి అల్-ఇరాన్ వా అల్-షామ్, దాల్త్ ఆల్ - ఇస్లామియాహ్ ఫఆల్ - ఇరాన్ వా అల్-షామ్, దాయష్, దాయెష్, నుస్రా ఫ్రంట్, అల్‌ఖయిదా, హమస్, హర్కత్ అల్ ముఖ్వామా, అల్ ఇస్లామియా, దఖలీఫత్, ముస్లిమ సహోదరుత్వం హిజ్బోల్లా.

# 1వ అధ్యాయము

# ఉపోద్ఘాతము

# ఖురాన్ మరియు పరిశుద్ధ బైబిలుపై పఠనము

ఖురాన్ ఇస్లామ్ గ్రంథము అబద్ధ ప్రవక్త యొక్క సాక్ష్యము మాత్రమే గాక అంత్యక్రీస్తు (అబద్ధ క్రీస్తు) యొక్క సాక్ష్యము కూడానూ, అయినప్పటికినీ అనేకులు ఆ సాక్ష్యమును విని ఈ రోజు దానిని హృదయమునకు తీసుకొనుటకు, దానిపై నిలువబడుటకు, అది ఆత్మీయ సత్యము చేత వ్రాయబడినట్లయితే దాని కొరకు చనిపోవుటకైననూ ఇష్టపడతారు.

మీరు ఎప్పుడైనా ఖురాను చదివారా? (ఆల్ ఖురాన్) ఇది బైబిలు గ్రంథము లాగుననే ఇంచుమించు అనేకమంది ప్రజలను ప్రభావితము చేసిన పుస్తకము. ప్రపంచ చరిత్రను మార్చుటలో, రూపుదిద్దుటలో సహకరించుచున్న పుస్తకము ఇది. మరియు ఈ పుస్తకము ఈ చివరి దినములలోని సంఘటనలలో గొప్పగా ప్రభావితము చేసేదిగానుంది. మీరు గాని చదవకపోతే, మీరు దీనిని చదవవలెనని నేను సలహానిస్తున్నాను. గాని మొదట బైబిలు గ్రంథము చదివిన తరువాత మాత్రమే చదవండి. ఎందుకు? ఖురాన్‌లోని అసంబద్ధమైన సంగతులు మీరు కనిపెట్టిగలిగినప్పటికినీ, మీరు మొదట నిజమైన లేఖనాలు తెలుసుకొని, గ్రహించగలిగితేనే తప్ప, ఖురాన్ అస్పష్టమైన భాగాల యొక్క శక్తివంతమైన మోసాల్ని మీరు చూడలేరు మీకు సాధ్యము కాదు. (స్పష్టత కొరకు పరిశుద్ధ గ్రంథము మాత్రమే నిజమైన లేఖన భాగాలు). ఖచ్చితంగా, రెండింటిని చదివి ముగించుటకు కొంత సమయం పడుతుంది. కనీసం సత్యము చూచుట కొరకు గాని మీరు మనస్సుతో ప్రమాణము చేయుటకు ఆలోచించకండి.

మొత్తము ప్రతిపాదన అంతా అవివేకమైనది అని మీరు అంటారు? అప్పుడు ఇది గమనించండి. నేను వ్రాస్తున్నవి అన్నియు మోసాలను వెలికి తీస్తున్నాను మరియు పరిశుద్ధ గ్రంథము యొక్క అవాస్తవాలను బయటకు తీస్తున్నాను. అంటే ఎంతమంది ప్రజలు నిజముగా పట్టించుకుంటారు? ఎవరు జాగ్రత్త తీసుకుంటారు? ఎంతమంది క్రైస్తవులు విశ్వాసులు తమపైన దీనిని వేసుకొని భౌతికంగా నన్ను మౌనపరచగలరు?

అయితే కొందరు గాయ పరచబడినట్లుగానూ, లేక కోపంతో రగిలిపోయియుండవచ్చు వాస్తవానికి, నన్ను గాయపరచుటకు శోధించబడి యుంటారు. నేను నమ్ముచున్నాను. ఏ విధమైన హాని కలుగకుండా అట్టి సమూహము నుండి బయటకు రాగలుగుదునని నమ్ముచున్నాను. ఖురాన్ గురించి అసంబద్ధమైన అవాస్తవాలను, వ్రాసినట్లయితే, ముస్లిము విశ్వాసులు గురించి నేను అలాగు చెప్పగలనా? లేదు వారి గురించి వ్యతిరేకంగా మాట్లాడుటే ప్రమాదభరితమైన విషయము, వారి సమాజము వారి "ప్రవక్త", వారి యొక్క పవిత్ర గ్రంథము అని పిలువబడుచున్న దాని గురించి చెడుగా మాట్లాడితే అంతే ప్రమాదము. కొద్ది మంది ఇస్లామ్‌ను అంటి పెట్టుకొని యుండువారు వారి స్వంత విషయములకంటె ఇతరమైన ఏ ఆలోచననైననూ సహించగలరు. వారు మాత్రమే భిన్నముగా ఆలోచించగలరు. ఉదారత్వము అనేది వారు ఉపయోగించే సూత్రము కాదు. ఈ దినము ప్రపంచమంతటా దృష్టాంత పరచబడుతున్నది. ఇస్లామ్ తిరగదోడడానికి వీలులేని, పోటిపడలేనంతగా ప్రజాస్వామ్య విలువలు మరియు వాక్ స్వాతంత్ర్యములో వున్నది.

ప్రపంచ క్రైస్తవ ఐక్యతా సూత్రము-ఆత్మలో మత స్వేచ్ఛ, లేక పట్టింపు లేకుండా, ఆత్మ సంబంధమైన నమ్మకాల విషయములో జీవించు, ఇతరులను జీవించని అన్న వైఖరిని అవలంభించుచూ అనేకులు సాగిపోతున్నారు. నేను కూడాను సృష్టికర్తను గురించిన ఆలోచనవిధానము, మన కొరకు మనము నిర్ణయించుకొనే స్వేచ్ఛ మనకుండాలనీ సృష్టికర్తను ఆరాధించే విధానములోనూ మనకొరకు మనమే స్వేచ్ఛగా ఎంచుకొనవలెనని నమ్ముచున్నాను. ఏలాగైననూ, ఇది మనకు ఎంతో అవసరము ప్రతివారు అలాంటి ఆలోచనను అందించకుండునట్లు జాగ్రత్త కలిగియుండుట అవసరము. వాస్తవమునకు చాలా తక్కువ మంది ప్రజలు అలాగున చేస్తారు. ఆ హక్కును మన వద్ద నుండి దొంగిలించేవారు అక్కడక్కడ వున్నారు.

ఇటీవలి వరకు, క్రైస్తవులు కమ్యూనిజమ్ మతస్వేచ్ఛను అడ్డుకుంటుంది అని చాలా వరకు అనుకుంటూ ఉండేవారు. వారికి నేను చెప్పేదేమంటే, మహమ్మదీయులు వచ్చేవరకు నిజమైన మతసంబంధమైన శ్రమలు ఎట్టివో మీకు తెలియదంటున్నాను. మహమ్మదీయులు వారి స్వంతది తప్ప ఇతర మతాలను అడ్డుకునేవారు ఎందుచేతనంటే "అల్లా"ను దేవదూషణ చేస్తున్నట్లుగా వారు

భావించేవారు. దేవదూషణ చేయువారు వారిచేత శిక్షింపబడవలెను అనేది వారి భావన. అదే వారి భావన.

## ప్రకటన గ్రంథము మీద గ్రహింపు

బైబిలు పండితులు కొన్నిసార్లు పరిశుద్ధ బైబిలులోని అత్యధిక ఉన్నతముగా కనబడుచున్న సూత్రములను గ్రహించుటకు సాధ్యపడదు ఎందుచేతననంటే వారు వివరములతో కూడిన గూడార్థములుపై అధికంగా దృష్టిపెడతారు. మరొక ప్రక్క సాధారణ బైబిలు పరిశీలకులు కొన్నిసార్లు గూఢార్ధములను గ్రహించలేరు ఎందుచేతననగా వారు ఎక్కువ ఉన్నతముగా కనబడుచున్న సూత్రములపై దృష్టిపెడతారు. ప్రకటన గ్రంథములోని ప్రవచనాత్మక లేఖనములను కనుగొని అవగాహన చేసుకొనునట్లు వాటిని చదువుటకు అధ్యయనము చేయు వారి విషయములో ఖచ్చితముగా ఇది వాస్తవము.

పరిశుద్ధ బైబిలు యొక్క విద్యార్థులు అయితేనే తప్ప చదివి, ప్రవచన లేఖనములను మరల చదివి దాని సంపూర్ణ అర్ధాన్ని పట్టుకొనుటకు ప్రయత్నించుచుండగా అదే సమయంలో వారు దాని యొక్క వివిధ వివరణలతో హాజరగుచుండగా, వివరముతో కూడిన వాటి యొక్క కొన్ని సంపూర్ణమైన వివరాలు లేక వాటియొక్క కొన్ని సందర్భాలలో ఉన్నతమైన మూల సత్యసూత్రములను గ్రహించలేరు లేక జ్ఞాపకముంచుకొనలేరు. వాస్తవమునకు యదార్థంగా నున్న క్రైస్తవులు వారి జీవితకాలమంతయును వారి యొక్క హోదాను పటించుకోకుండా పరిచర్య సంబంధ అభ్యాసకులుగాను లేక (ఉపదేశముగా) వ్రాయబడిన వాక్యము యొక్క ఉపదేశకులుగా నున్ననూ పరిశుద్ధబైబిలు యొక్క విద్యార్థులుగా వుందురు.

అపోస్తులుడైన యోహాను ప్రకటన గ్రంథమును ఆయనేపొందుకొని వివిధ చరిత్రములను రచించి యున్నాడు. అతడు అందులో ఒకే రకములైన చిత్రములను అతడు పొందుకొని రచించినప్పటికనీ, అన్ని చిత్రములు మాటలను వర్ణించలేదు లేక వరుస సన్నివేశములలోని సంఘటనలకు సంబంధించి లేదు. ప్రకటన గ్రంథము యొక్క విభాగము అయినప్పటికినీ - నిజానికి బైబిలు అంతటిలో అధ్యాయములలోనిజముగా 13వ శతాబ్దములో జరిగినది చదువరికి ఎంతో సులువు పాఠ్యభాగములు అర్ధమయ్యేటట్లు వుంటుంది. కావున, ఎక్కువుగా పూర్తిగా అవగాహన

మయ్యేయట్లుంటుంది, విభాగములు తరచుగా (కల్పితములు) కృత్రిమమైనవి కావున విద్యార్థుల ప్రతి అధ్యాయములోని సంఘటనలను సన్నివేశము అవి అలాగు లేనిచో విద్యార్థులను తప్పుగా ఆలోచించునట్లు నడుపును. ఫలితముగా మీరు ప్రకటన గ్రంథము యొక్క మీ అధ్యయనములోని విధానములలో ఒకటైన నేను సిఫారసు చేసిన వివిధ అధ్యాయములను గుర్తించుచు ముందుకు సాగిపోవలెను. (1) వ్రాయబడిన సంఘటనలు ఒక అధ్యాయము నుండి మరొకటి అధ్యాయములోని సన్నివేశములలోని వరుస సంఘటనలను గుర్తించాలి. (2) రచించబడిన ఆ సంఘటనలు - సంఘటనలు అన్ని అధ్యాయములో చెప్పబడినవి అయిననూ అవి వరుసక్రమములోని సంఘటనలను వివరించుచున్నవి. సంఘటనలను తిరిగి వ్రాయుచుండగా అవి వాటి ప్రాధాన్యతను మరింత నొక్కి తెలుపునట్లు రాయబడినవి లేక సన్నివేశపరంగా ఆ సంఘటనలు ఇతర వరుస సంఘటనలతో ఎలాగు అమరుచున్నవో అవి స్పష్టపరచుచున్నవి లేక ఒకదాని తరువాత ఒకటి జరుగుచూ స్పష్టమగుచున్నవి.

ప్రకటన గ్రంథములోని వివరములు అలాగుననే అత్యున్నతమైన నీతి సూత్రములు గూర్చి గ్రహింపునకు నేను వచ్చితిని. ఫలితముగా

1. చదువుట, తిరిగి చదువుట బైబిలు గ్రంథమునంతటిని అధ్యయనము చేయుట జరిగింది.
2. ప్రకటన గ్రంథములోను అలాగుననే దానియేలు గ్రంథములోని ఇమిడియున్న ప్రవచనములు అన్నింటిని గ్రహించుటకై కోరిక కలిగియుంటిని.
3. సర్వశక్తిమంతుడైన దేవునిని గ్రహింపు కొరకు మరియు లోతైన అవగాహన కొరకు ప్రార్థించుచుంటిని.
4. పరలోకము నుండి వినగలుగు స్వరమును వినుట అది నన్ను సరిగా అర్థము చేసికొను మార్గమున నన్ను ఉంచుటకు సహాయము చేసి గొర్రె పిల్ల యొక్క రక్తమును నిరాకరించుట వలన భయంకర ఆపదలను వచ్చునని దాని గూర్చి తెలియజేసెను.
5. అంత్యదినముల సంఘటనలను వాటి వివరములను గూర్చి కలను కనుట.

6. ఆత్మ ఎట్లుండునో తెలిసికొనుటకు దేవునిచే నాలో తీవ్రమైన ఆశక్తి కలిగియుండినట్లు నాటబడుట.

7. యూదియ స్థానిక కళాశాల వద్ద ప్రాణము లేక ఆత్మ ఏమైయుండునో పరిశోధించుటకు.

8. హీబ్రూ అక్షరమాల ఉపయోగించుటతో గుర్తులు, సంఖ్యాపరమైన గుర్తులను కనుగొనుట.

9. "666" రాబోవుచున్న సంఖ్యాపరమైన రహస్య భాషగా మహమ్మద్ కొరకు గ్రహించుట.

10. అంత్యక్రీస్తు చివరి కాలములో అతని పాత్రకు సంబంధించిన కార్యములను గురించిన సత్యమును గ్రహించుటకు వివిధ సంబంధాలలో

(ఎ) ప్రపంచ మతముగా ఇస్లామ్‌ను గుర్తించుట

(బి) అబద్ధ దేవుడుగా 'అల్లా'ను తెలిసికొనుట

(సి) ఖురాన్ యొక్క సహజమైన మోసకారి తనము మరియు

(డి) దాని అబద్ధప్రవక్త యొక్క అసలైన చెడు స్వభావము విస్తరించుట గూర్చి

ప్రకటన గ్రంథము యొక్క విద్యార్థులు దేవునికిని అలాగుననే ఇతరుల పట్ల బాధ్యత కలిగియున్నారు. "తమ్మును తాము యోగ్యులుగా కనపరచుకొనుటకు జాగ్రత్త పడవలయును" (2 తిమోతి 2:15). వారు దేవునికిని తమను తాము ప్రకటనగ్రంథములోని ప్రవచన విషయములు మార్చి వేయుట వలన దేవుని ఉగ్రతకు గురి కాకుండునట్లుండు బాధ్యతలను కలిగియుండవలసిన వారై యున్నారు.

(18) ఈ గ్రంథమందున్న ప్రవచన వాక్యములను విను ప్రతివానికి నేను సాక్ష్యమిచ్చునది ఏమనగా ఎవడైననూ వీటితో మరిఏదైనను కలిపిన యెడల, ఈ గ్రంథములో వ్రాయబడిన తెగుళ్ళు దేవుడు వారికి కలుగజేయును.

(19) ఎవడైనను ఈ ప్రవచన గ్రంథమందున్న వాక్యములలో ఏదైనను తీసివేసిన యెడల, దేవుడు ఈ గ్రంథములో వ్రాయబడిన జీవ వృక్షములోను పరిశుద్ధ పట్టణములోను వానికి పాలు లేకుండ చేయును. (ప్రకటన 22:18-19).

అయితే ప్రకటన గ్రంథము విషయములో (1) "మనిషి"కి "వ్యక్తి" లేక మానవ మాత్రుడు వంటి పదములు మార్చుట సరియైనప్పటికినీ అందుచేత వ్యక్తి, మానవ మాత్రుడు ఉద్దేశించిన అర్థమును అసలైన పాఠము నుండి పట్టుకున్నవి : మరియు 2) మూత్రపిండములు మరియు హృదయము వంటి అలంకార వాక్యములు మార్చుట సరియైనప్పటికినీ (గ్రీకు-ప్రకటన 2:23 నుండి) "మనస్సులు మరియు హృదయములు" వాక్యములోని అసలైన పాఠము నుండి ఉద్దేశించిన అర్థమును పట్టుకొనినవి. (3) ప్రవచన విషయములకు అవసరమైన చోట్ల వాటి మన అర్థములను మనకు అవసరమైనట్లుగా పెట్టినప్పటికినీ, లేక ఇవ్వబడిన వచనములలో అర్థానికి భంగం లేకుండా ఇమిడ్చబడినాయి. (ప్రస్తుత రచయిత ముందు చెప్పకున్న అంశములు). ఒకడు అవసరములేని అర్థమును కలుపకూడదు లేక ప్రకటనగ్రంథములోని అర్థము ఉద్దేశ్యము పూర్వకంగా మార్చి ప్రకటన 22:18-19లో దేవుడు రాయించిన రెండు శాపములో ఒకదానికి గురికాకుండా ఉండుటకై ప్రార్థించకుండ దానిని చేయలేదు. (ప్రకటన 22:18-19).

ఇక్కడ గమనిక పక్కనున్నట్లుగానే, నేను ఉద్దేశ్యపూర్వకముగానే ప్రకటన గ్రంథములోని 22:18-19 యొక్క విషయములు 4 సార్లు ఖాళీలలో ఉటకించటమైనది బైబిలు అంతటికి కాక కొన్ని తప్పుగా సూచింపబడినవి మరియు ప్రకటన గ్రంథములో ప్రత్యేకముగా కలిగియున్న రెండు శాపములను నొక్కి వక్కాణించుటకు వాటిని ఇవ్వడమైనది.

చివరి విశ్లేషణలో, మనందరం దేవుని కొరకు మాట్లాడకుండ ఉండుటకై జాగ్రత్త కలిగియుండాలి లేక ఒకని నోట మాటలులో కూడనివి వుండకూడదు లేక ఆయన చెప్పిన దానిని ఆయన చెప్పలేదని అనకూడదు, మనందరం దేవునికి వ్యతిరేకంగా ఉండకూండా జాగ్రత్తగా వుండవలయును.

★★★

# 2వ అధ్యాయము

## ఇస్సాకు ఇస్మాయిల్ మధ్య వ్యత్యాసము

ఖురాన్‌లో మహమ్మద్ యొక్క అనుచరులు ఈలాగు చెప్పవలెనని హెచ్చరింపబడ్డారు. మేము అల్లాహ్ యందు మా దగ్గరకు దిగి వచ్చిన (పంపబడిన) అల్లాహ్ యందు నమ్మిక ముంచుచున్నాము. అబ్రహాము, ఇస్మాయేలు, ఇస్సాకు మరియు యాకోబు (పైకి) పంపబడినవాడు, మరియు (ఇశ్రాయేలు) గోత్రముల వద్దకు పంపబడినవాడు. అందున మోషేకు మరియు యేసు, ప్రవక్తల వద్దకు పంపబడెను వారి ప్రభువైయుండును. వారిలో ఎవరికిని బేధములు కలిగించక అల్లాహ్‌కు అప్పగించుకొని యుందుము. (సురా 3.084)

బైబిలు (యొక్క)లో సామర్థ్యము కలిగిన విద్యార్థులు దేవుని యొక్క నిబంధనను పొంది కొనిన వారి యొక్క వంశక్రమములోనికి ఇస్మాయేలు యొక్క సున్నితమైన ఉపోద్ఘాతమును గుర్తించుదురు. వారు అబ్రహామునకు శారా యొక్క దాసీయగు హాగరుల కుమారుడు ఇస్మాయేలు అని వారు తెలియజేయబడుచున్నారు. ఇస్మాయేలును గూర్చి వారు జ్ఞాపకముంచుకొనవలసిన మరొక విషయము ప్రభువు దూత వలన అది ప్రవచించబడినది. "అతడు అడవి గాడిద వంటి మనుష్యుడు, అతని చెయ్యి అందరికిని అందరి చేతులు అతనికిని విరోధముగా ఉండును." (ఆది 16:12) మరియు వారు జ్ఞాపకముంచుకొనవలసినది ఇస్సాకు వలన మాత్రమే దేవుడు తన నిబంధనను స్థాపించును. ఇష్మాయేలు వలన కాదు. (ఆది 17:18-22 చూడండి)

నిజమునకు, ఇస్మాయేలు హాగరు దేవుని అనుమతితో అబ్రహాము వలన తమ నుండి నిషేదించబడి బయటకు తరుమబడినారు (పంపివేయబడినారు) (ఆది 21:9-12) దేవుడు తరువాత అబ్రహాముకు నీ కుమారుడైన ఇస్సాకును మాత్రమే తీసుకొనుము అని ఆజ్ఞాపించునపుడు ఇస్మాయేలు సాస్థ్యము లేనివాడని మరియొకసారి నిశ్చయము చేయబడినది (ఆది 22:2, 12 మరియు 16 KJV) నిషేధము తరువాత, ఇష్మాయేలు వంశావళిలో చేర్చబడినాడు. (ఆది 25:9-17 మరియు 1 దిన 1:28-31) మరియు అతనికి ఇస్సాకుకు కుమారుడైన ఏశావు స్వాస్థ్యము లేని వారితో సంబంధము మైత్రి కలిగియున్నాడు - ఇస్మాయేలు కుమార్తెయైన మహాలతును

ఏశావుతో వివాహేము ద్వారా మైత్రి బంధము గుర్తించబడినది (ఆది 28:9).

దేవుడు స్పష్టముగా చెప్పినాడు : "నేను అతనితో (ఇస్సాకు) నా నిబంధనను స్థిరపరచుదును. అది అతని తరువాత అతని సంతతితోను నిత్యమైన నిబంధనగా నుండును" (ఆది17:19). "నా నిబంధనను ఇస్సాకుతో నేను స్థిరపరచుదును" (ఆది 17:21 KJV) అయితే దేవుడు ఈ చిన్న వాని బట్టియు నీ దాసిని బట్టియు నీవు దుఃఖపడవద్దు. శారా నీతో చెప్పు ప్రతి విషయములో ఆమె మాట వినుము; ఇస్సాకు వలన అయినదియే నీ సంతానమనబడును. (ఆది 21:12 KJV).

ఏలాగైతేనేమి, పరిశుద్ధ గ్రంథములో వ్రాయబడిన దాని అంతటికి బదులుగా "మహమ్మద్" దానిని ఎదుర్కొని సందేహాలను తొలగించుటకు ఇస్మాయేలు హోదాని పైకి తెచ్చుటకు పూనుకొన్నాడు. మేము (ఖురాన్‌లోని "మేము" అనే మాట తరుచుగా అల్లాహ్ మాట్లాడుచున్నాడు అని చెప్పుటకు వాడబడినది) నిబంధన చేయుదము.

ఒక వ్యక్తిచే వాడబడినపుడు లేక ఒకే స్వభావము కొరకు, ప్రథమ వ్యక్తి బహువచనం ("మేము" అనునది) కొన్ని సార్లు హోదాలో ఉన్న వారికి "మేము" అనుట సూచించును. "సర్వాధికార స్థితి బహువచనం" (లాటిన్ బహువచనం అత్యున్నత అధికారములు) లేక "బహువచన అత్యున్నత స్థితి (లాటిన్ అత్యున్నత స్థితి) ముస్లిములు "అల్లా ఒక్కడే"నని వివరిస్తూ వుండవచ్చును, వారి యొక్క దైవమును గూర్చి ఖురాన్ "మేము" అని వ్రాయబడింది. (అరబిక్ "నాహేన్ను" లేక వ్రాతపూర్వకంగా కొన్ని వివరణలు చేర్చుట) ఎందుకంటే మొదటి వ్యక్తి "నేను" అనే సర్వనామము ఏకవచనం కంటే అధికారం యొక్క ఉన్నత స్థితిని తెలుపుటకు వాడబడింది. ఈ విధంగా బహువచనంలో రూపము పదము "మేము" అయినప్పటికిని వ్యక్తి లేక ఒక వ్యవస్థ కంటే అధికమైనదని వివరించుటకు వాడబడినది గాని దానికి బదులుగా రాజవంశము, సార్వభౌమాధికారము, మరియు అధికారంలో వున్న వ్యక్తుల సమూహమునకు వాడబడినది. ఒక వ్యక్తి కొరకు బహువచనం వాడుట అనేది ప్రపంచ భాషలలో అనేక చోట్ల చూడగలము, మధ్య ప్రాశ్చ్యములో కూడా మనము గమనించవచ్చు.

క్రైస్తవ సర్వాధికార పాలకులు రోమన్ కేథలిక్ పోపులతో కలిసి (ప్రత్యేకించి జాన్ పాల్ కుమారుడు) "మేము" అనే పదము వాడినారు కొన్నిసార్లు వ్యక్తి దేవుని

మనస్సు కలిగి కొన్ని ప్రత్యేక దైవిక హక్కులు విషయములో అర్ధమొచ్చినట్లు వాడినారు. అంతకంటే ఎక్కువుగా ఇంగ్లాడులోని కొంతమంది రాజులు రాజ్యమునకు అధికారులుగా పెద్దలును తమ్మును తాము నిరూపించుకొనుటకే మాత్రము కాక భూమి మీద దేవుడు ఏర్పరచుకొన్న ప్రతినిధులుగా క్రీస్తు సంఘమునకు పెద్దలుగా నిరూపించుటకు "మేము" అనేపదమును వాడినారు. కావున వారు అధికారిక శాసనము వెలువరించినపుడు "మేము కనుగొంటిమి" లేక "మేము ప్రకటించుచున్నాము" అని వారు వాడేవారు, అయిననూ అనేక ప్రొటెస్టంట్లు పోపుని అన్నివేళల తన సమాజమును బట్టి తన మత సంస్థ చేత వారు తగిన వారు అని అతని గూర్చి తలంచుచున్నారు. అది వాస్తవమైన ఆచారము, అభ్యాసము కాదు. పోపు సందర్భమును బట్టి తన తెలివిని అధికారమును ప్రదర్శించును మరియు అతడు అట్లు చేసినపుడు, అతడు లాటిన్‌లో NOS ("మేము") అను పదమును ఉపయోగించును. భూమి మీద ఇక్కడ దేవుని ప్రతినిధిగా కార్యము జరిగించుచున్నట్లుగా అతడు దానిని వివరించుచున్నాడు.

ఖురాన్ రచయిత ప్రకారముగా సాతాను ఇంచుమించు తన అధికారములను ప్రదర్శిస్తూ ఉంటున్నాడు. తన కార్యమును తానే చేయుచున్నాడు. "మేము" అని అతడు వాడినపుడు సర్వాధికారి యగు ప్రభువైన దేవునిని అపహాస్యము చేయుచున్నాడు.

అబ్రహాము మరియు ఇష్మాయేలు.... సురా 2:125

ఇష్మాయేలు గురించి పుస్తకంలో ఇమిడ్చియున్నది; ఆయన తన వాగ్దానమునకు వాస్తవమైనవాడు మరియు అతడు దూత, ప్రవక్త, అతడు తన ప్రజలు ప్రార్ధన చేయుటకును మరియు ధర్మ కార్యములు చేయుటకును, ఆయన (అల్లా) సంతోషించునట్లుగా ఇవి చేయవలెనని పురమాయించుచున్నాడు (విధించుచున్నాడు) (సురా 19.054)

ఈ రోజు ఖురాన్‌లో అట్టి సగం కంటే అధికముగా నున్న తప్పుడు నిర్ణయాలను బట్టి ముస్లింలందరూ అబ్రహాము ఇస్మాయేలు ద్వారా తమ ప్రారంభకుడు / మూలపురుషుడు అని పిలుచుటతో అతిశయిస్తూ ఉంటారు. ముస్లిములు మహమ్మద్ యొక్క బోధను అంగీకరించుచున్నారు అది. అబ్రహాము నిజమునకు యూదుడు

కాదు, లేదా క్రైస్తవుడు కాదు, కాని అతను ఒక ముస్లిము మరియు పవిత్ర విశ్వాసమున్నవాడు. సురా 3:067.

ఓ మనుష్యులారా, మీరు వంగి మీకు మీరుగా బోర్లా సాగిలపడుడి. మీ ప్రభువు సేవించుడి. మంచిని జరిగించుడి; సంతోషించుడి అలాగున మీరు వృద్ధి నొందుడి; అల్లా కొరకు శ్రమ నొందుడి, తనకు చెల్లించ వలసినట్లుగా శ్రమపడుడి, ఆయనే మిమ్మును ఎన్నుకొనెను, మీ మతము నందు మీకు ఏ అవరోధమును ఉంచక అబ్రహాము మీ తండ్రిగా, మీరు ఆయన సంతతిగాను, దీనియందే ముందుగా మిమ్ములను ముస్లిములుగా చేసియున్నాడు, మీ పక్షముగా దూత ఒక సాక్షిగానుంచియున్నాడు, మిమ్ములను మానవాళికి సాక్షిగా ఉంచి యున్నాడు.

అపో. పౌలు ఇస్సాకు మరియు ఇస్మాయేలు గురించి చెప్పుచున్నది గమనించండి.

దాని వలన ఒకడును స్వంతత్రురాలి వలన ఒకడును ఇద్దరు కుమారులు అబ్రహామునకు కలిగిరని వ్రాయబడి యున్నది గదా? అయినను దానివలన పుట్టినవాడు శరీరము ప్రకారము పుట్టెను. స్వతంత్రురాలి వలన పుట్టినవాడు వాగ్ధానములను బట్టి పుట్టెను. ఈ సంగతులు అలంకార రూపకముగా చెప్పబడియున్నది. ఈ స్త్రీలు రెండు నిబంధనమై యున్నారు; వాటిలో ఒకటి సీనాయి కొండ సంబంధమైనదై దాస్యములో ఉండుటకు పిల్లలు కనును ఇది హాగరు. ఈ హాగరు అనుననది అరేబియా దేశములోని సీనాయి కొండయే. ప్రస్తుతమందున్న యెరూషలేము దాని పిల్లలతో కూడా దాస్యమందున్నది గనుక ఆ నిబందన దానికి దీటయి యున్నది. అయితే పైనున్న యెరూషలేము స్వతంత్ర్యముగా నున్నది. అది మనకు తల్లి. ఇందుకు కనని గొడ్రాలా సంతోషించుము. ప్రసవ వేదన పడుదానా, బిగ్గరగా కేకలు వేయుము ఏలయనగా పెనిమిటి గల దాని పిల్లల కంటె పెనిమిటి లేని దాని పిల్లలు ఎక్కువ మంది ఉన్నారు అని వ్రాయబడి యున్నది. సహోదరులారా మనమును ఇస్సాకు వలె వాగ్ధానమును బట్టి పుట్టిన కుమారులమైయున్నాము. అప్పుడు శరీరమును బట్టి పుట్టినవాడు ఆత్మను బట్టి పుట్టిన వానిని ఏలాగు హింస పెట్టెనో యిప్పుడు అలాగే జరుగుచున్నది. ఇందును గూర్చి లేఖనమేమి చెప్పుచున్నది? దానిని దాని కుమారుని వెళ్ళగొట్టుము. దాసి కుమారుడు స్వతంత్రురాలి కుమారునితో

పాటు వారసుడై యుండడు. కాగా సహోదరులారా మనము స్వతంత్రురాలి కుమారులము గాని దాసి కుమారులము కాము. (గలతీ 4:22-31).

నేను నమ్ముచున్నాను పౌలు ఉటంకించిన ఈ వృత్తాంతము చాలా మంది ప్రజలు ఆలోచించిన దాని కంటే గొప్ప ఉదాహరణని నమ్ముచున్నాను. ఈ వృత్తాంతము ఆ విషయములను ఆత్మీయ స్వతంత్రత మరియు ఆత్మీయ బానిసత్వము మరియు ఆత్మీయముగా మనస్సు కలిగిన వారికి శ్రమ శరీరానుసారముగా మనస్సు కలిగిన వారి నుండి కలుగునని గ్రహించుటకు సహాయపడుట మాత్రమే గాక, ఈ వృత్తాంతము క్రైస్తవులైన వారు మనుష్యుల సంతతిలో నుండి చివరిగా ప్రత్యేక పరచుకొనుటకు తాళమును అందిస్తున్నది. ప్రత్యేక పరచుకొనుట అనేది తండ్రి నామమున వచ్చిన వాడైన ఒకని యందు (యేసుక్రీస్తు) విశ్వాసముంచువారు (1) తమ స్వంత నామమందు మమహ్మద్ మరియు (2) నిజదేవుడైన మరియు సత్యుడైన దేవునికి శత్రువైన వానియందు విశ్వాసముంచు వారి మధ్య నుండి ప్రత్యేక పరచుకొనుట అనేది జరుగవలసి యున్నది. (సాతాను ఆయన శత్రువు) .

ఇస్లాము యొక్క మొత్తమంతా సత్యమును వ్యంగ్యముగా రచన చేసినది. ఈ వ్యంగ్య రచన అక్షరార్ధముగను, రూపములో రెంటిలోను దేవుడు నిర్మించిన దాని స్థానములో మరొక నిర్మాణము చేయుటకును మొత్తమంతటిని (సత్యమును) కూలద్రోయుటకును ప్రయత్నించినది. కారణమేమిటి? దేవుడు పునాదిని వేసినాడు. అతడు మూలరాయిని స్థాపించాడు. అట్లు చేయుట వలన నశించిన ఆత్మలు ఆయన యొద్దకు తిరిగి వచ్చునట్లుగా ఆయన నియమించాడు. వారి ఆలోచనలు నుండి మనము తొలగునట్లు దేవుడు యేర్పాటు చేసాడు. (రాయబడింది)

మోరియ కొండపై యెరూషలేములో ఏమి జరిగిందో గమనించుదము. మోరియ పర్వతము అబ్రహాము పరీక్షించబడిన స్థలము. విశ్వాసమునకు పరీక్షగా పొట్టేలుకు బదులుగా తన కుమారుడైన ఇస్సాకును దహనబలిగా అర్పించవలెనని దేవునిచే ఆజ్ఞాపించబడినాడు. (గలతీ 22:1-4 చూడుము). అదే స్థలములో యెహోవాకు బలిపీఠమును కట్టవలెనని దూత గాదు ద్వారా దావీదు ఆజ్ఞాపించబడెను (1 దినవృత్త. 21:18-30) మరియు 22:1-11, 2 సామూ 24:18-25) అదే స్థలమందు సోలోమోను యెహోవాకు మందిరమును కట్టనారంభించెను. (2 దిన వృ. 3:1).

ఇస్లాము యెరూషలేములో స్థాపించిన దేవుని మందిరము దానిని ఆ స్థలమును తప్పుదారి పట్టించి, ఆ ఆలోచనను కూలద్రోయుటకు రెండు రకములుగా ప్రయత్నించెను. మొదటిది, ముస్లిము ఆచారము అబ్రాహామును ఇస్సాకుతో పైనుదహరించిన పరీక్ష అదే విధముగా అతడు ఇష్మాయేలు తో మక్కా వద్ద పరీక్ష ఎదుర్కొన్నాడు అని, పరీక్ష గెలిచిన తరువాత అతడు మరియు ఇష్మాయేలు "కాబా" నిర్మించారని, ఆ నిర్మాణము మొట్టమొదటి దేవుని ఆరాధించు స్థలము నిర్మించబడినట్లు ఇస్లాము చెప్పుచున్నది. - ఆలాటి మందిరము సౌది అరేబియాలో గొప్ప మక్కా మసీదుగా రూపొందియున్నది. (ఏదైతేనేమి ఒక్క నిజమైన దేవుడు పరిశుద్ధ, బైబిలు యొక్క నిజదేవునికి) "కాబా" అపవిత్రులైన వారి యొక్క ఆత్మీయ ఆవలి మందిరము) రెండవది ముస్లిములు సోలోమోను మందిరము నిర్మించిన స్థలము వారి యొక్క పవిత్ర స్థలమని వారు ఆరోపించుచున్నారు. వాస్తవానికి, డోమ్ ఆఫ్ ది రాక్ (మాస్క్ ఆఫ్ ఒమర్) అనునది ఎ.డి. 691-692లో నిర్మించబడినది. ఆ బండపైన మొట్టమొదటి యెరూషలేము మందిరములో దహనబలులు అర్పించుటకు బలిపీఠము భాగముగా ఉండేదని నమ్మిక యుండినది.

సర్వశక్తిమంతుడు దేవుడు అయిన ప్రభువు మందిరము యొక్క విషయము గూర్చి, అపో. పౌలు ఇతరత్రా మనకు సహాయపడుచున్నాడు. ఇస్లామును గొప్ప హేయమైన వస్తువుగా గుర్తించుటకు సహాయపడుచున్నాడు. (2 థెస్స 2:3) ఈ విధముగా అంత్యదినములలో సాతాను బయలు పరచబడును ఎట్లనగా ఏది దేవుడనబడునో, ఏది పూజింపబడునో, దానంతటికి పైగా వాడు తన్నుతానే హెచ్చించుకొనుచు తాను దేవుడనని తనన్ను కనపరుచుకొనుచు, దేవుని ఆలయములో కూర్చుండును (2 థెస్స 2:4). నిజమునకు, ఈరోజు దేవుని ఆలయము ఆయన సంఘము, క్రీస్తు శరీరము అయిన ఆయన సంఘమే, ఆ సత్యమును ఈ లోకములోని అంధకారము నాశనము చేయ ప్రయత్నించుచున్నది, అది మానవాళిని గందరగోళ పరచి సాధ్యమైనంత ఎక్కువ సమస్యగా చేయ వెదుకుచున్నది. అపవాదికి సోలోమోను మందిరము నిర్మించిన స్థలము చాలా ప్రాముఖ్యము, సత్యమును, అసత్యముతో నింపి వేయుటకు మాత్రమే గాక బైబిలులోని ప్రవచనము నెరవేరునట్లు యెరూషలేములోని కొండపై యూదులు మూడవ దేవాలయమును నిర్మించవలసినందు చేత (దాని 9:24-29).

ఇది నాకు రుజువు అపవాది - "ఈ లోక దేవత" (2 కొరింథి 4:4). పాత క్రొత్త నిబంధనలలోని సత్యమైన వెలుగు తొలగించుటకు, చరిత్రను వచనములను తిరిగి వ్రాయుట చేయుట వలనను (లేఖనములను) మహమ్మద్ ప్రత్యక్షమగుట ద్వారా, ఈ చివరి దినములలో అంత్యక్రీస్తు ప్రత్యక్షమగుటతో ఆ స్థానము నింప ప్రయత్నించు చున్నాడు.

ఇస్లామ్ వాదన విషయము గూర్చి, అబ్రహాము ఇస్మాయులుతో మక్కాకు ప్రయాణించాడని, ఆల్‌ఫ్రెడ్ గులియమ్, పేరు మోసిన అరబిక్ ఆచార్య పండితుడు- ఇస్లామిక్ అధ్యయనంలో ఆచార్యుడు, చెప్పిన విషయము ఏ విధమైన చారిత్రక ఆధారము అబ్రాహాము లేక ఇస్మాయేలులు ఎన్నడును మక్కాకు పయనమైనట్టు చారిత్రక రుజువులు లేవు అని చెప్పినాడు.

అలాంటి అభిప్రాయము అనేది అక్కడ ఉన్నట్లయితే ఆ పాతకాలపు పేరు ఇస్మాయేలు ఎట్లు పయనమై వెళ్ళియుండెనో జ్ఞాపకార్థముగా వివరించి నశించిపోయే వారి వద్దకు వచ్చియుండెడిది. (అరేబియన్ రూపము అరేబియా వ్రాత ప్రతులలో అసత్యములేనే లేదు మరియు సరియైన గుర్తుఅయినవై అనే హల్లును రాసియుండెడివారు) ఖురాన్‌లోని రూపము గ్రీకు నుండి లేక సిరియాక్ వనరులలో నుండియైన తీసుకొని యుండాలి.

డా॥ గుల్లిమా ఖురాన్‌లోని చాలా మాటలను, చేర్చి వాటి యొక్క పూర్వపు హీబ్రూ లేక సిరియా వనరులు పరిశీలించనట్టయిన, సరియైన అర్థములను కలిగి లేవు, ఇది ప్రత్యేకముగా సత్యము యొక్క భావ ప్రాముఖ్యతలో ఖురాన్ ప్రధాన భావము దానిలో కలిగియుండుటకు పరిపూర్ణమైన సులువుగా మార్చివేయలేని స్వచ్ఛమైన అరబిక్‌లో వ్రాయబడినది.

రుజువు కొరకై - మహమ్మద్ లేఖనములను తిరిగి వ్రాయుటకు ప్రయత్నించాడు. మనం చేయవలసినదేమిటంటే బైబిలులోని ముఖ్య ఉపదేశములను ఖురాన్‌లోని వాటితో పోల్చవలసి యున్నది.

1. క్రీస్తు యేసు ఆయన అనుచరులతో చెప్పాడు : లోకములో మీకు శ్రమ కలుగును" (యోహాను 16:33).

   మహమ్మద్ చెప్పాడు : "నమ్మిన వారికి, దేవుని భయము కలిగిన వారికి

ప్రస్తుత జీవితకాలములో శుభములు కలుగును మరియు ప్రస్తుత జీవితము ఒక ఆట మరియు మలుపు వంటిది.

2. అపో॥ పౌలు వ్రాసినది : “కృప చేత విశ్వాసము ద్వారా మీరు రక్షింపబడినారు క్రియలు వలన కాదు, గనుక ఏ మనుష్యుడు అతిశయింపకూడదు” (ఎఫెస్సీ 2:9)

మహమ్మద్ వ్రాసాడు : “అల్లా ఈ లోకమును సృజించెను – ఆయన మిమ్ములను మీరు చేయు కార్యములలో పూర్ణులగునట్లు ఆయన ప్రయత్నించును”.

3. బైబిలు చెపుతుంది (బోధించుచున్నది) మన పతనములకు మనమే బాధ్యులము

మహమ్మద్ చెప్పాడు : అల్లా మిమ్మును దారి మళ్ళించకోరితే నేను మీకు యదార్థంగా సూచన ఇవ్వగోరినట్టైనను నా యొక్క స్పష్టమైన మంచి సూచన మీకు లాభము కలుగజేయదు.

4. బైబిలుతో పోల్చినట్లయితే “శోధించబడినపుడు ఏ మనుష్యుడు నేను దేవునిచే శోధింపబడుచున్నానని అతను అనకూడదు ఏ మనిషి దేవుడు కీడు విషయమై ఎవనిని శోధించడు (యాకోబు 1:13).

ఖురాన్‌లో : అల్లా ఎవరి ఇష్టము వచ్చినట్లు వారిని దారి తొలగునట్లు చేయును మరియు మేము మిమ్మును చెడుతో మంచి కొరకు పరీక్షించుటకు ప్రయత్నించుదుము.

5. క్రీస్తు యేసు వ్యభిచారముతో పట్టుబడిన స్త్రీ విషయములో చెప్పిన ఈ మాటలను పోల్చుటతో “మీలో పాపము లేనివాడు, మొదట ఆమె మీద మొదట రాయి వేయండి” (యోహా 8:7).

ఈ మాటలతో మహమ్మద్ : జారిణీ – జారత్వము చేయువాడును ఒక్కొక్కరు 100 కొరడా దెబ్బలు కొట్టబడవలయును అల్లా మతవిషయములలో ఏ విధమైన కరుణ లేదు నీకు దొరకదు, నీవు అల్లా యందు విశ్వసించినట్లయితే చివరి దినము నందు విశ్వాసులు సమూహము వారి శిక్షకు వారే సాక్షులుగా వుందురు.

6. క్రీస్తు యేసు చెప్పారు : "నా రాజ్యము ఈ లోక సంబంధమైనది కాదు" (యోహా 18:36).

మహమ్మద్, ఏలాగైతేనేమి? ఇంద్రియములను సంతృప్తిపరచునట్టి పరలోకము దానిలో యుగయుగములు. - అందమైన రూపలావణ్యములు గలవారి మధ్యలో విశ్వాసము గల ముస్లిములకు బహుమతులు అని ఆయన చెప్పాడు. దైవభీతి గలవారికి భద్రత గల స్థలము. సుందరవనములు, ద్రాక్షతోటలు, సమృద్ధియైన మరియు పనికత్తెలు పాలిండ్లతో, ఇష్టమైన వయస్సు పొంగి పొర్లుచున్న గిన్నె ఖచ్చితముగా కనిపెట్టుకొని యుండును.

7. చివరికి క్రీస్తు యేసు చెప్పారు : "పరలోకములో మనము పెండ్లి చేసికొనము పెండ్లికియ్యబడము గాని పరలోకమందున్న దేవ దూతలవలె ఉందుము" (మత్తయి 22:30 KJV)

క్రీస్తు యేసుకు వ్యతిరేకంగా మహమ్మద్ చెప్పినదేమంటే పరలోకమును స్వాస్థ్యముగా పొందుకొనువారు ఈ దినమునందు వారి సంతోషము నందు మునిగి యుందురు. వారు వారి భాగస్వాములతో నీడయందున్న పడకలపై వారు తమ నడుములను వాల్చి పడుకొందురు. పరిశుద్ధ గ్రంథము స్పష్టముగా చెప్పుతుంది మనము వివాహము చేసికొనము పరలోకమందు శారీరక కోరికలు తీర్చుకొనుటకు ఒకరితో ఒకరికి అట్టి అవకాశముండదు.

★★★

# 3వ అధ్యాయము

# యేసు మరియు మహ్మద్ మధ్య వ్యత్యాసము

యేసు (జననము) మెస్సీయాగా పుట్టుటను గూర్చి లేఖనములలో ప్రవచింపబడింది (ముందుగా చెప్పినట్లుగా బైబిలు మాత్రమే లేఖనము) మహమ్మద్ జననము గూర్చి ప్రవక్తలుగా ముద్రించబడి పిలువబడినవారు ఎన్నడు ప్రవచించినట్లుగ లేదు.

చాలా సాక్ష్యములు ద్వారా క్రీస్తు యొక్క వంశావళిని పరిశుద్ధాత్ముడు స్థిరపరచినాడు (మెస్సియా లేక మోషియక్) అబ్రహాము నుండి మొదలై ఇస్సాకు ద్వారా యాకోబు యూదా గోత్రము వరకు మరియు దావీదు ఇంటి వెలుపలి వరకు (ఆది 12:3, 18:18, 21:12, 22:18, 26:4, 28:14, 49:10, 2 సమూ 7:12-16, కీర్తన 18:50, 89:3-4, 89:20, 132:11, యెష 9:6-7, 11:1&11:10; యిర్మియా 23:5-6, 33:14-15) అంతకంటే మెస్సియాను కన్యక గర్భమున దాల్చును అని యెషయా ద్వారా ఇది ప్రవచించెను. మీకా ద్వారా బెత్లేహేములో జన్మించునని అది ప్రవచించబడినది (మీకా 5:2). ఇది జెకర్యా 3 అధ్యాయము 6 అధ్యాయాలలో చిత్రములు ద్వారా ప్రవచింపబడి అది ఆయన పేరు యెహోషువాగా గ్రీకు IONIC నుండి IESOUS JESUS వర్ణింపబడినది, లాటిన్ అక్షర రూపము IESUS గా వర్ణింపబడినది, ఆధునిక ఇంగ్లీషు భాషలో యేసుగా వర్ణింపబడినది. (హీబ్రూ మరియు గ్రీకు మాటల అసలైన వివరణ కొరకు చూచినచో మాటలు ఈ పుస్తకములోని 4 అధ్యాయములో రెండు పట్టికలో బ్రాకెట్టులో సంఖ్యలు రూపములో చూపబడినది).

ఎవరు మహమ్మద్ యొక్క జననము గూర్చి దేవుని నిజమైన ప్రవక్తగా ప్రవచించినారు? ఒక్కడూ లేడు. మహమ్మద్ తప్ప ఎవరు లేరు. మహమ్మద్ రాసాడు:

మరియ కుమారుడైన యేసు చెప్పాడు : ఇశ్రాయేలు పిల్లలారా, నేను నిజమైన మీ దూతను, నాకు ముందు తోరా నిశ్చయపరచుచున్నది మరియు నా తరువాత వచ్చు ఒక దూత యొక్క శుభవర్తమానమును మీకు ఇచ్చును. అతని పేరు అహమ్మద్. - సురా 61.000

పరిశుద్ధ గ్రంథమైన బైబిలులో యేసుప్రభువు అలాగున చెప్పినట్లు ఒక రచనయైననూ లేదు.

ఖురాన్ అందంతట మహమ్మద్ "యేసుక్రీస్తు దేవుని కుమారుడు" అను దానిని తిరస్కరించుచున్నాడు.

మెస్సియా, యేసు మరియ కుమారుడు (అల్లా) దూత మాత్రమే మరియు (అల్లా యొక్క) మాటలు (అల్లా) మరియకు సమర్పించినాడు మరియు ఆత్మనుండియును సమర్పించినాడు. (అల్లా) (సురా 4:171).

మెస్సియా, మరియ కుమారుడు ఒక దూత మాత్రమే, తనకంటే ముందు అనేక మంది దూతలు గతించి పోయినారు, అతని తల్లి ఒక స్త్రీ మాత్రమే; వారు ఇరువురు ఆహారమును భుజించారు. ఇదిగో వారికి ఏలాగో మేము స్పష్టమైన గుర్తులు ఇవ్వగలము, ఇదిగో అప్పుడు ఏలాగు వారు తప్పుదారి పట్టినారు.

భూమ్యాకాశములు యొక్క సృష్టికర్త - "ఏలాగు కుమారుడుని కలిగియుండగలడు, ఆయనకు సహచరి లేరు, ఆయన సమస్తమును సృజించెను, మరియు సమస్తమును గూర్చిన జ్ఞానము కలదుగదా? (సురా 6:101).

యూదులు చెప్పుచున్నారు. "ఎజ్రా దేవుని కుమారుడు", క్రైస్తవులు చెప్పుచున్నారు. "మెస్సియా దేవుని కుమారుడు, అది వారి నోటిమాటలు, వారి ముందున్న అవిశ్వాసులతో నిశ్చయపరచుచున్నారు (సురా 9:030).

క్రైస్తవులు చెప్పుతారు, "దేవుడు ఆయనను కుమారునిగా తీసుకొని", ఆయనను మహిమపరచెను! ఆయన అన్నింటికి చాలినవాడు; పరలోక మందును మరియు భూమి మీదను ఉన్నవి అన్నియు ఆయనకు చెందినవే; దీని కొరకు మీకు అధికారము లేదు. మీరు దేవుని గురించి ఏమి చెప్పుచున్నారో అది మీకు తెలియదు గదా? అల్లా గురించి వ్యతిరేకముగా రాతలు రాసిన తప్పుడు సాక్ష్యము పలికినవారు వృద్ధి చెందరు. కొంతవరకు ఈ లోకములో ఆనందముండవచ్చు; అప్పుడు మన వద్దకు వారు తిరిగి వచ్చెదరు; అప్పుడు మనము / మేము వారికి కఠినమైన శిక్షను రుచి చూపించెదము. వారు అవిశ్వాసులు (మహమ్మద్ ఖురాన్ నందు) గనుక దానికి వారు తగును. (మహమ్మద్ మరియు ఖురాన్). సురా 10.068 - 070.

స్తుతి అల్లాకే చెందును (అల్లా) దానిని కుమారునికి ఎవరు తీసుకొని పోలేరు. సురా 17:111 వారు చెపుతారు ఆ కనికరమంతా తన్ను తాను కుమారునిగా తీసుకొని వెళ్ళింది. నిజమునకు మీరు ఇంద్రియములకు అసహ్యకరమైనది కొంత ముందుకు (పరలోకములు) ఆకాశములు సమీపముగా ఉండి ఆయనే ఉపయోగించినను, భూమి రెండుగా విడిభాగాలు నుండి, పర్వతములు సమీపమునన్నను పెద్ద శద్ధముతో విరిగిపడినను కుమారుని కనికరమునకు అవి పరిణామముగా భావించబడినది. ఇది ఆ కనికరమంతా కుమారునికి తీసుకొని పోవుట విధిగా భావించలేదు. (సురా 19.088-092)

(అల్లా) తన్ను తాను ఏ కుమారుని వద్ద తీసుకొని పోలేదు (సురా 23.091).

(అల్లా) తన్ను కుమారునిగా తీసుకొనలేదు (సురా 25.002).

"దేవుడు కనెను" అనే వారి మాట వారి యొక్క దేవదూషణ కాదా? వారు నిజముగా అబద్దీకులు - సురా 37.151-152.

మరియ కుమారుడుని ఒక ఉదాహరణగా నిరూపించినపుడు, ఇదిగో మీ ప్రజలు దాని నుండి తొలగిపోయి చెప్పుచున్నారు మా దేవుళ్ళు మంచివారా? లేక ఆయనా? వారు (క్రైస్తవులు) ఆయనను నీవెనని నిరూపించక, విభేధములకు పురికొల్పుచున్నారు; అదిగాక వారు పోటీదారులు ప్రజలుగా వున్నారు. ఆయన ఒక సేవకుడు మాత్రమే, మనము దీవించబడినవారము, మరియు ఇశ్రాయేలు పిల్లలకు మనము ఆయనను ఉదాహరణగా చేసియున్నాము. - సురా 43.057-059.

ఇది మహమ్మద్ యొక్కస్వంత ప్రచారం చేసుకునే పరిచర్య.... "దేవుడు తన్ను తాను కుమారునిగా తీసుకొనెను" అని చెప్పేవారికి హెచ్చరిగా నుండుటకైన పరిచర్య". ఏదైతేనేమి, అనేకులు మెస్సియా కయొక్క కుమారత్వమునకు సాక్ష్యమిచ్చిరి : దావీదు రాజు ద్వారా పరిశుద్ధాత్మ వలన అది ప్రవచించబడెను : నేను అతనికి తండ్రినై యుందును, అతడు నాకు కుమారుడై యుండును (2 సమూ 7:14) యెషయా ద్వారా : ఏలయనగా మనకు శిశువు పుట్టెను, మనకు కుమారుడు అనుగ్రహింపబడెను (యెష 9:6) గాబ్రియేలు దూత ద్వారా మరియకు: అతడు గొప్పవాడై సర్వోన్నతుని కుమారుడనబడును (లూకా 1:32). మరియు పరిశుద్ధాత్మ

నీ మీదికి వచ్చును. సర్వోన్నతుని శక్తి నిన్ను కమ్ముకొనును గనుక పుట్టబోవు శిశువు పరిశుద్ధుడై దేవుని కుమారుడనబడును (లూకా 1:35) యోహాను బాప్తిస్మమిచ్చువాడు యేసు దేవుని కుమారుడని వ్రాయుచున్నాడు. యోహా 1:32-34. దేవుడు తానే యేసును గూర్చి 2 మార్లు సాక్ష్యమిచ్చెను. ఈయన నా ప్రియ కుమారుడు, ఈయన యందు నేను ఆనందించుచున్నాను (మత్త 3:17, 17:5; మార్కు 1:11, 9:7; మరియు లూకా 3:22, 9:35) మార్కు తన సువార్తలో సాక్ష్యమిచ్చుచున్నాడు. యేసుక్రీస్తు దేవుని కుమారుడు (మార్కు1:1). అపో. పేతురు యేసుగూర్చిన ప్రకటనలో క్రైస్తవ విశ్వాసుల పునాది కనబడుతుంది" నీవు క్రీస్తువు సజీవుడైన దేవుని కుమారుడవు (మత్త16:16).

అపవిత్రాత్మలు సహితము యేసుక్రీస్తు దేవుని కుమారుడు అని గుర్తించినవి. "మరియు ఇదిగో అవి బిగ్గరగా (అపవిత్రాత్మలు) కేక వేసి యేసూ దేవుని కుమారుడా మాతో నీకేమి పని? కాలము రాక మునుపే (తీర్పు దినము) మమ్మును బాధించుటకు ఇక్కడికి వచ్చితివా? అని కేకలు వేసిరి (మత్త 8:29).

సాధారణమైన (గమనించేవారు) మరియు జీవితంలేని క్రైస్తవులు. మహమ్మద్ - దేవుడు యేసు నందు కుమారుడుగ కలిగిలేడనియు అది చాలా ప్రమాదకరమైనది కాదనియు భావించుచున్నారు వారు ఆలోచించిన దానంతట తరువాత, మహమ్మద్ యేసును ప్రవక్తగాను, "దేవుని దూత"గాను గుర్తించుచున్నాడు, ఆయన అబద్ధ బోధలును బట్టి అనేకులు తప్పిపోవుటను యేసుప్రవక్త అని అనుట మహమ్మద్‌కు నిరాశపరచినట్టుగా చూచుచున్నాడు. యేసు ప్రవక్తకాదని ప్రకటించుటనుబట్టి, అనేకులు ఆయన స్వంత అబద్ధ బోధలనుబట్టి, అనేకులు దూరముగా ఉండుట చూచుటతో వీరు ఓటమి చెందినారు. వీరు యేసుని తన బోధలతో (మహమ్మద్) కలుపుకుందామనుకుంటే అతడు స్వంత అధికారము గురించి అధికముగా ఒప్పించబడినవాడుగా చూచుటకును వీరు ఓటమి చెందినారు. అవి మహమ్మద్‌కు చూచుటకు నిరాశగనున్నది. ఎందుకంటే ఇదివరకే స్థాపించిన సత్యపునాదిపైన కట్టునట్లు మీరు నటించితే మోసపోవడం సులువు. అతడు దేనినయితే నమ్మినాడో దానిని గౌరవించినట్లు నటించి అతని స్నేహితుడవని నీ శత్రువుని ఒప్పిందం సులువు. మరియు సత్యమును నీ సాంప్రదాయములో నీవు కోరినచో విశ్వాసి మనస్సులో నుండి సత్యమును నాశనము చేయడం సులువు.

ఖచ్చితముగా తోరా వద్దకు మనము పంపబడదాము. అందులో మనకు వెలుగు మార్గనిర్దేశము కలదు, దానిచే ప్రవక్తలు యూదులైన వారి కొరకు తీర్పునిచ్చుటకు తమ్మును తాము అప్పగించుకొన్నారు. బోధకులు, మరియు యజమానులు అట్లు చేయుచు దేవుని గ్రంథములో అట్టి భాగమును అనుసరిస్తూ నడుచుటతో సాక్షులై యుండుటకును... అప్పగించుకొన్నారు. మేము పంపబడి వారి యొక్క అడుగు జాడలలో అనుసరిస్తూ మరియ కుమారుడు యేసు ఆయన కంటే తోరాను ముందుగనే నిశ్చయము చేసిన వానిని అనుసరిస్తున్నాము. మేము ఆయనకు సువార్తను ఇచ్చాము, దానియందు మార్గనిర్దేశము, వెలుగు తోరా అనేది దీనికి ముందుగనే నిశ్చయపరచు చున్నది. దేవునికి భయపబడువారికి హెచ్చరించుటకును, దిశానిర్దేశముగా ముందుగానే వున్నది.

(సురా 5.044 & 046)

మహమ్మద్ మనలను ఖురాను తోరాలాగుననే దైవ లేఖనమని మనకును నచ్చుజెప్పి ఒప్పించుటకు ప్రయత్నించుచున్నాడు. (మోషే యొక్క సలహాలు, ధర్మశాస్త్రము) మరియు క్రొత్త నిబంధన సువార్తలను. అతడు తోరా మరియు సువార్తలు మరియు ఖురాన్ అన్నియు కలిసి మూడింతల దేవుని ప్రణాళిక మానవాళికి బయలుపరచబడింది అని సమానము చేయ చూచుచున్నాడు. ఎందుకు? మీ ఆలోచన విధానములో వారిని ప్రతివారిని రక్షించుటకు ప్రతిభావంతమైన మార్గము. మొదటిగా, వారు ఇదివరకే ఏదైతే నమ్మినారో అది సత్యము అని వారితో చెప్పాలి (గనుక మీరు వారిని భయపెట్టవద్దు) రెండవది, నెమ్మదిగా వారికి నచ్చచెప్పాలి ఇంకా వారికి ఏది తెలియదో లేక గ్రహింపు లేదో వారికి ఇవ్వగలగాలి లేక మీ సిద్ధాంతములకు జవాబులు ఇవ్వాలి. ఇది తోడేలు గొఱ్ఱె చర్మము ధరించుకొన్నట్లు అయిన ప్రతిభావంతమైన వైఖిరి. నిజానికి ఇస్లామ్ పేరు మీదనున్న మతము ఒక ఆట వంటిది, సాతాను తన్ను తాను యజమానుడుగా వేషము వేసుకొనుటవలన ప్రపంచములోని కనీసం నాలుగు వంతు జనాభాను, వాడిని బైబిలు యొక్క దేవుడి కంటే వాడిని గౌరవించుటకును రహస్యంగా వారిని చెడగొట్టటానికి వాడు తన్నుతాను రుజువు చేసుకున్నాడు.

మోషే మరియు యేసు ఇద్దరును వారి మాటలు కార్యములతోను, పనులతో సూచకక్రియలు వెంబడించుట వలన రుజువు చేసిరి. మహత్కార్యములు వారి

ద్వారా జరుగుటతో వారి చెప్పిన సత్యములు వారు జీవించిన జీవితములు రుజువు చేసినవి అని క్రీస్తు యేసు చెప్పినాడు : నేను నెరవేర్చుటకై తండ్రియే తన క్రియలను నాకిచ్చియున్నాడో, నేను చేయుచున్న ఆ క్రియలే తండ్రి నన్ను పంపియున్నాడని నన్ను గూర్చి సాక్ష్యమిచ్చుచున్నది. (యోహాను 5: 36 KJV)

యేసు కూడా చెప్పెను.

తండ్రి ప్రతిష్ట చేసి యీ లోకములోనికి పంపిన వానితో నీవు దేవదూషణ చేయుచున్నావని చెప్పుదురా? నేను నా తండ్రి క్రియుల చేయని యెడల నన్ను నమ్మకుడి. చేసిన యెడల నన్ను నమ్ముకున్నను, తండ్రి నా యందును నేను తండ్రియందును ఉన్నామని మీరు గ్రహించి తెలిసికొనునట్లు ఆ క్రియలను నమ్ముడని వారితో చెప్పెను. (యోహాను 10:36-38 KJV).

మహమ్మద్ తన మాటలను తన కార్యములతో రుజువు చేయలేదు. ఓహో, తరచుగా సూరాలను ఖురాన్‌లోనివి (ముఖ్యభాగాలు, అధ్యాయాలను) ప్రకటించువాడు వాటికి అవే సూచనలు స్పష్టమైన సూచనలుగా నుండెడివి. కాని మహత్కార్యాములను గూర్చిన నమూనాలు మహమ్మద్ ద్వారా నమోదైనవి ఏవీ లేవు. ఆయన అనుచరులు కనిపెట్టిన, ఊహలు ద్వారా ఆయన వైఖిరికి ఆధారములేని కొన్నింటిని మాత్రము నమోదైనవి. మహమ్మద్ అలాంటి రుజువులు ఆధారం లేని వాటితో దిశను వివరించుటకు ప్రయత్నించుచున్నాడు.

వారు చెప్పేదేమంటే, "తన ప్రభువు నుండి అతనిపైకి సూచనలు ఎందుకు దిగిరాలేదు"? చెపుతాడు : "సూచనలు (అల్లా) ఆయన మాత్రమే ఉంటాయి, నేను ఒక సాధారణమైన హెచ్చరించువాడును మాత్రమే" వారికి చాలనిది ఏదో దానిని మేము నీ మీదికి ఈ పుస్తకమును పంపుచున్నాను దీనిని చదివి వారికి (ఖురాన్ యొక్క అర్థము) వివరించుట ద్వారా చేయాలి? ఖచ్చితముగా అందులో కరుణ కలదని నమ్మిన ప్రజలు గుర్తు చేయబడుచున్నారు. (సూ. 29:050-051).

ఇది (అల్లా) తన దూతను (మహమ్మద్) సత్యమును మతము యొక్క మరియు దిశానిర్దేశముతో పంపియున్నాడు, తద్వారా ప్రతి మతము కంటె ఆయన దానిని పైకి ఎత్తును (అల్లా) సాక్ష్యముగా సరిపోవును. సురా 48.028.

"మహమ్మద్ అది చేసి ప్రకటించుట కొరకు మాత్రమే" వర్తమానము

ప్రకటించుట అన్నది తనది అన్నట్లుగా - దేవుని నుండి చివరిమాట అన్నట్లుగా భావించు కొనుచున్నాడు. ఈ విధంగా ప్రజలను ఆలోచించినట్లుగా దీని మోసగించుటకునూ, యేసుక్రీస్తును ఆ స్థానములో నుండి త్రోసివేయుటకు, కొట్టివేయుటకు ప్రయత్నించుచున్నాడు. ఇట్లు చేయుటలో అపవాది సమాధాన సూత్రములను, ప్రేమ మరియు క్షమాపణ బోధించిన నిజమైన ఒక్కడే అయిన రక్షకుని తలక్రిందులు చేసి తన అధికారమును స్థాపించుటకు వెదుకుచున్నాడు.

క్రీస్తు యేసు మన శత్రువులను మనము ప్రేమించునట్లు ఉపదేశించాడు. మనము శపింపబడినపుడు శపింపకుండునట్లును, మనలను అవమానకరము వాడుకున్న వారిని క్షమించుటకును, మరియు ఇతరులకు తీర్పు తీర్చుట మానుకొనునట్లును, మన సమానులను శపించకుండునట్లును క్రీస్తు యేసు మనకు సూచనలిచ్చినాడు. ఆ విషయముల మీద మహమ్మద్ ఏమి చెప్పుచున్నాడో మనం విందాము.

ఓ విశ్వాసులారా, మీ కొరకు పగతీర్చుకొనవలెనని వ్రాసి ఇవ్వబడింది, పట్టి చంపవలెను, స్వతంత్రుడికి స్వతంత్రత, బానిసకు బానిస, స్త్రీకి స్త్రీ, పగ తీర్చుకొనుటలోనే మీకు జీవితమున్నది. మనుష్యుల మనసులను భయభ్రాంతులుతో ఆక్రమించుకోవాలి. దేవునికి భయపడువారుగా సంతోషింతురు. సురా 2:178-179.

మీతో పోరాటము చేయువారితో (అల్లా) పద్ధతిలో పోరాటము చేయండి... ఎక్కడైతే మీరు వారి మీద పడతారో వారిని భయంకరముగ వధించండి, మిమ్ములను వారు ఎక్కడ నుండి వెళ్ళగొట్టితిరో, అక్కడ నుండి మీరును వారిని వెళ్ళగొట్టుడి; మీరు స్వయంగా పెట్టు శ్రమ భయంకరంగా వధించిన దాని కన్నా ఎక్కువ వేదనకరముగా ఉండనియ్యుడి.. సురా 2:191.

ఎవడైతే మీకు వ్యతిరేకముగా దౌర్జన్యముగా పాపము చేయునో, మీరును వానికి వ్యతిరేకముగా దౌర్జన్యమును, వాడు మీకు వ్యతిరేకముగా దౌర్జన్యము చేసినట్లుగనే మీరును వారికి వ్యతిరేకముగా చేయుడి. (సురా 2.194)

అది మీకు ఇష్టము లేక పోయినను పోరాటము చేయుట మీకు నియమముగా విధించబడింది (సురా 2.216)

(అవిశ్వాసులైన) వారిని మీకు మీరుగా స్నేహితులుగా తీసుకొనవద్దు (అల్లా) మార్గములోనికి వారు కలిసేంతవరకును; అప్పుడు వారు తమ వీపును త్రిప్పిన యెడల, వారిని మీరు ఎక్కడ కనుగొందురో అక్కడే వారిని భయంకరముగా వధించుడి. (సురా 4.089)

(అల్లా)కి ఆయన దూతకు (మహమ్మద్) వ్యతిరేకముగా పోరాటము చేయువారికి ఇదియే పరిహారము చెల్లించుట. భూమి గురించి ఆలోచనలేని తొందరపాటు, అక్కడ అవినీతి చేయుటను గూర్చిన ఆలోచన : అట్టి వారు తప్పక భారీస్థాయిలో వధించబడవలెను లేక శిలువ వేయబడవలెను లేక వారి యొక కాళ్ళు చేతులు దానికి ప్రతిగా నరికి వేయబడవలెను లేక దేశములో నుండి బహిష్కరింపబడవలెను. (సురా 5.033)

(అవిశ్వాసులతో) శ్రమ అక్కడ లేనంతవరకు వారితో పోరాటము చేయవలెను మరియు అక్కడ మతము అంతయు (అల్లా)ది అయ్యేంత వరకు పోరాటము చేయుడి (సురా 8.039)

(ఇది ఏ ప్రవక్త కొరకును కాదు) భూమి మీద విస్తారమైన వధ అతడు చేయు వరకు ఇది ఏప్రవక్తయు చెరలోని వారిని కలిగియుండుట కొరకు కానేకాదు (సురా 8.067)

విగ్రహారాధికులను మీరు ఎక్కడ చూస్తే అక్కడ వధించుడి మరియు వారిని తీసుకొని బంధించుడి మరియు ప్రతి స్థలము వద్దను దాడి చేయుటకు వారి కొరకు కనిపెట్టి యుండుడి. (సురా 9.005)

చివరి దినము (అల్లా) యందు నమ్మికయుంచని వారిపై పోరాటము చేయుడి (సురా 9.029) మీతో వారు పోరాడునట్లుగా మీరు అవిశ్వాసులతో సంపూర్తిగా పోరాటము చేయుడి, మరియు అల్లా దేవునికి భయపడువారితో ఉన్నాడని తెలిసుకొనుడి (సురా 9.036)

ఓ విశ్వాసులారా, మీకు సమీపముగా నుండు అవిశ్వాసులైన వారితో పోరాడండి, వారు మీలోని కఠినత్వమును చూడనివ్వండి; (అల్లా) దేవునికి భయపడువారితో వుండునని తెలిసికొనుడి. (సూరా 9.123)

చెడుకు ప్రతిగా పరిహారమును చెడువలెనేదానికి చెల్లించుడి (సురా 42.040)

మీరు అవిశ్వాసులను కలుసుకొనినపుడు, వారి మెడలు నరికి వధించుడి (గొంతుకలు కోయుడి లేక తలలు తెగకోయుడి) వారి మధ్య విస్తారమైన వధ మీరు జరిగించినపుడు, వేగముగా వారిని త్రాళ్ళతో బంధించుడి; అప్పుడు వారిని విడిపించుడి, దయచేతగాని లేక వెల చెల్లించి, యుద్ధము దాని బరువును దించేంత వరకును చేయుడి. (సురా 47.004)

మహమ్మద్ (అల్లా) యొక్క దూత మరియు ఆయనతో ఉన్నవారు అవిశ్వాసులకు వ్యతిరేకముగా కఠినముగా వుందురు, ఒకరి ఒకరు కరుణగా వుందురు. (సురా 48.029)

నీవు (అల్లా) యందు నమ్మికయుంచు ప్రజలను మరియు చివరి దినమున (అల్లాను) ఆయన దూతను వ్యతిరేకించు వారిని ప్రేమించు ఒక్కరినైనూ నీవు కనుగొనలేవు. (సురా 58.022)

ఓ ప్రవక్త - అవిశ్వాసులతో పెనుగులాడుడి మరియు వేషధారులతోను, వారితో నీవు కఠినముగా నుండుము (సురా 66.009)

మహమ్మద్ యొక్క సాహిత్యము అసహ్యకరమైనదనేది సుస్పష్టము. ఒకరిపై నొకరు కత్తిచే తీర్పు తీర్చుటలోను మరియు భయపెట్టుటకై జీవించునట్లు ప్రజలను ప్రోత్సాహపరచుచున్నది. ఈలాంటి మాటలతో యేసు ప్రభువు వారిచే మనకు ఇవ్వబడిన సూచనలను పోల్చిచూద్దాము.

వినుచున్న మీతో నేను చెప్పునదేమనగా – మీ శత్రువులను ప్రేమించుడి, మిమ్మును ద్వేషించు వారికి మేలు చేయుడి. మిమ్మును శపించువారిని దీవించుడి. మిమ్మును బాధించు వారి కొరకు ప్రార్థన చేయుడి. నిన్ను ఒక చెంప మీద కొట్టు వానివైపునకు రెండవ చెంప కూడ త్రిప్పుము. నీ పైబట్ట ఎత్తి కొని పోవు వానిని, మీ అంగీని కూడా ఎత్తికొని పోకుండ అడ్డగింపకుము. నిన్నడుగు ప్రతివానికిని ఇమ్ము; నీ సొత్తు ఎత్తి కొనిపోవు వాని యొద్ద దాని మరల అడుగవద్దు. మనుష్యులు మీ కేలాగు చేయవలెనని మీరు కోరుదురో ఆలాగుననే మీరును వారికి చేయుడి. మిమ్మును ప్రేమించు వారినే మీరు ప్రేమించిన యెడల మీకేమి మెప్పు కలుగును? పాపులను తమ్మును ప్రేమించు వారిని ప్రేమింతురు గదా. మీకు మేలుచేయువారికే

మేలు చేసిన యెడల మీకేమి మెప్పు కలుగును పాపులను అలాగు చేతురుగదా మీరెవరి యొద్ద మరలపుచ్చుకొనవలెనని నిరీక్షింతురో వారికే అప్పు ఇచ్చిన యెడల మీకేమి మెప్పు కలుగును? పాపులును తామిచ్చినంత మరలపుచ్చుకొనవలెనని పాపులకు అప్పు ఇచ్చెదరుగదా. మీరైతే ఎట్టి వారిని గూర్చియైనను నిరాశ చేసికొన మీ శత్రువులను ప్రేమించుడి. మేలు చేయుడి. అప్పు ఇయ్యుడి. అప్పుడు మీ ఫలము గొప్పదై యుండును. మీరు సర్వోన్నతుని కుమారులై యుందురు. ఆయన అందరి యెడలను దుష్టుల యెడలను ఉపకారియై యున్నాడు. కాబట్టి మీ తండ్రి కనికరముగలవాడై యున్నట్లు మీరును కనికరముగలవారై యుండుడి. తీర్పు తీర్చకుడి. అప్పుడు మిమ్మును గూర్చి తీర్పు తీర్చబడదు. నేరము మోపకుడి, అప్పుడు మీ మీద నేరము మోపబడదు; క్షమించుడి, అప్పుడు మీరు క్షమింపబడుదురు; ఇయ్యుడి అప్పుడు మీకియ్యబడును అణచి, కుదిలించి, దిగజారునట్లు నిండు కొలతను మనుష్యులు మీ ఒడిలో కొలుతురు. మీరు ఏ కొలతతో కొలుతురో ఆ కొలతతోనే మీకు మరల కొలువబడునని చెప్పెను. (లూకా 6:27-38)

ముందుగా మనము చూచిన బైబిలు పరిశుద్ధ గ్రంథము నుండి భాగాలను ఖురాన్ నుండి వెలువడి (చెప్పబడిన)న మాటలతో పోల్చి చూచిన తరువాత ఈ రెండింటిలో ఏది - (యేసు లేక మహమ్మద్) మన పరలోక తండ్రి ప్రేమగల మాటలకు సాక్ష్యమని మీరు తలంచుదురు?

ఖురాన్‌లో వ్రాయబడిన దానిని పరికించితే, ఇస్లామ్ ధ్వజము ఎగురుచున్న చాలా దేశాలలో బైబిలులు ఎందుకు అనుమతించడములేదో కొంచెం ఆశ్చర్యము కలుగుతుంది. ఆ దేశాల ప్రజలకు ఈ మాటలు చదువుటకు సాధ్య పడియుండవచ్చు.

యెహోవా ఈ మాట సెలవిచ్చుచున్నాడు చావునకు నియమింపబడినవారు చావునకును, ఖడ్గమునకు నియమింపబడినవారు ఖడ్గమునకును, క్షామమునకు నియమింపబడినవారు క్షామమమునకును చెరకు నియమింపబడినవారు చెరకును పోవలెను. (యిర్మీయా 15:2 కె.జె.వి.)

యేసు నీకత్తి వరలో తిరిగి పెట్టుము: కత్తి పట్టుకొను వారందరు కత్తి చేతనే నశింతురు (మత్త 26:52) ఎవడైనను చెరపట్టవలెనని యున్నయెడల వాడు చెరలోనికి పోవును, ఎవడైనను ఖడ్గము చేత చంపిన యెడల వాడు ఖడ్గము చేత చంపబడవలెను (ప్రకటన 13:10)

ప్రియులారా, మీకు మీరే పగతీర్చుకొనక దేవుని ఉగ్రతకు చోటియ్యుడి పగతీర్చుట నాపని, నేనే ప్రతిఫలము నిత్తును అని ప్రభువు చెప్పుచున్నాడని వ్రాయబడి యున్నది. కాబట్టి నీ శత్రువు ఆకలిగొనియుంటే అతనికి భోజనము పెట్టుము, దప్పిగొని యుంటే దాహమిమ్ము; ఆలాగు చేయుట వలన అతని తలమీద నిప్పులు కుప్పగా పోయుదువు. కీడు పలన జయింపబడర, మేలు చేత కీడును జయించుము. (రోమా 12:19-21).

సూక్షంగా, వారు (ఇస్లామ్ ధ్వజములు ఎగిరే దేశముల ప్రజలు) అబ్రహాము దేవుడు, ఇస్సాకు మరియు యాకోబుల దేవుడిని వారు కనుగొనగలరు - వారిలో నుండి వచ్చిన ఒకడైనవాడు యేసు క్రీస్తు సాక్ష్యమిచ్చుటకు వచ్చెను - ఆయన సమాధానమునకు మరియు ప్రేమకు దేవుడు కాని యుద్ధమునకు, భయమునకు, ద్వేషమునకు దేవుడు కాదు. అంతకంటె మించి, వారు ఇశ్రాయేలు ప్రజలు నిమిత్తమై ప్రధాన యాజకుడుగా విజ్ఞాపన చేసే లేవియ సంబంధమైన ప్రధాన యాజకుడుగా, ఇశ్రాయేలు సంతతి కొరకు వారి పాపముల కొరకు సంవత్సరమునకు ఒక్కసారి అర్పణము అర్పించుటకు, ఏలాగో అలాగే క్రీస్తు యేసు "అందరి నిమిత్తమై ఒకేసారి "తన్నుతాను అర్పణగా అర్పించుకొనుటకు పంపబడ్డాడో" అని వారు తెలిసికొని యుందురు (హెబ్రీ 10:10) పాత నిబంధన సంఘటనలు, నియమాలు, నిబంధనాలు అనేవి ఒక రూపము, లేక రాబోవుచున్న వాటి ఛాయగా ఏలాగున్నవో వారు నేర్చుకొనియుందురు. సూర్యుని క్రింద ఉన్న దేశములన్నిటి కొరకు విజ్ఞాపనకర్తగా యేసుక్రీస్తును దేవుని గొఱ్ఱె పిల్లగా ఆయన వహించిన పాత్రను వారు అర్థము చేసికొనుటకు వారు నేర్చుకొని యుందురు. మరియు చివరిగా, క్రీస్తు యేసుతో వారికి ఉండవలసిన సంబంధమును గూర్చి వారు తెలుసుకొందురు అది ఎట్లనగా "ఆకాశము క్రింద మనుష్యులలో ఇయ్యబడిన మరి ఏ నామమున రక్షణ పొందలేము అనునది" వారు గ్రహించి యుందురు (అపో.కా. 4:12)

ఖురాన్ అంతటను గమనించితే మహమ్మద్ యేసుక్రీస్తు ఒక్కొగానొక్క దేవుని కుమారునిగా చేయు పాత్రను మరియు సర్వలోకమునకు ఆయనే రక్షకుడు అనుదానిని తిరస్కరించుటకు ప్రయత్నించుట జరిగింది. "గొఱ్ఱెపిల్ల అనేకుల పాపములను వహించెను, అపరాధముల నిమిత్తమై విజ్ఞాపనము చేయుచున్నాడు (యెషయా 53:12KJV) ఆయన వారి కొరకు విజ్ఞాపనము చేయుటకు నిత్యము

జీవించుచున్నాడు. (హెబ్రీ 7:25 KJV) అను మాటను నిరాకరించుటకు ప్రయత్నించుచున్నాడు.

(అల్లా) వెళ్ళిపోయిన తరువాత, విజ్ఞాపన కర్త మరి అక్కడలేదు (సురా 10.003) వారితో నున్నవారిలో విజ్ఞాపనకర్తలు ఎవరు ఉండరు, మరియు వారిలో నున్న వారిని వారు నమ్మరు (సురా 30.013)

విజ్ఞాపన అనేది (అల్లా)తో అతని రక్షించుటకును ఆయన విడిచిన వారికిని రక్షించుటకును దొరకదు (సురా 34.023)

(అల్లా)కు సంబంధించి విజ్ఞాపన అనేది అన్నీనూ (సురా 39.044)

చెడుగు చేయువారు (మహమ్మదుయందు విశ్వాసముంచని వారు, ఖురాను నందు నమ్మకము లేనివారు) నమ్మకమైన ఒక్క స్నేహితున్నీ కలిగియుండరు, లక్ష్యముంచుటకై విజ్ఞాపనకర్తయే లేడు. (సురా 40.018)

మరియొకని భారము మోసే సాటివాడు అతను కలిగిన మోయుటకులేదు (సురా 53.038)

రండి, ఇప్పుడే (అల్లా) యొక్క దూత (మహమ్మద్) మీ కొరకు క్షమాపణ అడుగును (సురా 63.005)

క్రీస్తు యేసు స్థానములో తన్నుతాను ఉంచుకొనుటకు హెచ్చించి కొనుటకు మహమ్మద్ ప్రయత్నించుచున్నాడు అనునది సుస్పష్టము. సిలువ మరణము గురించి ఏమి? సిలువ వేయబడిన సమయములో క్రీస్తు యేసు శరీరములో రక్త మాంసములు కలిగిన శరీరముతో ఉన్నాడనుటను మహమ్మద్ తృణీకరించుచున్నాడు.

వారు ఆయనను హింసించలేదు, ఆయనను సిలువ వేయనులేదు, వారికి అలాగున జరిగినట్లు చూపబడింది అంత. (సురా 4.157)

యేసు క్రీస్తు దేవుని యొక్క అద్వితీయ కుమారుడు కాడనియు, మనపాపములు కొరకు ఆయన చనిపోలేదనియు అనుదానిని స్థిరముగా కొనసాగించు వారు దేవునికి వ్యతిరేకముగా చేయు ఏకైక నేరము పాపము. ఆకారణము చేత మాత్రము, మహమ్మద్ తన్నుతాను తన అనుచరులను గద్దించుచూ ఉంటాడు (వారు ఆయన అనుచరులుగా ఉన్నంతవరకును) యేసు ప్రభువు చెప్పెను:

“దేవుడు లోకమును ఎంతో ప్రేమించెను, కాగా తన అద్వితీయ కుమారునిగా పుట్టిన వానియందు విశ్వాసముంచు ప్రతివాడును నశింపక నిత్య జీవము పొందునట్లు ఆయనను అనుగ్రహించెను. లోకము తన కుమారుని ద్వారా రక్షణ పొందుటకేగాని లోకమునకు తీర్పు తీర్చుటకు దేవుడాయనను లోకములోనికి పంపలేదు. ఆయన యందు విశ్వాసముంచు వానికి తీర్పు తీర్చబడు. విశ్వసింపనివాడు దేవుని అద్వితయు కుమారుని నామమందు విశ్వాసముంచలేదు గనుక వానికి ఇంతకు మునుపే తీర్పు తీర్చబడెను” (యోహాను 3:16-18)

నేను నా తండ్రి నామమున వచ్చియున్నాను, మీరు నన్ను అంగీకరింపరు, మరియొకడు తన నామమున వచ్చిన యెడల వానిని అంగీకరింతురు. (యోహాను 5:43)

నేను వచ్చి వారిని బాధింపకుండిన యెడల, వారికి పాపము లేక పోవును; ఇప్పుడైతే వారి పాపమునకు మిషలేదు. నన్ను ద్వేషించువాడు నాతండ్రిని కూడా ద్వేషించుచున్నాడు. ఎవడును చేయని క్రియలు నేను వారి మధ్య చేయకుండి యెడల వారికి పాపము లేక పోవును ఇప్పుడైతే వారు నన్నును నా తండ్రిని చూచి ద్వేషించుచున్నారు (యోహాను 15:22-24)

ఈ లోకములో గొప్ప అబద్ధము ఏమంటే యేసుక్రీస్తు దేవుని యొక్క అద్వితీయకుమారుడు కాదు అనుట.

యేసుక్రీస్తు కాదని చెప్పువాడు తప్ప ఎవడబద్ధీకుడు? తండ్రిని కుమారుని ఒప్పు కొనని వీడే క్రీస్తు విరోధి (1 యోహాను 2:22)

అట్టి అబద్ధీకుల గమ్యం ఏమిటీ?

అబద్ధీకులందరును అగ్నిగంధకములతో మండు గుండములో పాలుపొందుదురు. ఇది రెండవ మరణము (ప్రకటన 21:8)

సులభముగనే మనము చెప్పవచ్చు యేసుక్రీస్తు లేకుండ తండ్రియైన దేవునితో మన పక్షముగా అడుగు వాడు లేడు. మనము దేవుడు పంపిన వానిని తిరస్కరించినట్లయితే, ఆయన ద్వారా మనకు అనుగ్రహింపబడిన కరుణ మనము తిరస్కరించినవారము.

ముస్లిములు యేసుక్రీస్తు దేవుని కుమారుడయినట్లుగానే మానవాళి అందరూను "దేవుని కుమారులే" ("దేవుని బిడ్డలే") అని వాదించుదురు. వారు దేవుని అద్వితీయ కుమారునిగా యేసును అంగీకరించుటకు ఇష్టపడలేదు. (యోహాను 3:16) మానవాళి వంశము యొక్క చరిత్ర అంతటిలో యేసుక్రీస్తు ఏకైక వ్యక్తిగా (వర్తమాన, భూత, భవిష్యత్‌లలో) ఉన్నాడు. ఎందుకంటే ఆయన మాత్రమే పరిశుద్ధాత్మ ద్వారా మానవ మాత్రురాలైన తల్లి గర్భము నందు దాల్చి సరాసరి దేవుని వలన ఉద్భవించినాడు, ఇంకొక మాటలో చెప్పాలంటే, యేసుక్రీస్తును గర్భము దాల్చడములో ప్రత్యక్షముగాగాని, పరోక్షముగాగాని మానవ మాత్రుడు తండ్రిగా కలుగ చేసుకొనలేదు. బైబిలు గ్రంథము భాషలో, మానవ మాత్రుడైన తండ్రి "కనలేదు" (బీజము వేయలేదు, ఆయన పుట్టుకకు వీర్యమును ఇవ్వలేదు)

యేసు క్రీస్తు మాత్రమే దేవుని అద్వితీయ కుమారుడు లేక మన కొరకైన స్వంత బలిదానము అని నీవు నేను గ్రహించుట మధ్యలో ఎదుర్కొనిన అవకాశమున్నట్లయితే. ప్రకటన 20:4 మన ప్రభువు యొక్క శక్తి మన యందును మరియు మన మీదను వుండుటతో, ఇట్టి ఖచ్చితమైన, అనన్య సామాన్యమైన, నిత్యసత్యమును మనము తిరస్కరించకుండా ఉందుము గాక. మన శిరస్సులు మన శరీరముల నుండి విడదీయబడిననూ, నమ్మకమైన క్రైస్తవ విశ్వాసులు వారు ఒక్కొగానొక్క దేవుని కుమారుని యందున్నట్లయితే క్రీస్తు శరీరము నుండి ఎన్నటికిని వేరై యుండనేరరు.

సాతానుకు మానవాళిని యేసుక్రీస్తు మాత్రమే దేవుని ఒక్కొగానొక్క అద్వితీయ కుమారుడు అని గ్రహింపు నుండి దూరముగా ఉంచడము ఎందుకు ప్రాముఖ్యము? సాతాను వారిని నిత్య రక్షణను అంగీకరించడము నుండి దూరముగా నుంచుచున్నాడు. క్రైస్తవులుకు వ్యతిరేకముగ సాతాను ఎందుకు లేచుచున్నాడు? ఎందుకు సాతాను రేగుచున్నాడంటే సర్వశక్తిగల దేవుడైన ప్రభువును అసహ్యించు కొనుచుండుట చేత మరియు అతడు పూర్తి విరోధముగా నుండుట చేతను మరియు ఆయన సృష్టినంతటిని ఆయన నుండి దొంగిలించవెదకు చున్నాడు. సాతాను నటించేవాడు, ఇతరమైన వాటి వలె ఉండగలవాడు లేక అనేక విధానంలో ఒక్క నిజమైన సత్యమైన దేవునిని వలనే అనుకరించగలవాడు, సాతాను మోసగాడు మాత్రమే. సాతాను తన కుయుక్తి

వలన దుష్టత్వమువలన, ద్వేషముతోను మొదలగున వంటి అనేకమైన దుర్గుణములను కలిగిన వాడైయున్నాడు.

అతడు ఎన్నడు మానవుని గర్భము ధరించలేదు. సాతాను సృజించలేదు. సాతాను ఆత్మీయముగ మరణించిన వారి నుండి భూతములను మాత్రమే చేయగలడు. అంతకంటే, సాతాను మానవాళి యొక్క నిత్య రక్షణను తృణీకరించుటకు చూచును ఎందుచేత నంటే నిత్య రక్షణ అనేది ఏదో వాడికి వాడిగా కూడా పొందుకొనలేదు.

దురదృష్ఠవశాత్తు, అనేకమంది ముస్లిమ్‌లను యేసుక్రీస్తును ఒక్కగానొక్క దేవుని ఆద్వితీయ కుమారుడుగా అంగీకరించుట నుండి దూరముగా నుంచుచున్నాడు ఎందుచేతనంటే సాతాను ఖురాన్ ద్వారా వారిని ఒప్పించుచున్నాడు.

1. దేవుడు అన్నిటికి చాలినవాడు మరియు మరియొక అద్వితీయ కుమారుడు అవసరము లేదు.

2. దేవునిని గూర్చిన క్రైస్తవ ఆలోచన “తండ్రియైన దేవుడు, కుమారుడైన దేవుడు, పరిశుద్ధాత్మ దేవుడు” బహూదేవతారాధనకు సంబంధిచినది కావున అది దేవుని యొక్క స్వభావమైన దేవుడు ఒక్కడే అను సిద్ధాంతమునకు విరోధము. (నమ్మకమైన క్రైస్తవ విశ్వాసులు అనేక పదసమూహమును హత్తుకొందురు”. తండ్రియైన దేవుడు, కుమారుడైన దేవుడు, పరిశుద్ధాత్మ దేవుడు” ముగ్గురు దేవుళ్ళయందు విశ్వాసముంచక, వారు ఒకే నిజమైన సత్యమైన దేవుని యందు విశ్వాసముంచుదురు).

3. దేవుడు సర్వశక్తిమంతుడు అయినందు చేత (సర్వశక్తి మంతుడు) ఆయన మానవాళిని రక్షించ కోరితే రక్షించుటకు అద్వితీయ కుమారుడు అవసరము లేదు.

గాబ్రియేలు దేవదూత (నిజమైన దేవుని వర్తమానికుడు) మహమ్మద్‌కు ప్రత్యక్షమై అతనికి ఖురాన్ బయలు పరచినట్లుగా నిజంగా అతడు తలంచుచున్నాడు. మహమ్మద్ సాతానే తన్నుతాను వెలుగు దూతవలె ప్రత్యక్ష పరచుకొన్నట్లుగాను. నిజమైన గాబ్రియేలు దేవదూత కాదని తెలిసికొన లేకపోయినాడు.

సాతాను ప్రవక్తగా మహమ్మద్‌కు సరియైన అవకాశముండుటకు కొన్ని కారణములు.

1. మహమ్మద్ క్రైస్తవుడు కాదు మరియు అతని యందు దేవుని పరిశుద్ధాత్మ నివసించి ఉండలేక పోవుచున్నాడు. అతని యందు దేవుని ఆత్మ నివసించియుండక పోవుటను బట్టి మహమ్మద్ మంచి మరియు చెడుల మధ్య బేధమును గమనించలేకున్నాడు. అతడికి ఆ దూత సాతానని గాబ్రియేలు దేవదూత కాదని తెలిసికొను మార్గమే లేదు.

2. మహమ్మద్ బైబిలు గ్రంథము మాత్రము నిజమైన లేఖనము అని అర్థము చేసికొనలేదు. కావున, సాతాను చేత అబద్ధముతో కూడిన ఒక మాట లాంటిది అతనికి బోధించబడినదని అతడు గుర్తంచలేక పోయాడు. అతడు ఆత్మీయ అబద్ధాన్ని గ్రహించలేక పోయాడు. మహమ్మద్‌కు తెలిసినదంతయునూ అందమైన ఆత్మ సంబంధమైన జీవి క్రమముగా అతనిముందర నిలబడి అతనితో మాట్లాడింది.

3. మహమ్మద్ మానసికముగా స్థిరత్వము లేనివాడు. అతడికి స్పష్ఠంగా తెలియకపోయినప్పటికినీ ప్రవక్తకున్న అంశమున్నట్లు నమ్మకోరుచున్నాడు .అతడు ఒక ప్రవక్తగా తన్నుతాను ఊహించుకొనుచున్నాడు. దురదృష్టవశాత్తు, తాను ఒక అబద్ధ ప్రవక్తను మాత్రమేనని తన్ను తాను గ్రహించులేకున్నాడు. అతడు ఒక పని ముట్టు మరియు సాతాను చేతిలో ఒక పావు వంటివాడు. (నమిలి పారవేసే కిల్లీ వంటివాడు) సాతాను చే అతడు వాడబడినవాడు.

మహమ్మద్ అనుకున్నదంతయు ఒక సత్యమైన ఒకే ఒక్క నిజమైన దేవుని వలన ఎన్నుకోబడినట్లు ఊహించుకొంటున్నాడు. సర్వశక్తిమంతుడైన దేవుడు ఆయనను ఎన్నుకోలేదని మరియు సాతాను తన్ను ఎన్నుకున్నట్లు అతడు గ్రహింపులేకుండావున్నాడు. అందుచేత విశిష్ఠమైన ప్రకృతాతీమైన సంఘటనలు మహమ్మద్ జీవితములో చోటు చేసుకున్నాయి. ఎందుకు ఇవన్ని జరుగుచున్నవి అంటే దేవునిచే వ్రాయబడిన పరిశుద్ధ బైబిలు గ్రంథమందలి వాక్యములో అతడు నాటబడలేదు. మహమ్మద్ క్రమంగా తీవ్రమైన ఆసక్తిలో ఎదిగి అత్యుత్సాహముతో సాతానుచే అతనికి చెప్పబడిన మాటలను ప్రకటించవలెననుకొన్నాడు. అతని

అత్యుత్సాహము వ్రాయబడిన అబద్ధమైన ఖురాన్‌ను ప్రచారము చేయుటకు సహాయపడింది .అతని అత్యుత్సాహము అతనిని వెంబడించువారిలోనూ కొనసాగింది, ప్రత్యేకంగా ఈరోజున ఇస్లామియులలో, జీహాదిలలో, సలాఫిస్ట్‌లో మరియ వారి యొక్క ఇతర సహచర సంస్థలలోనూ అది రుజువగుచున్నది.

మహమ్మద్ సాతాను అబద్ధికుడు అని అర్థము చేసికొనుటలేదు, సాతాను అబద్ధమునకు తండ్రి అనియు, సాతాను స్థానిక భాష అబద్ధము చెప్పుటయే అనియు ఎరుగకున్నాడు (యోహాను 8:44) సాతాను అబద్ధములు మాత్రమే మాట్లాడునని మహమ్మద్ అర్థము చేసికొనలేకున్నాడు. సాతాను సత్యమును వక్రీకరించుటవలన అబద్ధములు చెడుగున దాచిపెట్టి మాట్లాడును. వాస్తవమునకు సాతాను మోసమునకు (జనకుడు), తప్పుదోవ పట్టించే సమాచారమునకు, లేనిపోని సమాచారమునకు, దారిమళ్ళించే విధముకు మరియు తప్పుడు వార్తలకు జనకుడు - యేసుక్రీస్తు ద్వారా కలిగిన రక్షణ యొక్క శుభ సమాచారమును ఉద్దేశ్య పూర్వకముగా తిరగబెట్టాడు, అట్లు రక్షణలేని ప్రజలు తప్పుత్రోవ పట్టి ఆలాగున సువార్త సందేశమును అంగీకరించి రక్షణ పొందుకునే దాని నుండి దారితోలగునట్లు చేసినాడు.

యేసుక్రీస్తు దేవుని యొక్క ఒక్కొగా నొక్క అద్వితీయకుమారుడు అనే సత్యము సాతాను భరించలేదు అనేది మహమ్మద్ తెలుసులేకున్నాడు. సాతాను యొక్క కుయుక్తి, నైతికంగా హీనపరచే స్వభావమును మహమ్మద్ అర్థము చేసికొనకున్నాడు. ఖచ్చితంగా, ఖురాన్‌ను మహమ్మద్ తయారు చేయలేదు. సాతాను అతనికి ఖురాన్ భాగములను చెప్పినాడు. మహమ్మద్ అక్షర జ్ఞానము కలిగినవాడైనను లేక అక్షర జ్ఞానములేని వాడైననూ తనకు తానుగా వ్రాసుకొనినను లేక మరియొకరు వాటిని చేసియుండవచ్చు. మహమ్మద్ ఆ మాట యొక్క నిజ జ్ఞానము విషయములో ఇంకా తెలివితక్కువవాడుగా నున్నాడు. మహమ్మద్ అన్ని వేళల మోసంతో సంపాదించేవాడైన అపవాదిచే మోసగించబడినవాడు ఈ రోజున, భూగోళమంతటను, సాతాను ఖురాన్ యొక్క క్లిష్ట పరిస్థితిని బట్టి మౌనముగా ఉండుటకు ప్రయత్నిస్తున్నాడు. యేసుక్రీస్తు సువార్త వెలుగు ఇస్లామ్ యొక్క అంధకారములోనికి దూసికొని పోతూ, వాడినీ, వాడి అబద్ధములు అవి ఎలా వాస్తవమైనవో వాటిని బయటపెట్టుచున్నందున సాతాను భయపడుతున్నాడు.

విరుద్ధ బావములు కలిగియుండి, సాతాను అట్టి సాధ్యమైన విరుద్ధ భావాలు వలన భయపెట్టుటయే అవుతుంది. ఈ కారణమున సాతాను పరిశుద్ధ బైబిలు గ్రంథములోని రక్షణ సందేశమును ప్రజలు చదివి అవగాహన చేసికొనకుండవలెనని కోరుచున్నాడు.

## యావే యొక్క ఒక్కొగానొక్క అద్వితీయ కుమారుని గూర్చిన ముస్లిముల చర్చ

'మోనోజి - నాసే" - ఉచ్చారణ (జి. 3439) అనేది గ్రీకు క్రొత్త నిబంధనలో ఈ మాట ఎంతో ప్రాముఖ్యమైనది ఇది పరిశుద్ధ గ్రంథము యొక్క దేవుడైన యావే కుమారుడు యేసుక్రీస్తు యొక్క భౌతిక గర్భధారణ మరియు పుట్టుకతో 'సముచ్ఛయము' (Conjunction) లో దీనిని వాడినప్పుడు ఈ మాట చాలా ప్రాముఖ్యమైనది. మోనో-జి-నాస్ రెండు పదముల కలిసిన మాట రెండు పునాదులు లేక వేరు మూల వాక్యములు (మో-నోస్) (జి 3441) మరియు (జినావ్) (జి 1080) మోనోస్ అర్థము ఒకటి, మాత్రమే, ఒక్కటీ, ఒక్కటంటే ఒక్కటే ఒక్కటే అయిన, అసాధారణమైన ఒక్కటే; మరియు (జెనావ్) అర్థము జన్మించుట (గర్భసంచి నుండి వెడలుట) జన్మించెను, పుట్టిన, కనిను, గర్భము దాల్చెను, ఉత్పత్తి ఆయెను మరియు హేతుబద్ధమైన జననము ("మోనో జి నాస్") పదముల కలయిక అవుట చేత దీని పూర్తి అర్థము ప్రతి ఒక్కొక్క అర్థములైన మూల వాక్యములతోను కలిసియుంటుంది మరియు ఏదో ఒకదాని అర్థముతోనే కాకుండా అర్థములన్నిటితోను కలసి యుండును. మోనోజి నాస్ కొరకు పూర్తి నిర్వచనము ఇతర మాటలలో ఇవి కలుస్తాయి : పుట్టిన, ఒక్కటే మరియు భౌతికంగా జన్మించిన చట్ట బద్ధముగా మాత్రమే, ప్రత్యేకముగా గర్భము దాల్చుట, ఒక్కటే ఉత్పత్తి యగుట. కొంతమంది బైబిలు పండితులు మోనో-జి-నాస్‌ని వివరించుటకు ఏకవచన పదమును ఉపయోగించి నప్పటికినీ, వారు దీనిని నమ్మినందుచేత అదేమనగా 'జన్మించెను' భాగములోని ఒక ముక్క తొలగించిన అర్థము మారకుండా పదము, స్పష్టంగా చెప్పక పోయిననూ అర్థము మారదు, ప్రాచీనపదము, ఆధునికంగా వినేవారికి సంబంధంలేనట్లు గానుండినది. ఒక్కొగానొక్క పదములేకుండా నిర్వచనము మాత్రమే, వాస్తవమునకు - తర్జుమాలో చిన్నలోపమునుబట్టి ఇది దీనియొక్క పూర్తి అర్థములోని సగంభాగమును కోల్పోవుచున్నది. ఖచ్చితముగా ఏక పదము మాత్రమే (మోనో-జ-నాస్)ను

వర్ణించుటకు వాటి 'ఒక్కొగా నొక్కడు' అనే అర్థము నిచ్చుటకు ఉపయోగించునట్లుగా అదే అర్థమును ఇచ్చుట భాగము కాదు.

చాలా మంది "పుట్టిన" అనే మాట యొక అర్థమును, "దేవుని యొక ొక్కొగానొక అద్వితీయ కుమారునిగా పుట్టిన" అని వ్యక్తపరచిన దాని అర్థమును తీసుకొనలేకపోవుచున్నారు. కావున స్పష్ఠత కొరకు, ఇక్కడ పుట్టిన అను దానిని చెప్పుటకు ప్రాముఖ్యముగా ప్రాచీన ఆంగ్లము నుండి బీగేట్ అను క్రియాపదము యొక్క భవిష్యత్ కాలమైన పాస్ట్ పార్టిసిపల్‌ను వాడినారు. దాని యొక్క పాస్ట్ టెన్స్ "బిగెట్" (beget, begot, begotten) అను మాట యొక్క అర్థము "కనుటకు" (bear, bore, born) "జన్మనిచ్చుటకు" మరియు "సంతానమును ఉత్పత్తి చేయుటకు" ఈ విధంగా "పుట్టెను" అను పదమునకు అర్థము "కను" "కనెను" "గర్భము దాల్చెను" లేక "భౌతికంగా గర్భ సంచి నుండి కనెను". మొదటి మానవుడు ఆదాము పరిశుద్ధ బైబిలు దేవునిచే పుట్టినవాడు కాదు అందుచేత మొదటి మానవుడు ఆదాము సారవంతమైన గ్రుడ్డు నుండియైనను కాక గర్భము నుండి వెలువడిన వాడైనను కాకపోవుట చేత మొట్టమొదటి ఆదాము స్వయంభవుడు కాదు లేదా సృష్ఠికర్తయైన దేవునికి సమానుడు కాడు. ఏలాగైతేనేమి, క్రీస్తు యేసు స్వయంభవుడు మరియు సృష్ఠికర్తయైన దేవునికి సమానమైనవాడు (యోహాను 1:1). క్రీస్తు యేసు మాత్రమే దేవునిచే పుట్టినవాడు. అయినను మొదటి మానవుడు ఆదాము దేవుని కుమారుడు (లూకా 3 : 38). మొదటి మానవుడు ఆదాము సృజింపబడినవాడు మరియు క్రీస్తు యేసు లాగున శరీరము నందున్న దేవుడు ఎన్నడూ కాడు. (యోహాను 1:14). (స్పష్టత కొరకు, (శరీరమందు దేవుడు మరియు దేవుని అవతారము) సమానార్థములు).

క్రీస్తు యేసు విషయంలో : "దేవునిచే జన్మించెను" మరియు "దేవుని వలన పుట్టినవాడు" అర్దము : 1 దేవుడే తన్ను తాను విత్తనమును సరఫరా చేసాడు మరియు మేరి (మరియమ్మ) క్రీస్తు యేసు ఉద్భవించుట కొరకు గుడ్డును (గర్భ సంచి) సరఫరా చేసింది. (2) క్రీస్తు యేసు భౌతికంగా మరియు గర్భము సంచి నుండి భౌతికముగా వెడలినాడు. మరియు (3) క్రీస్తు యేసు దేవుని వలనే అదే ఆత్మ స్వరూపము కలిగిన వాడైయుండి దానితో బాటు మానవ శరీరాకారమును అదనంగా కలిగియున్నాడు. క్రీస్తు యేసు లైంగిక సంబంధములు ద్వారా

జన్మించినవాడు కాదు గాని సృష్ఠికర్తయైన దేవుని పరిశుద్ధాత్మ ద్వారా మరియను కమ్ముకొన్నందు చేత జనియించినాడు (లూకా 1:35) తల్లియైన మరియ యేసుక్రీస్తు జననము యొక్క సందర్భమునందు పూర్తి పాలిభాగము కలిగియుండి. ఆమె యొక్క వ్యక్తిగత గుడ్డును, గర్భసంచిని ఇచ్చినది. మరియు గాజుసీసా లాంటిది కాదు అందు రెండవ ఆదామును ఉంచి ఉద్భవింపజేయుటకు యావే తండ్రి మరియు మరియ క్రీస్తు యేసు యొక్క తల్లియైనప్పటికినీ, దేవునికి భార్య కాదు లేక దేవునికి తల్లియు కాదు. క్రీస్తు యేసు శరీరమునందు దేవుడు ఒకే ఒక ప్రత్యేక సృష్ఠికర్తయైన దేవుని పరిశుద్ధాత్మ యొక్క ఉత్పత్తి వంగడము. (ఆమె భౌతిక శారీరక వసతి)

మొదటి మానవుడు ఆదాము సృష్టికర్తయైన దేవుని యొక్క సంపూర్ణ రూపము, పరిపూర్ణముగా ఆయనవలెననే సృజించడములో ఉన్నప్పటికీ, మొదటి మానవుడైన ఆదాము సృష్టికర్తయైన దేవునికి సమానుడు కాడు. మరియొక మాటలో, మొదటి మనిషి ఆదాము దేవుడు కాడు. తేడాలో పోల్చుకుంటే, క్రీస్తు యేసు దేవుని ఉనికిని గలిగినవాడిగా ఆయనవలనే అదే రీతిగా స్వయంభవుడు. అటులనే రూపములో ఒకే ఒక్క రూపమును కలిగి, సృష్టికర్తయైన దేవునితో ఆత్మీయముగా లీనమై ఏకమైయున్నాడు. మరియొక మాటలో చెబితే క్రీస్తు యేసు దేవుని లాగుననే యుండి, దేవునివలనే అన్ని వేళల ఒకేరీతిగా వుండువాడు, ఎందుకనగా అతడు వాస్తవమునకు దేవుడే అయ్యాడు. మొదటి మానవుడు ఆదాము సృజించిపబడిన వాడైన ప్రతిరూపము మాత్రమే; పోలికలో చూచితే క్రీస్తు యేసు దేవుని లాగుననే రూపమును కలిగి అదే స్వయంభవుడుగా వుండియున్నాడు. శరీరమందు ప్రత్యేకంగా ప్రత్యక్షమయ్యాడు. (క్రీస్తు యేసు నిన్న నేడు నిరంతరము ఏ స్థితియైననూ పరిస్థితియైననూ ఎచ్చటనైననూ సందేహమనునది లేక ఆయన దేవుడే అయి వున్నాడు).

ఒక్కగానొక్కడు మాత్రమే సరిగ్గా క్రీస్తు యేసు గూర్చి నిర్వచించవలనంటే అపోస్తలుడైన యోహాను రచనల ప్రకారముగా "మోనోజినేస్ (Mono-ge-nase) అనే దానిని సందర్భానుసారముగా వివరించుట చాలా ప్రాముఖ్యము క్రీస్తు యేసు "దేవుని వాక్యము" గా ప్రకటన 19:13లో మాత్రమే తెలియడం కాక. (అపోస్తులుడైన యోహాను చేత వ్రాయబడింది). యోహాను సువార్తలో కూడాను రాయబడింది.

1 ఆది యందు వాక్యముండెను. వాక్యము దేవుని యొద్ద ఉండెను, వాక్యము దేవుడైయుండెను. 2 ఆయన ఆదియందు దేవుని యొద్ద ఉండెను. సమస్తమును

ఆయన మూలముగా కలిగినను. [3] కలిగియున్నదేదియు ఆయనలేకుండా కలుగలేదు.
[4] ఆయనలో జీవముండెను; ఆ జీవము మనుష్యులకు వెలుగై యుండెను. [5] ఆ
వెలుగు చీకటిలో ప్రకాశించుచున్నది గాని చీకటి దాని గ్రహింపకుండెను. [10]
ఆయన లోకములో ఉండెను. లోకమాయన మూలముగ కలిగెను గాని లోక
మాయనను తెలిసికొనలేదు. [14] ఆ వాక్యము శరీరధారియై, కృపాసత్య సంపూర్ణుడుగా
మనమధ్య నివసించెను; తండ్రి వలన కలిగిన అద్వితీయ కుమారుని మహిమ వలె
మనము ఆయన మహిమను కనుగొంటిమి. [18] ఎవడును ఎపుడైనను దేవుని
చూడలేదు; తండ్రి రొమ్మున వున్న అద్వితీయ కుమారుడే ఆయనను బయలు పరచెను.
[34] ఈయనే దేవుని కుమారుడని నేను (యోహాను) సాక్ష్యమిచ్చితిననెను. [49]
నతానియేలు బోధకుడా, నీవు దేవుని కుమారుడవు, ఇశ్రాయేలు రాజువు అని
ఆయనకు ఉత్తరమిచ్చెను. (యోహాను 1:1–5, 10, 14, 18, 34 మరియు 49
KJV లేఖన భాగాలు).

ఇట్టి క్లిష్ఠ పరిస్థితులలో సంగ్రహపరచుటకు :

1. క్రీస్తు యేసు "దేవుని వాక్యము' అయి వున్నాడు. (ప్రకటన 19:13 KJV)
2. దేవుని వాక్యము సృష్టికర్తయైన దేవుడే (యోహాను 1:1 KJV)
3. వాక్యము క్రీస్తు యేసు నందు ఒక్కగానొక్క దేవుని కుమారుడుగా శరీరాకారము నందు సృజింపబడెను. (యోహాను 1:14, 18, 34 మరియు 35 KJV).
4. క్రీస్తు యేసు దేవుని యొక్క అవతారము (i.e. శరీరమందున్న దేవుడు)
5. దేవుడు లోకములో ఉండెను. అది ఆయన చేసినదే. కాని లోకము ఆయనను గుర్తెరగలేదు. ఎందుచేతననగా ఆయన రూపాంతర మహిమను లోకములోనివారు చీకటిలో ఉన్నారు గనుక చూడలేకున్నారు. ఆ మహిమ యోహాను, యాకోబు, పేతురు కొండ మీద క్రీస్తు యేసు మోషే ఏలియాలతో మాట్లాడుచున్నప్పుడు దానికి సాక్ష్యముగా నున్నారు. (యోహాను 1:4, 5, 10 మరియు 14 KJV).

ఒక్కగానొక్క దేవుని కుమారుడు ఆయన ప్రత్యేకమైన జన్మమును బట్టి, క్రీస్తు యేసు సంపూర్ణమైన దేవుడు, మరియు సంపూర్ణ మానవుడు. మరియొకరు ఎవరైనను అట్లు అర్హులుగా నుండలేరు. ఎన్నటికిని అట్టివాడుగా నుండునట్లు సాధ్యపడదు. అట్టి ఏకైక స్థితిని కలిగియుండుట సాధ్యము కాదు.

ఖురాన్ సృష్టికర్తయని ప్రధానంగా భావించినవాడు (అల్లా)గా సుస్పష్టముగా వుంది. మరియు క్రీస్తు యేసును ఒక్కగానొక్క కుమారుడుగా కలిగిలేనట్లుగా వుంది. ఈ అధ్యాయాలలో 18-29 చివరి నోట్స్‌లో కొటేషన్స్‌లో ఖురాన్‌లో చెప్పబడింది. ఏలాగైతేనేమి కొంతమంది చదువరులు అయిన ముస్లిములు. క్రీస్తు యేసును దేవుని కుమారుడుగా ఒప్పుకున్నప్పటికినీ, అదే విధమైన హోదా బైబిలులో కొంతమంది వ్యక్తులకు దేవుని కుమారులుగా మాత్రమే అన్వయించబడింది అని అంగీకరిస్తారు. మూడు ముఖ్యమైన ఉదాహరణలు ఇవ్వబడినవి.

**ఉదాహరణ-1**

1. మొదట, కొందరు అక్షరాస్యులైన ముస్లిములు, క్రీస్తు యేసును దేవుని కుమారుడుగా నమ్ముతారు అలాగుననే ఆదాముకు క్రీస్తుకుబేధము లేదు అని నమ్ముతారు. ఎందుచేతనంటే లూకా 3:38లో ఆదాము "దేవుని కుమారుడు"గా స్పష్టంగా చెప్పబడినాడు.

ఏదైతేనేమి, ఆదాము దేవుని కుమారుడు అనే వాదనకు బదులిచ్చుటలో, ఆదాము దేవునిచే జన్మించినవాడు కాడు అని గమనించుట ప్రాముఖ్యం : ఆదాము రూపము లేని దానిలో నుండి లేక మన్ను నుండి సృజించబడినవాడు (ఆది 2:7) ఆదాము మానవ రూపములో నున్న తల్లి నుండి జన్మించలేదు. క్రీస్తు యేసు మాత్రమే ఒక్కగానొక్క దేవుని కుమారునిగా జన్మించినవాడు. దానర్ధమేమంటే యేసుక్రీస్తు ఒక్కడే మానవ స్త్రీలో పరిశుద్ధాత్మ గర్భము దాల్చునట్లు చేయుట చేత దేవుని మూలముగా జన్మించినవాడు.

బైబిలు గ్రంథం యొక్క దేవుడు యేసుక్రీస్తు యొక్క తండ్రి, తల్లియేమో యేసుక్రీస్తుకు మరియ, క్రీస్తు యేసు యొక్క జననమునకు తండ్రియైన దేవుడు మరియు తల్లియైన మరియ ఇద్దరును భౌతికంగా సహకరించినారు. యేసుక్రీస్తు వస్తురూపములోనున్న విత్తనము నుండి పుట్టియున్నాడు (అది పురుష భీజకణము). పురుష భీజకణ రూపములో నున్న దానిని తండ్రియైన దేవుడు అందించగా భౌతికంగా తల్లియైన మరియ నుండి వెడలిన అండము నుండి క్రీస్తు యేసు జన్మించినాడు. (1) రూపములేని విషయము (i.e., denovo), (2) ఊహకు అందని స్థితి (i.e., ex mihilo) లేక 3 దైవత్యము ఉద్ధరించుటకు కల్పించుటకు వీలు కలిగించునది,

మరియ చేత అండము మాత్రము సరఫరా చేయబడింది. క్రీస్తు యేసు ఏదో ఒక కొత్తదైన సహజమైన వంశములో నుండి మరియ గర్భమున దాల్చబడలేదు. క్రీస్తు యేసు మరియ యొక్క జన్యుసంబంధమైన కణజాలము కలయిక లేకుండగా ఉద్భవించలేదు.

అందుచేత మహమ్మద్ యొక్క గ్రహింపు క్రైస్తవ్యమును గూర్చి ఏమనగా రోమన్ కథోలికిజమ్‌కు సంబంధించి అతని అతీతమైన ఊహజనిత విషయములు, ఈస్ట్రన్ ఆర్ధ్‌డాక్స్ మరియు సహకో (ఈజిప్షియన్ క్రైస్తవము గూర్చి బయటకు వచ్చినవి – మహమ్మద్ దేవుని యొక్క మూడు దైవత్వ సందర్భములను, సంపూర్ణముగా అవగాహన చేసుకోలేకపోయినాడు. (i.e., తండ్రియైన దేవుడు, కుమారుడైన దేవుడు, పరిశుద్ధాత్మ దేవుడు). మరియ యొక్క అన్య విగ్రహారాధన అనేది వచ్చి చేరినందు చేత, ఇంకనూ అది కొనసాగుతూనే (ఉండుట చేత) రోమా కథోలికిజమ్, తూర్పు ఆర్ధడాక్సే మరియు సహకార క్రైస్తవ్యములో ఉండుట చేత, మహమ్మద్ మరియను (త్రిత్వమైన) పరిశుద్ధ గ్రంథము యొక్క దేవుని యొక్క త్రిత్వము యొక్క మూడవ భాగముగ దేవుని తల్లిగా, తండ్రియైన దేవుడు కుమారుడైన దేవునితో కలిసి నుండుటకు క్రైస్తవులచే అనుమతించిబడినట్లు అసందర్భముగా తన మాటలతో ముగించినాడు. మహమ్మద్ మరియు క్రైస్తవుల దేవుని యొక్క త్రిత్వము యొక్క మూడవభాగము మరియగా నున్నట్లు తన సురా (ఆల్‌మయిదా) యొక్క 116వ వచనము మొదటి భాగములో రచించినాడు.

మరియు (అల్లా) చెప్పెను. "ఓ యేసూ మరియ కుమారుడా, నీవు మనుష్యులకు చెప్పు, నన్నునూ, నాయొక్క తల్లి మరియను (అల్లా నుండి తప్పించి) దేవుళ్ళుగా తీసికొనుమూ"? (సురా 5:116).

వివరంగా చెప్పాలంటే, మరియ ఆరాధన సాంప్రదాయం విషయంను కొస్తే (i.e. అన్య ఆరాధన మరియ విగ్రహారాధన) రోమన్ కథోలికిజమ్‌లోనూ, తూర్పు ఆర్థోడాక్సీ, మరియు సహకార క్రైస్తవ్యములోనూ, ఎక్కడైననూ వున్న క్రైస్తవములోని ప్రధాన స్ధానములో దేవుని త్రిత్వ భాగములో మూడవభాగముగ (తల్లియైన దేవుడుగా) గుర్తింపబడలేదు. కనీసం క్రైస్తవ్యంలో దైవములోని మూడు భాగాలలో ఎక్కడను చేర్చనైననా లేదు. నిజ క్రైస్తవులైనవారు అందరుకును మరియ మానవ మాత్రురాలు అని తెలుసు, దేవుని భార్య కాదని, దేవుని ప్రాతినిధ్యములో

భాగముగా ఖచ్చితంగా ఉండబోదనియు తెలుసు. (మహమ్మద్‌కు ఇది అర్థము కానప్పటికినీ, సాతానుకు ఇది అవగతమే. ఫలితంగా ఖురాన్ ముస్లిములను అయోమయంలో నెట్టివేయుటకు, మరియు ముందుచూపున్న ముస్లిమ్‌లను మరియ స్థితిని మరియు యేసుక్రీస్తు యొక్క గర్భమున ధరించడంలో ఆమె వహించిన పాత్రను గురించిన సత్యమును గజిబిజి చేసి యున్నది.

**ఉదాహరణ-2**

(2) రెండవది, అక్షరాస్యులైన కొంతమంది ముస్లిమ్‌లు కూడా యేసుక్రీస్తును దేవుని యొక్క ఒక్కగానొక్క కుమారుడుగా నమ్ముచున్నాము అలాగే దావీదు రాజుకు ఆయనకు బేధమేమి లేదు ఎందుచేతననగా కీర్తన2:7లో దేవుని కుమారునిగా రాజైన దావీదు వివరించబడినట్లుగా అవాస్తవాలును చేర్పించినారు.

(6) నేను నా పరిశుద్ధ పర్వతమైన సియోను మీద నా రాజును ఆసీనునిగా చేసియున్నాను. కట్టడను నేను వివరించెదను యెహోవా నాకీలాగు సెలవిచ్చెను - నీవు నా కుమారుడవు, నేడు నిన్ను కనియున్నాను. నన్ను అడుగుము, జనములను నీకు స్వాస్థ్యముగాను భూమిని దిగంతముల వరకు సొత్తుగాను ఇచ్చెదను. ఇనుపదండముతో నీవు వారిని నలుగగొట్టెదవు కుండను పగులగొట్టినట్టు వారిని

ముక్కచెక్కలుగా పగుల గొట్టెదవు. (కీర్తన 2:6-9 KJV)

ముస్లిములు కీర్తన 2లో రాజైన దావీదును గూర్చి అపార్థము చేసుకొని వేరే విధముగా ఆలోచించినారు. కీర్తన 2 రాజుల రాజైన (మెస్సియా) వాని గూర్చిన ప్రవచన లేఖన భాగము అది దావీదు రాజును గూర్చి కాదని వారు అర్థము చేసుకోలేక పోయినారు. రాజు కీర్తన 2:6లో క్రీస్తు యేసును గూర్చి వివరించుచున్నారు మరియు కీర్తన 2:7లో నా కుమారుడవు అనేది క్రీస్తు యేసును గూర్చి గాని దావీదును గూర్చి కాదు. సర్వశక్తిమంతుడైన దేవుడు స్పష్టంగా కీర్తన 2:8 తెలియపరచు చున్నాడు. “నన్ను అడుగుము నేను నీకు జనములను నీకు స్వాస్థ్యముగాను, భూమిని దిగంతము వరకు సొత్తుగాను ఇచ్చెదను.” హెబ్రీ పదము “జనములు” లేక (“జనములు” అనే పదము ఇతర బైబిలు రాతలలో) అనేది. 'goyim' (H1471) దీని అర్థము అన్యజనాంగములు. రాజైన దావీదు ప్రపంచమంతటా ఉన్న అన్యజనాంగము మీద పరిపాలన చేయలేదు. (i.e. భూదిగంతములు వరకు ఉన్న జనాంగములు).

రాజైన దావీదు పరిశుద్ధ భూమియైన ఇశ్రాయేలలులో ఉన్న ఇశ్రాయేలు మీద రాజుగా నున్నాడు. ప్రపంచమంతటా వున్న ప్రజలైన అన్యజనాంగములందరి మీద క్రీస్తు ప్రభువు మాత్రమే ప్రపంచ రక్షకుడుగా పరిపాలన చేస్తారు. కీర్తన 2:9 నిశ్చయపరుస్తుంది అదేమనగా 2వ కీర్తనంతా రక్షకుడైన యేసుక్రీస్తు తన ఇనుప దండముతో ప్రపంచమంతటిని అయన పాలించబోవుచున్నట్లుగా రక్షకుని గూర్చి తెలియజేస్తుంది. (ప్రకటన 12:5 మరియు 19:5) ఇతరత్రా అర్ధము చేసుకొనుటకు, కీర్తన 2:7 నుండి నీవు నా కుమారుడవు" ఎప్పుడైననూ క్రొత్త నిబంధనలో సూచిస్తే (అపో.కా. 19:33) హెబ్రీ 1:5 మరియ 5:5) అది ఎప్పుడునూ క్రీస్తు యేసు గురించే గాని దావీదు రాజు గురించి కాదు.

**ఉదాహరణ-3**

(3) మూడవది, కొంతచదువుకున్న ముస్లిమ్‌లు యేసుక్రీస్తు ప్రక్కన కొంతమంది ఇతర "దేవుని కుమారులు" ఉన్నట్లు బైబిలు గ్రంధములో నున్న వచనములను బట్టి రుజువు చేయుచున్నారు.

......... దేవుని కుమారులు నరులు కుమార్తెలు చక్కని వారిని చూచి తమకు మనస్సు వచ్చిన స్త్రీలను వివాహము చేసికొని భార్యలుగా చేసికొనిరి. ఆదికాండము 6:2

ఈ లేఖన భాగమును ముస్లిమ్‌లు అర్ధము చేసుకోలేకపోవుతున్నదేమంటే "దేవునికుమారులు" అని ఇక్కడ చేప్పబడుచున్నవారు దేవదూతలు అయినవారు వారి పూర్వపు స్థలము పరలోకమునుండి మానవమాతృరాలైన వారితో లైంగిక కార్యములలో పాలుపొందుటకు క్రిందికి వచ్చియున్నారు అని గ్రహించలేకున్నారు.(యోదా6వచనం) దేవుని కుమారులు అనే ఆ మాట క్రొత్త నిబంధనలో వాడబడింది అన్న విషయమును వారు అర్ధము చేసుకోలేకపోయారు. (యోహా 1:12 రోమా 8:14-19, ఫిలిప్పి 2:15: మరియు 1 యోహా 3:1,2) ఈ "దేవుని కుమారులు" అనబడిన మాట క్రీస్తు యేసు యొక్క (ఆయనతో వారసులు) ఆయన చేసిన బలియాగము నందు విశ్వాసముంచుట ద్వారా వారసులైన ప్రజలు అని గ్రహించలేకున్నారు.

దేవుని కుమారులు అనే మాటను గూర్చి చర్చ చేసే తెలివైన ముస్లిములు కొరకు ఒక మాట.

మీలో కొంతమంది ముస్లిమ్‌లతో చర్చ చేయుటకు మా కంతా తెలుసును అనుకొనే ప్రజలచేత ఆకర్షింపబడుతారు అనే సంగతి గ్రహించకుండ లోనికి మీరు వెళ్ళతారు. దయచేసి గ్రహించండి, మీరు వారి మనస్సులను అనేక సందర్భాలలో మీరు మార్చుటలో మీరు వారిని గెలవలేరు. దురదృష్టవశాత్తు, వారితో మీయొక్క చర్చ జ్ఞానపూర్వకమైన అభ్యాసం నిరాశగా ముగిసిపోతుంది. అక్షరాస్యులైన ముస్లిమ్‌లు అనేకులు అడిగే ప్రశ్నలు చాలా పథకం ప్రకారంగా ఒక సిద్ధాంతపూర్వకంగా వారి నమ్మకంనకు చెంది మీ యొక్క ఆశంతయు నిర్వీర్యమై పొయేటట్లుగానుండి పూర్తిగా చివరికి పాసైన వారి ఆలోచనప్రకారంగా గెలిచినట్లు అనుకుంటారు.

మీరు మీ చర్చా నైపుణ్యతలను పదును పెట్టకోరినట్లయితే(సునిశిత నైపుణ్యతలు) క్రైస్తవ విషయములపై మీ సామర్థ్యమును వృద్ధి పరుచుకొనగోరినట్లయితే, ముస్లిముతో చర్చలో మంచిగాచాలినంతగా కారణములను చూపువారిగా ఉండగోరినట్లయితే, ఎట్లయిననూ మిమ్ములను తక్కువగా అంచనావేసుకొనవద్దు అదేమనగా (1) క్రీస్తు యేసు యొక్క నిజమైన సహజ స్వభావమునుగూర్చి నేర్చుకొనుటకు ముస్లిములకు ఇష్టములేదు(2) మీ యొక్క సమయం, ఒనరు శక్తి వ్యర్థము అవునని మరచిపోవద్దు.

రక్షింబడవలెననుటకు, ప్రజలు క్రీస్తు యేసు ఉన్నాడు అనుట మాత్రమే కాదు, ప్రజలు యేసుక్రీస్తు మాత్రమే ఒక్కగానొక్క దేవుని కుమారుడనియు ఆయనను తమ స్వంత రక్షకుడుగా ఆయనను అంగీకరించవలసినదే. అందుచేత ప్రకటన 13 అధ్యాయములో-దేవదూషణలు గురించి (ఈ పుస్తకములో 5 అధ్యాయము చూడండి) పరిశుద్ధ బైబిలు దేవునిచే ఆయన ఏ ఒక్క కుమారుడు లేడని దేవదూషణ చేయుచున్నట్లుగా వ్రాయబడింది. బైబిలు యొక్క దేవుని యొక్క ఉగ్రత, ఆయనకు కుమారుడు లేడనియు, యేసుక్రీస్తు ఆయన ఒక్కగానొక్క కుమారుడు కాదని చెప్పేవారిమీద నిలిచి యుండునని చెప్పబడింది.

"తండ్రి కుమారుని ప్రేమించుచున్నాడు గనుక ఆయన చేతికి సమస్తము అప్పగించియున్నాడు. కుమారుని యందు విశ్వాసముంచువాడే నిత్యజీవము

గలవాడు, కుమారునికి విధేయుడు కానివాడు జీవము చూడడు గాని దేవుని ఉగ్రత వాని మీద నిలిచి యుండును." - యోహాను 3:35-36.

ప్రజలు చాలాకాలంగా భూమిమీద తెలిసియుండియు యేసుక్రీస్తునుయావే యొక్క ఒక్కగానొక్క కుమారుడుగానూ మరియు దేవుని అవతారముగాను అంగీకరించట్లేదు. వారు తమ్మును తాము యావే యొక్క ఉగ్రత క్రిందకు పెట్టుకొంటున్నారు. (న్యాయతీర్పుకోసము) భూమిమీద మాత్రమే కాకుండా నిత్యత్వమంతటనూ ఆయన కోపమునకు గురియగుచున్నారు. ఏదైతేనేమి వారి శరీరములో ఆత్మఉన్నంతవరకు(మన శరీరములో ఉన్నంతవరకు) యావే ఉగ్రతనుంచి తమ్మును తొలగించుకొనుటకు అవకాశముకలదు(అవసరమైన ఒక అవకాశము మాత్రమే కాదు) (1) క్రీస్తు యేసు మాత్రమే యోవే యొక్క ఒక్కగానొక్క కుమారుడనియు, శరీరముతోనున్న దేవుడనియు అంగీకరించుటచేత 2. ఆయన కలువరి సిలువలో చేసిన ఆయన త్యాగము మాత్రమే తండ్రియైన దేవునిచేత అంగీకరింపబడినదనియు. (మానవులు)వారి యొక్క దోషముకు, పాపములకు పరిహారము, దోషములకు పాపములకొరకు వెల చెల్లింపబడినదనియు అంగీకరించుటచేత. సాతాను వాని దయ్యములు ప్రజలు దీనిని అంగీకరించుటకు మనస్సులో ఒప్పుకొననియ్యుటలేదు. (1) క్రీస్తు యేసు అనేక ప్రవక్తలలో ఒక ప్రవక్త (2) యేసుక్రీస్తు, (మరియ) కన్యకకు పుట్టియున్నాడని (3) క్రీస్తుయేసు ఇశ్రాయేలు యొక్క మెస్సియగా ప్రవచింపబడినాడు (4) క్రీస్తుయేసు ఆశ్చర్యకార్యములు చేయువాడు: (5) క్రీస్తుయేసు ఒక దినమున అంత్యక్రీస్తును లేక అబద్ధ మెస్సయ్యా ఓడించుటకు వస్తాడు. ఆల్ మసీహ్. అడజల్) ఏదైతేనేమి, సాతాను వాని దయ్యములు భూమి మీద నున్న 'ఒక్కడు'నూ ఒప్పుకొనకుండ ఆటంకపరిచారు. ఎట్లనగా (1) క్రీస్తుయేసు ఒక్కగానొక్క దేవుని కుమారుడు అని (2) శరీరమందున్న దేవుని అవతారము యేసుక్రీస్తు మాత్రమేనని 3 యేసుక్రీస్తు లోకరక్షకుడని (4) క్రీస్తుయేసు మన వ్యక్తిగత సొంత రక్షకుడు-అనే నూతన నిబంధనలోనున్న తిరిగి చెప్పబడిన 4 సందర్భాలు బహిరంగంగానూ, అంతర్గతంగానూ నొక్కిచెప్పుచున్నవి.

మానవాళిని ముందు ఇచ్చిన పారాగ్రాఫ్ భాగములో నాలుగు సందర్భములను తిరస్కరించునట్లు చేయుటచేత, క్రైస్తవులును ఒప్పించుటకు అన్నీ వేదాంత సందర్భములు భూమి మీద నున్న ప్రజలు ఈ నాలుగు శక్తివంతమైన

సందర్భములు తెలిసికొనుటకుండునట్లు చేయుచున్నాడు. ఎందుకు అవి చాలా శక్తివంతమైనవి? ఆ సాతాను వాని కార్యమునూ అయిన మానవాళి రక్షణను అడ్డగించడము అవి ఆటంకపరచును. దానిచేత యావే పతనమైన సృష్టిని తిరిగి పునర్మించు కార్యమునకై సాతాను నుండి లాగివేయును. ఖచ్చితముగా సాతాను మానవాళి అంతటికి శతృవు వాడు మాత్రం మన పరోక్ష శత్రువు. సాతాను యొక్క నిజమైన శత్రువు యావే. ఆయనే బైబిలు దేవుడు. ఈ కారణముచేత సాతాను యావే యొక్క సృష్టిని దొంగలించుటకు వెదుకుచున్నాడు. సాతాను ఖచ్చితముగా నమ్ముచున్నాడు అదేమంటే యావే యొక్క సృష్టిని దొంగలించుటవలననూ, సర్వాధికారిగానున్న యావేను తన సింహాసనమునుండి తొలగించి సర్వమంతటికి తన్ను సార్వభౌమాధికారిగా ఆస్థానములో ఉండచూచు కొనుచున్నాడు.

సాతాను తాను పడిపోయిన తరువాత చేసిన ప్రతీది సృష్టికర్తయైన దేవుడు-యావే దగ్గర్నుండి సమస్తమును దొంగిలించి, అనగా ఆయన సృష్థిని, సర్వోన్నతమైన వాని సృష్థికర్తమైన దేవుని సింహాసనమును దొంగిలించి, ఆస్థానములో సార్వభౌమాధికారమును గల వాడుగా కూర్చుండవలెనని వాడి ఆశను నెరవేర్చుకొనియున్నాడు. (1) యూదులందరిని హత్యగావించినాడు (2) క్రైస్తవులంనందరిని హత్యగావించినాడు (3)యూదుల క్రైస్తవుల సాక్ష్యములను ఏ మన్నన లేకుండగా చేసినాడు (4) భూమియందంతట అంత్యక్రీస్తు మతమైన ఇస్లామ్‌ను స్థిరంగా స్థాపించినాడు మరియు (5) భూమిమీదనున్న ప్రజలందరూ పాతనిభంధన క్రొత్త నిబంధనలయొక్క వాస్తవాలను అనుమానించి, శరీరమందున్నదేవుడు ఒక్కగానొక్క దేవుని కుమారుడు యేసుక్రీస్తు ద్వారా మాత్రమే రక్షణ అనే సువార్త సందేశమును సందేహించునట్లుగా చేసాడు.

తరువాత అధ్యాయమునకు మారుటలో, యేసుక్రీస్తు దేవుని అవతారము అనే దానిని చదువరికి యెల్లప్పుడు గుర్తు పెట్టుకొనవలసిన ప్రాముఖ్యం వుంది. అందుచేతనే క్రీస్తు యేసు ఆరాధించబడుచున్నాడు. క్రీస్తు యేసు చెప్పెను నేనే అల్ఫాయు మరియు ఒమేగయును, ఆదియును అంతమును నేనే, మొదటివాడను కడపటివాడను. (ప్రకటన 22:13) పరిశుద్ధ బైబిలు యొక్క సాధారణం గా వాడే భాష ప్రకారంగా చెప్పేది “నేనే మొదటివాడను కడపటివాడను” నేనేదేవుడను” అని చెప్పేదానికి సమానమైనది. ఉదాహరణకు “యెషయాలో 41:4లో బైబిలు దేవుడు

చెప్పేదేమంటే "ఎవడు దీనిని ఆలోచించి జరిగించెను? ఆదినుండి మానవ వంశములను పిలిచినవాడనైన యెహోవానగునేనే నేను మొదటివాడను కడవరి వారితోను ఉండువాడను". మరియు యేష 44:6లో దేవుడు అంటున్నాడు "ఇశ్రాయేలీయులరాజైన యెహోవా వారి విమోచకుడైన సైన్యముల కధిపతియగు యెహోవా యందు సెలవిచ్చుచున్నాడు నేను మొదటివాడను కడపటివాడను నేను తప్ప ఏదేవుడును లేడు." బహుశా క్రైస్తవేతరులైనవారిని క్రీస్తుయేసుగురించి అర్థము చేసుకొనుటకు రెండు ఎక్కువ కష్టమైన ధర్మాలు ఉన్నాయి (1) క్రీస్తుయేసునందు సృష్టికర్తమైన దేవుడు సృష్టింపబడిన శరీరమందు నివసించుట (2) సృష్టికర్తయైన దేవుడు క్రీస్తుయేసు భౌతికశరీరమందు అది మరణమైన తరువాత సృష్థి కర్తయైన దేవుడు పునరుత్థానమయ్యాడు ఆశరీరమందే.

★★★

# 4వ అధ్యాయము

# ఎట్లు దీనికి అన్నియు కలుపవలెను పేరు, సంఖ్య, మృగము యొక్క గుర్తు

క్రైస్తవ్యముకు నిత్యరక్షణయొక్క సిద్ధాంతముకు కేంద్రమైన క్రీస్తుయేసు యొక్క పాపపరిహారము ద్వారా మన పాపములయొక్క క్షమాపణకు మరియు మన పాపముల కొరకు పరిశుద్ధ గ్రంథమైన బైబిలు దేవుడు మనరుణములను కొట్టివేయుటకు యేసుక్రీస్తు యొక్క రక్తము చిందించుటయే పరిహారము. ఖచ్చితముగా దేవుని గొఱ్ఱెపిల్ల త్యాగము మనలో ఎవరి భారములను లేక బాధ్యతలనుండి విశ్రాంతనివ్వదు. లేదా అపోస్తలుడైన పౌలు చెప్పినట్లుగా "మనము భయముతోను వణకుతోను సొంత రక్షణను కొనసాగించుడి" (ఫిలిప్పీ 2:12) అనిచెప్పినట్లు చేయకపోతే కొనసాగదు.

క్రీస్తుయేసు తండ్రియైన దేవునితో మనలను సమాధానపరచి, కృపద్వారా మనము క్షమాపణ పొందునట్లుగా(ఆయనతో సహవాసము మనము ఆయనవారమగు నట్లు)చేసాడు, దేవుని యొక్క ఇష్టము ఆయెను. క్రీస్తు యేసు చివరకు శోధన పై విజయమును పొందియున్నాడు (కల్వరి వరకు వెళ్ళుట ద్వారా శోధనను ఎదుర్కొనెను) (సాతాను లేక గర్వ్యము ) అయన యందు జీవితమును తన్నుతాను సమర్పించుట ద్వారా మన ప్రభువైన యేసు ఆయన యందు విశ్వాసముంచు వారందరికొరకు ఆత్మీయ వరములను తీసుకొనివచ్చును. మన సృష్టికర్త వద్దకు తిరిగి వచ్చుటకు మనకు దారి వేసియున్నాడు. చెప్పాలంటే క్రీస్తు యేసు సత్యము నుండి దూరంగా వున్న ఒక మర్త్యమైన వాడు, క్రీస్తు యేసు దేవుని అద్వితీయ కుమారుడు కాదని, అది అబద్ధము మరియు వేషధారణని చెప్పుటకు, క్రీస్తు యేసు మన యొక్కపాపము కొరకు చనిపోలేదని అని చెప్పుటకు అవి అక్కడ చెప్పబడినవి.

"యేసు, క్రీస్తుకాదని చెప్పువాడు తప్ప ఎవడబద్ధికుడు? తండ్రిని కుమారుని ఒప్పుకొనని వీడే క్రీస్తు విరోధి. కుమారుని ఒప్పుకొనని ప్రతివాడును తండ్రిని అంగీకరించువాడు. - 1 యోహాను 2:22-23 KJV.

"యేసుక్రీస్తు శరీరధారియైవచ్చెనని, యే ఆత్మ ఒప్పుకొనునో అది దేవుని

సంబంధమైనది; యే ఆత్మ యేసును ఒప్పుకొనదో అది దేవుని సంబంధమైనది కాదు; దీనిని బట్టియే దేవుని ఆత్మను మీరెరుగురుదురు. క్రీస్తు విరోధి ఆత్మ వచ్చునని మీరు వినిన సంగతి ఇదే; యిదివరకే ఆది లోకములో ఉన్నది యిదివరకే అది లోకములో ఉన్నది. - 1 యోహాను 4:2-3 KJV.

"దేవుని కుమారుని యందు విశ్వాసముంచువాడు తనలోనే యీ సాక్ష్యము కలిగియున్నాడు; దేవుని నమ్మనివాడు ఆయన తన కుమారుని గూర్చి యిచ్చిన సాక్ష్యమును నమ్మలేదు గనుక అతడు దేవుని అబద్ధికునిగా చేసినవాడే.

- 1 యోహాను 5:10 KJV

"యేసుక్రీస్తు శరీరధారియై వచ్చెనని యొప్పుకొనని వంచకులు అనేకులు లోకములో బయలుదేరియున్నారు" - 2 యోహాను 7వచనం KJV.

ఇది బాగానే స్పష్టము అవుతుంది చదువు వారు ఇది గ్రహించాలి. మహామ్మద్ యేసుక్రీస్తు జీవితము ద్వారా పాపులైన వారి కొరకు ఏ విధమైన ప్రయోజనము లేదని చెప్పుటకు ప్రయత్నించుచున్నాడు అర్థమగుచున్నది. నిజమే. దేవుని కుమారుడు యేసే అనే దానికి విలువ లేకుండా చేయుటకు ప్రయత్నించు అనేకులైన వారిలో మహమ్మద్ ఒకడు. ఏదైతేనేమి, అనేకమైన క్రీస్తు విరోధులలో మహమ్మద్ ఒక క్రీస్తు విరోధి. బైబిలు ప్రవచనం ఆయ సాక్ష్యమును క్రీస్తువిరోధి యొక్క చివరి సాక్ష్యముగా బయలుపరచుచున్నది.

ఇందులో ప్రకటన 13 వ అధ్యాయములో ఇది వ్రాయబడింది

"బుద్ధిగలవాడు మృగము యొక్క సంఖ్యను లెక్కింపనిమ్ము; అది యొక మనుష్యుని సంఖ్యయే; ఆ సంఖ్య ఆరువందల అరువది యారు; ఇందులో జ్ఞానము కలదు." - ప్రకటన 13:18 KJV.

అక్కడ మృగమును సూచిస్తుంది. ఇక్కడ ఇస్లామిక్ రాజ్యాలకు సంబంధించిన సమాఖ్య ఈ చివరి దినములలో రూపుదిదుకుంటున్నాయి. ఆ మనుష్యుడు మహ్మద్ - ప్రాచీన హీబ్రూ శాస్త్రము నుండి గుర్తుల, సంఖ్యల విలువలు అనగా ప్రతి ఒక్క అక్షరము పదములను బట్టి వచ్చే విలువలను గురుతుపట్టుట యార్పడినది. ఆ శాస్త్రములో మాట యొక్క విలువ సంఖ్యా విలువ దాని కలుపుట ద్వారా ప్రతి అక్షరం దాని నుండి వచ్చే విలువను కనుగొనుట వచ్చినది. ఈ టేబులులో

ఒకటిలో (వెంటనే వస్తుంది) ఐదు పెద్ద మెట్లు. మహమ్మద్ పేరు మరియు సంఖ్య ప్రకటన 13:18లో మృగము యొక్క సంఖ్యయని గుర్తు పట్టుటకు ఉపయోగపడుతుంది.

**The simplest phonetic transcription of "Mohammed" is:**

**(1) M O H A M E D**

**In ancient Hebrew, the closest counterparts of these sounds are:**

**(2) Mem Waw Hey Aleph Mem Yod Dalet**

**The proper character representation for "Mohammed" in John's vision is:**

**(3) ם ו ה א מ י ד**

**Note: The Apostle John thought, understood, and "saw" in Hebrew, which is written from right to left. However, the backward cipher transcribes this Hebrew word from left to right. Thus, the so-called "final Mem" (the representation of Mem when it ends a Hebrew word) is used in the beginning place here.**

**In Hebrew, the numerical equivalents of the characters above are, respectively:**

**(4) 600 6 5 1 40 10 4**

**(5) The sum of the above numbers is 666, or "Six hundred threescore and six" (Revelation 13:18 KJV).**

**Copyright 1981 by Rev. Joseph Adam Pearson, Ph.D.**
**TXu000075639 United States Copyright Office**
**Author email: drjosephadampearson@gmail.com**

## ***Table One***

సంగ్రహముగా 666 యొక్క మర్మగర్భితమైన రూపుముగా మనం దానిని గ్రహించుటకు పదమును మార్చి రాసే రహస్య భాషను వాడుట ద్వారా గ్రహించవచ్చును. (సంఖ్య గుర్తులను పట్టుకొనే భాష) ఆది వెనుకటి రహస్య భాషను

కలుపుతూ వుంటుంది. (మహమ్మద్ కొరకు హెబీ మాటలులోని లక్షణములను క్రమము తిరగ రాసి ఈ విషయములో వుంటుంది)

1. సంఖ్య పరమైన వాడుక రహస్య భాష (మహమ్మద్ కొరకు హెబ్రీలోని తరిగరాసే లక్షణమును, సంఖ్యల కొరకు వాడేది) (2) సంఖ్య పరమైన రహస్య భాష (మొత్తం 666 సంఖ్యను మహమ్మద్ మాట కొరకు హెబ్రీ తిరగరాసే సంఖ్యకు వాడే వేరొక సంఖ్యలు.)

(1) గుణలక్షణములను గురించిన స్పష్టతలు మరియు అదనపువివరముల కొరకు టేబుల్1లో చూపిన (2) తిరగరాసినట్లుగా వున్న సంఖ్యాపరమైన తర్జుమా టేబుల్ 1లో చూపినట్లుగా ఎఫెండెక్స్ (3)లో వుంది దయచేసి గమనించి చూడండి.

మీరు దీనికొరకు ఆలోచించడం ఎప్పుడు ఆపివేస్తారో, అన్నియు సరిపోతాయి.

1) నాలుగవ మృగము భూమి మీదనున్న నాలుగవ రాజ్యమునకు, అది అన్ని రాజ్యములను, చేధించి, భూమి యందంతట విస్తరించి దాని వశపరచుకొని, సమస్తమును ముక్క ముక్కలుగా చేయునది (దానియేలు 7:23) ఇస్లామ్ దేశములు నూనేలుతో (పెట్రోలుబావులు) ఐశ్వర్యము కలిగిన దేశములన్నియు, ఏ ఇతర భూమి మీద ఏ రాజ్యముల కంటేను ఎక్కువ బలము కలిగి యుండునని ముందుగానే ఎరిగియున్నాము.

2) అంత్యకాల పరిపాలకుడు “అన్ని కాలములను మార్చుటకు ఆలోచించును (దాని 7:25 KJV) : ముస్లిము యుగము లేక ఇస్లామిక్ కాలెండరు తేదీలు హెగీరా నుండి మహమ్మద్ యొక్క బలముతో కూడిన ప్రయాణము మక్కా నుండి మదీనా వరకు 622 A.D. లో 3) అంత్యకాల పరిపాలకుడు స్త్రీ (వ్యామోహమును) ల కాంక్షిత దేవతను గాని యే దేవతను లక్ష్యపెట్టడు. (దాని 11:37చఅజ) షరియా లేక ఇస్లామ్ చట్టము పురుషుల యొక్క ఆస్తిగా స్త్రీలను ఎంచుతూ పశువులు కంటె కొంచెం మంచిగా ఎంచినది. మరియు (4) ఆ మనుష్యులు మృగము యొక్క పేరును కలిగి యుండవలెను (ప్రకటన 13:17KJV) ఈ రోజు ప్రపంచములో ఎక్కువ ప్రసిద్ధికరంగా ఉపయోగించబడుచున్న పేరు “మహమ్మద్” అనే మాట. ప్రజలు మహమ్మద్‌నకు కలుపుకొనిన వివిధమైన మరియు వివరముల కలిగిన

పేరులు అనేక ఇతరమైనవి కలిగి యుంటున్నారు. (ఉదా మహమ్మద్, మమెట్, అహమ్మద్) ఏ ఇతర పేరులు కంటెను ఎక్కువగా కలిగి యుంటున్నారు.

ముస్లిమ్‌లు ఈ దినములలో వారి యొక్క చివరి (గమ్యం) పరిస్థితి ఏమనగా యేసుక్రీస్తు దేవుని ఒక్కగానొక్క కుమారుడు కాదు అని ప్రచురించుటయే కాదా? వారి యొక్క బలం ప్రకటన 14:9-11 లో వివరించబడింది)

"మరియు వేరొక దూత, అనగా మూడవ దూత వీరి వెంబడి వచ్చి గొప్ప స్వరముతో ఈలాగు చెప్పెను - ఆ క్రూర మృగమునకు గాని దాని ప్రతిమకు గాని యెవడైనను నమస్కారము చేసి, తన నొసటియందేమి చేతి మీదనేమి ఆ ముద్ర వేయించుకొనిన యెడల, ఏమియు కలపబడకుండ దేవుని ఉగ్రత పాత్రలో పోయబడిన దేవుని కోపమను మద్యమును వాడు త్రాగును. పరిశుద్ధ దూతల యెదుటను గొఱ్ఱెపిల్ల యెదుటను అగ్నిగంధకముల చేత వాడు బాధింపబడును. వారి బాధ సంబంధమైన పొగ యుగయుగములు లేచును; ఆ క్రూరమృగమునకు, గాని దాని ప్రతిమకు గాని నమస్కారము చేయువారును, దాని పేరుగల ముద్ర ఎవడైనను వేయించుకొనిన యెడల వాడును రాత్రింబగళ్లు నెమ్మదిలేనివారై యుందురు". - ప్రకటన 14:9-11 KJV.

వివరణ స్పష్టత కొరకు "నుదుటి మీద గురుతు" ఇస్లామ్ దేవుని ఆరాధించుటకు గురుతుయై యున్నది మరియు చేతి మీద గురుతు ప్రత్యక్షంగాగాని, పరోక్షంగా గాని ఇస్లామ్ దేవుని పక్షంగా పనిచేయుటకు గురుతుగా నున్నది. సూచనగా కనబడే భాష "నుదురు" మరియు "చేయి" ఈ రెండు మనకు సాధారణమైన సమర్పణ ఒడంబడికను సూచిస్తాయి. (i.e. అరాధన మరియు సేవ) పాత నిబంధనలోని యూదులు నమోదు చేయబడుటకు యూదులను దేవుడు కోరియున్నాడు.

"కాబట్టి మీరు ఈ నా మాటలను మీ హృదయములోను, మీ మనస్సులోను ఉంచుకొని వాటిని మీ చేతుల మీద సూచనలుగా కట్టుకొనవలెను. అవి మీ కన్నులనడుమ బాసికములుగా ఉండవలెను." - ద్వితియో 11:18 KJV

నుదుటి మీద, ముద్రకు సూచన ఏమంటే (1) దేవుని జ్ఞాపకముంచుకొనుటకు 2) దేవునితో సహవసించుటకు (సంభాషించుటకు) (3)

దేవుని ఆరాధించుటకు, చేతి ముద్ర దేవుని కొరకు పనిచేయుటకు సూచించును.అయితే యూదుల కొరకు నుదురు మరియు చేయి రెండు స్థలములు ముద్ర వేయించు కొనుటకు స్థలములు ద్వితీయోప దేశకాండం అరవ అధ్యయంలో రెండు వచనములను అనుసరించి ఆదియుండును.

"ఇశ్రాయేలూ వినుము. మన దేవుడైన యెహోవా అద్వితీయుడగు యెహోవా. నీ పూర్ణ హృదయముతోను నీ పూర్ణాత్మతోను నీ పూర్ణశక్తితోను నీ దేవుడైన యెహోవాను ప్రేమింపవలెను." - ద్వితియో 6:4-5 KJV.

ఎవరినైననూ, దేనినైననూ మనము ఆరాధించినపుడు, అట్లే మనము మారుదుము. మరియొక మాటలో ఎవనిని లేక దేనిని మనము ఆరాధిస్తామో క్రమంగా మన అంతరంగంలోని గుర్తు అట్లు మారిపోవును. మనం ఈ వేరొక దేవతను (సాతానును) ఆరాధిస్తే ఎక్కువ కాలం ఆరాధిస్తే (2 కొరంథి 4:4) మన యొక్క గురుతు ఎన్నెటెన్నెటికినీ ఆ దేవునితోనే ముడిపడి వుంటుంది. మనము సర్వశక్తిమంతుడైన ప్రభువైన దేవుని పూర్ణ హృదయముతో, ఆత్మతో, మనస్సుతో, బలముతో ఆరాధించినట్లయితే అప్పుడు మనయొక్క సంపూర్ణ గురుతులు, పరిపూర్ణంగా మరియు నిత్యము ఆయన యందే నిమగ్నమై యుందుము.

మనము ఎవనినైననూ లేక దేనినైననూ ఆరాధించినప్పుడు అట్లే మారగలము ఎందుచేత ననగా ఎవనినీ, దేనిని ఆరాధిస్తామో వారికి సంధించబడతాము మరియు వాని యొక్క గుర్తింపుతోనూ అనుసంధానించబడెదము. మనము దేవుని వలనే కాకపోవచ్చు. మారిపోకపోవచ్చు. అయితే, ఆయన తనతో ఆయన పరిశుద్ధాత్మ ద్వారా అనుసంధానించు కొనును. అంతకంటే యేసుక్రీస్తును మన తొలి ప్రాధాన్యతగ ప్రకటించుకుంటాము కారణమేమనగా ఆయనను ఆరాధించున్నాము. ఆయన మాత్రమే దేవుని యందలి నిజమైన వాస్తవము మరెక్కడను లేదు, అట్టి యేసు క్రీస్తుతో మన ప్రతి ప్రాధాన్యత విషయము అనుమతించబడినది.

"నుదురు" మరియు "చేయి" గురుతు యొక్క అర్థము అదనపు గురుతులు, సంజ్ఞలు, మరియు నమూనాలను తీసివేయదు మార్చి వేయదు. అట్లు ముద్రించబడిన అంతర్‌గుర్తు కావలెను. సభ్యత్వము లేక గుర్తింపు కార్డు, పనికి అనుమతులు మరియు వీసా గురుతు పాసు పుస్తకములు, పచ్చబొట్టులు, డిజటిల్ అంతరగుర్తులు, మైక్రో

చిప్స్, దేహమున చీల్చిన గుర్తులు, వేలిముద్రలు, కంటి ఐరిస్ గురుతులు, రెటీనాలోని రక్తప్రసరణ, రాతపూర్వకమైన లేక అల్లాకు ఇస్లామ్‌కు మద్దతు తెలిపిన బహిరంగ ప్రకటనలు, అట్టి విధమైన ప్రవక్త యొక్క ముద్రలు (మహమ్మద్).

ప్రస్తుత గుర్తుల యొక్క ఉదాహారణలు, సంజ్ఞలు ప్రతిష్ఠ యొక్క చిహ్నాములు మరియు ఇస్లామ్ యొక్క దేవునికి అర్పణ నక్షత్రము కలిసియున్న అర్థ చంద్రాకారము అలాగే హలాల్ కొరకు అరబిక్ ముద్ర ఉదాహరణలు.

***Representative Symbols for the Beast***
***Figure One***

**మృగము యొక్క చిహ్నాములు :**

హలాల్ చిహ్నాముతో నున్న మాంసమునకు అర్థము ఏమనగా ఇస్లామిక్ చట్టము ప్రకారము అది సిద్ధపరచబడినది. కావున ముస్లిమ్ పశువులను చంపేవాడి వలన అబద్ధ దేవుడైన అల్లాకు బలిని, అర్పణను చేయుచున్నాడు. ప్రపంచమంతటనున్న పశువులను చంపే అనేకులైన ముస్లిములు వారు మాంసము స్థానిక ప్రజలకు అమ్మే ముందు ఇతర స్థలములలో అమ్ముటకు, ఓడలలో పంపే ముందు అబద్ధ దేవునికు ముందు ఆ పశువులను, జంతువులను సమర్పిస్తారు. తరుచుగా వారు "అల్లా" పేరును ఉచ్ఛరిస్తారు (అల్లా పేరును బిస్మిల్లాగా) ఒకసారి అల్లాహు అక్బర్ అందరికంటేను అల్లా గొప్ప దేవుడు. బలిచేసే భాగములో ముమ్మారు అట్లు చెప్పుట ఆచారము. ఈ విధముగా అనేకులు వారికి తెలియకుండగనే అనేకమైన యూదులు & క్రైస్తవులు విగ్రహాలకు అర్పించిన మాంసమును తింటున్నారు. ప్రత్యేకించి అబద్ధ దేవుడైన అల్లాకు అర్పించిన దానిని తింటున్నారు. (ఒకడు అసలైన విగ్రహము,

బొమ్మ, ఆడబొమ్మ లేక చిహ్నాం లేకపోయిననూ విగ్రహమును కలిగియుండగలడు)

క్రైస్తవులు తిను ఆహారము విగ్రహమునకు అర్పించినవాటిని తినే ఆహారము విషయములో ప్రాముఖ్య అంశము క్రైస్తవ్యంలో తీసుకోవలసిన మనసాక్షి విషయములో ముఖ్య నిర్ణయము. ఉదాహరణకు 1) యుద్ధములో పోరాడుటకు ఇష్టము కల్గియుండుటకు లేక ఇష్టము లేకుండా వుండుటకు క్రైస్తవులు నిర్ణయము తీసుకోవాలి. (2). క్రైస్తవులు మత్తు పానీయములు త్రాగుటకు నిర్ణయము తీసుకొనడమో మానివేయడమో వారు నిర్ణయం తీసుకోవాలి. 3) క్రైస్తవులు తమ కుటుంబములను కాపాడుకొనుటకు ఎవరినైన చంపవలెనో లేదో వారు నిర్ణయము తీసుకోవాలి. మరియు (4) క్రైస్తవులు విగ్రహములకు అర్పించిన ఆహారము తినడమో మానివేయుడమో వారి ఇష్టముతోనే నిర్ణయుంచుకోవాలి. ఏలాగైతేనేమి, మనసృష్టికర్తయైన దేవుడు మనలను కోరేది మనకు మనమే అవకాశములను రక్షణాత్మకముగాను, ఆయనకు సంతోషకరముగాను ఉండునట్లు జాగ్రత్తగా అవకాశమును తీసుకొనవలెనని కోరుచున్నాడు.

ప్రస్తుత రచయిత ఎవని సామర్థ్యమునైననూ, తనకు తాను లేక ఆమె కొరకు ఆమె తీసుకొనే నిర్ణయ అవకాశమును తీసివేయవలెనని కోరుటలేదు. ఏలాగైతేనేమి, క్రింది విషయములు క్రైస్తవులు విగ్రహములకు అర్పించిన ఆహారమును తినుట గురించి చెప్పబడిన విషయము" అపోస్తలు" మీకు కలిగియున్న యీ స్వాతంత్ర్యము వలన బలహీనులకు అభ్యంతరము కలుగకుండా చూచుకొనుడి." (1 కొరిం 8:9 KJV) మరియొక మాటలో చెప్పాలంటే క్రైస్తవులు ఇతరులపై వ్యతిరేక ప్రభావము పడకుండునట్లు ప్రయత్నించాలి లేక అసౌకర్యముగా నున్నట్లు భావించకుండునట్లుగా వారు శోధనలో పడకుండునట్లుగా విషయములను చేయాలి. 2) అపో. 15:28-29 KJV Prose phase చెప్పుతున్నది ఏమటింటే విగ్రహములకు అర్పించిన వాటిని, రక్తమును గొంతు పిసికి చంపినదానిని, జారత్యమును విసర్జింపవలెను. ఈ ఆవశ్యకమైన వాటికంటె ఎక్కువైనయే భారమును మీమీదమోపకూడదని, పరిశుద్ధాత్మకును, మాకును తోచెను. వీటికి దూరముగా ఉండుటకు జాగ్రత్త పడితిరా అది మీకు మేలు, మీకు క్షేమము కలుగును గాక".

రెండు లేఖనము అపో కార్యము నుండి వ్రాయబడినవి ఒకేసారి చెప్పినవి. యూదు క్రైస్తవులు, అన్యులైన వారు క్రైస్తవులు అయినప్పుడు ఏవిధమైన

సమస్యనెదుర్కొంటు న్నారో చెప్పినారు. కొందరు యూదు క్రైస్తవులు అన్యులైన పురుషులు సున్నితి ఆచరించుట ద్వారా పాత నిబంధనలోని లేవియా కాండములో నున్న బలమైన నియమములు అన్ని దైవ నియమములు ఆచరించవలెనని కోరుచున్నారు. ఏలగైతేనేమి, అన్యులైన వారు క్రైస్తవులుగా మారుట నుండి ఆటంక పరచకుండా ఉండు నిమిత్తము, యూదు క్రైస్తవులు కొన్ని సామాన్యమైన సంగతులును యార్పరచి వాటిని అన్యులైన క్రైస్తవులు చేయుటను బట్టి యూదు క్రైస్తవులు వ్యతిరేకంగా స్పందించకుంనట్లుగా కొన్ని నిర్ణయములు తీసుకొంటున్నారు. ఉదాహరణకు, అన్యక్రైస్తవ్యులు బలిఅర్పించిన మాంసమును తినకుండునట్లు సూచన చేయబడినారు ఎందుకంటే యూదుక్రైస్తవేతరులు దీనిని అనాగరికమైనదని, అన్యాచారంగా చూచి, ఫలితంగా క్రైస్తవ్యములోని మార్చబడుటకు ఇష్టము లేకుండా యుండును.

విగ్రహములకు బలియిచ్చిన మాంసమును తినుటను గూర్చి చివరి విశ్లేషణ(అబద్ధదేవుడు, అల్లా దేవుని కలిగి) ప్రతివాడు అతని గూర్చి అతను,/ ఆమెను గూర్చి ఆమెగాని, నిర్ణయించుకొనవలెను. ఎవరైన మీతో ఈ విషయమును చేయుటను గూర్చి, మరొక విషయము చేయుటతో మిమ్ములను, సృష్టికర్తయైన దేవుడు మనకిచ్చిన స్వేచ్ఛ స్వాతంత్ర్యమును మననుండి లాక్కొనవలెనని, మనలను ఎదుర్కొని మనలను అదుపుచేయవలెనని చూచును.

## పేరు కలిగిన దేవుడు - పేరు లేని నకిలీ :

ఇస్లామ్ దేవుని పిలుచుటకు “అల్లా”-అని అంటాము అనగా “దేవుడు” ఖురాన్ (ఆల్‌ఖురాన్) లో నిజంగా దేవుడు ఎవరో పేరు చేత గుర్తింపబడలేదు. యూదులు మరియు క్రైస్తవులను బట్టి కూడా సృష్టికర్తను “దేవుడు” అని పిలువబడుచున్నాడు. “థియోస్” లేక “ఏల్” అనగా పరిశుద్ధ బైబిలులో దేవుని పేరు వారికి తెలియదు అని అర్థము కాదు. యూదుల యొక్క దేవుడు క్రైస్తవులకు దేవుడు తన్ను తాను మోషేకు ఆయనను నిన్ను అడుగువారికి నేనేమి చెప్పాలి అని అడిగినపుడు గుర్తింపును బయలుపరిచినాడు.

మోషే వలన ఆయన పేరును అడిగినపుడు, దేవుడు బదులిచ్చాడు, “నేను ఉన్నవాడను” లేక ఈయో ఆషేర్ ఈయే (H1961), (H 834), (H1961) మరియు ఇశ్రాయేలు పిల్లలకు చెప్పుము. “నేను ఉన్నవాడను” లేక ఈయో 1961 నిన్ను

పంపెను అని చెప్పుము.(నిర్గమ 3:14) ఏమి పరిశీలించకుండగానే ఇది ఎట్లు ఉద్భవించబడినది, అత్యంత పరిశుద్ధమైన బైబిలు పేరు"యావే"(3068) (తరచూ యావే, యెహోవా లీ యేహోవాగా పలుకబడినది): మరియు యావే (3068) ఈయే నుండి వర్ణించబడినది 1961) యావే పేరు యూదులకు పవిత్రమైనది, దానికి బదులుగా పలుకుటకు, వారు(1) అదోనియా (ప్రభువు) అని సంభాషణలో వాడేవారు అసలైన హెబ్రీ మరియు గ్రీకు మాటలు అంకెలచేత గుర్తించబడినది ఇవ్వబడినది.

ఈ అధ్యాయములో 2వ టేబుల్ ఇవ్వబడినది.

"నేను ఉన్నవాడును" అను పరిశుద్ధ బైబిలు దేవుని కొరకైన పదమును, తన అధికారమునుగూర్చి యూదులు ప్రశ్నించినపుడు యేసుక్రీస్తు ద్వారా ఈ పదము ధ్వనించినది. క్రీస్తుయేసు చెప్పెను "అబ్రహాముకు ముందుగానే ఉన్నవాడను"("యోహా 8:58") ఆయన ప్రతిస్పందనద్వారా క్రీస్తు యేసు స్పష్టముగా తన్నుతాను సర్వాధికారియైన దేవుడైన ప్రభువుతో ఉన్నవాడనని ప్రకటించెను. యేసు "నేను అబ్రహాముకు ముందున్నవాడనని" చెప్పలేదు -- అది "అబ్రహాముకంటే ముందునే ఉన్న వాడనని" చెప్పుతుంది. (ఆయన స్పష్టంగా చేసినదే) దానికంటే క్రీస్తుయేసు దేవుని ప్రధమస్థానము నందే తాను నిత్యత్వమందు దేవుని కుమారునిగా ఉనికి కలిగియున్నాడని ఒప్పించుచున్నాడు, పూర్ణంగా దేవుడైన తండ్రితో ఉన్నవాడని స్పష్టపరచుచున్నాడు. కుమారుడైన దేవుడు, పూర్తిగా సంపూర్ణంగా పరిపూర్ణంగా తండ్రియైన దేవునితో నిత్యత్వములో ఉన్నాడని ఒప్పించుచున్నాడు.

యేసు క్రీస్తు, క్రీస్తుయేసు, యేసేక్రీస్తు, యాషువా హ మషిహ ఇవి అన్నీ ఇశ్రాయేలీయుల ఒక్కడే అయిన మెష్షియా కున్న వివిధనామములు మరియు నిజమైన ఒక్కడే లోకరక్షకుడు.

యేసు అనే మాట ఒక్కటే రక్షకుడుని గూర్చి చెప్పునపుడు వాడుటకు సరిపోదని, అందుచేత సాధారణమైన క్షయమై పోయేవారు అదేపేరును కలిగియున్నారు. యాషువా (3442) యెహోషువా నుండి (3091) వర్ణించబడినది. అది గ్రీకు IESOUS (G 2424) ముఖ్య రూపము (2) జీసస్ IESUS (Iesvs) ఇది లాటిన్ నాగరిక పదరూపము, మరియు (3) Jesus అనేది ఆధునిక ఇంగ్లీష్ పదము

రూపము. హెబ్రీ పేరు యెషువా అర్థము యాహ్(లేక ఈయే) మన రక్షకుడు" అది "స్వయంభవుడు" అని చెప్పుటకు, లేక "నేను ఉన్నవాడను గొప్పవాడను అనే మన రక్షణ" (హెబ్రీ అసలైన దానికి గ్రీకు పదములను వివరించుటకు ఈ అధ్యాయములో రెండవ టేబుల్‌లో (బ్రాకెట్లలో అంకెలు ఇవ్వబడినవి)

క్రీస్తు పేరు మాత్రము రక్షకుని గూర్చి చెప్పుటకు సరిపోదు, అందుచేత ఎప్పుడు ఇది ఒకటే వాడిన, ఇది సరిసమానమై ఆత్మీయ మానసిక స్థితి వ్యక్తీకరించి, మరియు ఉన్నతమైన మనస్సాక్షి స్థాయిని కలిగియుండవలెను. ఇది సరి కాని ఆత్మీయ మానసిక స్థితిని, ఉన్నతమైన మఃస్సాక్షిస్థాయిని బైబిలు సంబంధమైన యేసుగా అంగీకరించనట్లయితే అట్టి మానసికస్థాయిని పొందలేరు. అది (1) ఒక్కగానొక్క దేవుని కుమారుడు(2) ఇశ్రాయేలు యొక్క మెస్సియా మాత్రమే మరియు (3) నిజమైన ఒక్కలోక రక్షకుడు, వాస్తవమునకు ఒకడు క్రీస్తును కలిగియుండలేరు."క్రీస్తు మనస్సు" "దైవిక మనస్సు" లేక "క్రీస్తు మనస్సాక్షి" ని మన పాపములనిమిత్తమై పరిహారముగా తండ్రియైన దేవుడు అంగీకరించగల బల్యర్పణ గా దేవుని ఒక్కగానొక్క కుమారుడు చిందించిన రక్తము మాత్రమేనని అంగీకరించకుండా పొందలేరు. (మనపాపములకు చెల్లించవలసిన రుణమును దేవుడు కొట్టివేయుట). వాస్తవమునకు సిలువలోశ్రమపడే ముఖ్యఉద్దేశ్యము, లేక క్రీస్తు యేసురక్తము అర్పించుట(చిందించుట మాత్రమే మన పాపముల కొరకు పరిహారముగా అంగీకరింపబడెను.

ఒకడు "యేసు"ను "క్రీస్తు" లేకుండా కలిగియుండలేడు మరియు ఒకడు "క్రీస్తు"ను "యేసు" లేకుండా కలిగియుండలేడు. క్రైస్తవులు ఎల్లప్పుడూ పూర్తి పేరును పట్టుకొనియుండాలి. క్రీస్తు అయిన యేసు అది రెండును ఒకే సమయంలో దాని భాగములు కలిగి ఎప్పుడో ఒకసారి విడిగా ఉపయోగపడిననూ విన్నవారికి, చదువవారికి, ఎవరికైనను ఆందోళన లేకుండా వుండును (అవును) మనం సులువుగా ఆందోళన చెందుదము. అనుపదము హెబ్రీ పదము మెస్సియా అసలైన హెబ్రీ మరియు గ్రీకు పదములను సంఖ్యలచే సూచిస్తూ ఈ అధ్యాయములోనే టేబుల్ 2 లో ఇవ్వబడినది. "క్రీస్తు అను ఆంగ్ల బిరుదు గ్రీకుమాట "క్రిస్టోస్" అను మాట నుండి వచ్చింది. (G 5547) మరియు దీని సహచరపదము లాటిన్‌లో, Christus క్రిష్టస్. గ్రీకుమాట క్రిష్టోస్ (G5547), హెబ్రీ మాట H Moshiah హమొషియహ్ # 4899 యొక్క తర్జుమా అనగా "మెస్సియ్యా" లేక అభిషేకించబడినవాడు

ఆంగ్లములో. మరియు గ్రీకు మాట మెస్సియ్యాస్ (G3323) హెబ్రీ మాట మొషియాక్ (Moshiach) (H4899) నుండి తర్జుమా చేయబడినది. (అసలైన హెబ్రీ మరియు గ్రీకు పదములను సంఖ్యలచే గుర్తిస్తూ ఈ అధ్యాయములోనే టేబుల్ 2 లో ఇవ్వబడినవి).

తండ్రియైన దేవుడు మరియు కుమారుడైన దేవుడు అదే గుర్తింపును ఇద్దరును కలిగియున్నారు.(నేను వున్నవాడను) దానర్ధము వారు ఒకే వ్యక్తిత్వము కలిగియున్నారని కాదు లేక పరిశుద్ధాత్త దేవునితో కలిసి త్రిత్యదేవుని యందు సమాన భాగాలుగ నుండి ఇద్దరు ఒకే ఉద్దేశ్యమును విశ్వములో పని చేయువారుగానున్నారు. యేసు క్రీస్తు చెప్పుచున్నారు. నేను నా యొక్క తండ్రియు ఏకమైయున్నాము(యెహో 10:30) ఖచ్చితంగా తండ్రియైన దేవుడు కుమారుడైన దేవుడు ఒక్కరే, వారు ఒకే గుర్తింపు కలిగియున్నారు("నేను ఉన్నవాడను"). అయితే స్వతంత్రంగ నిర్వహించే కార్యక్రమములు అవి ఒకరికి ఒకరు భిన్నముగా వుండే విధముగా వారు కలిగియున్నారు.

గత పేరాలోని చివరి వాక్యములో, నేను స్వతంత్రత అనేపదములను ప్రత్యేకంగా చూపాను దేవుని యొక్క ప్రధానత్వము ప్రత్యేక గుర్తింపుగా వర్ణించుటకును, తండ్రియైన దేవుడు కుమారుడైన దేవుడు మరియు పరిశుద్ధాత్మ దేవుడు కలిగియున్న ఆ ప్రత్యేకతను వర్ణించుటకు చూపాను. సమానమైన, ఒకే మూలపద సంబంధమైనది మరియు, ప్రకృతాతీతమైన ఉనికి కలిగిన ఒకే ఒక్క వ్యక్తి సృష్టికర్తయొక్క త్రిత్వమూలములు, విశ్వము యొక్క ప్రభువు (తండ్రియైన దేవుడు, కుమారుడైన దేవుడు పరిశుద్ధాత్మ దేవుడు అందరూ ఒకే ఉనికిని కలిగియున్నారు.

దేవుని దైవత్వము యొక్కస్వభావమును పూర్తిగా గ్రహించుకోవలయునంటే, నేను రాసిన ఈ మూడు పుస్తకములు చదువుట మీకు సహాయముగా వుంటుంది. 1.నేను దీనిని చూచినట్లుగా దేవుని వలనైన నిజస్వభావము (2) దేవుడు మన సార్వత్రికతకు భవిష్యత్ క్రైస్తవ్య తత్వ సిద్ధాంతము కొరకు ప్రధమ స్థితి. (3) మానవ శారీరక నిర్మాణం యొక్క దైవిక తత్వ సిద్ధాంతము అవి అన్నీ వివరములు దేవుడు ఎవరు ఎందుకు దేవుడు సహజంగా తన్నుతాను మూడు స్థితులోనికి విభజించుకున్నాడు. వివరంగా ఇవ్వడమైనది.

(వాటిని పొందుటకు ఉచిత లేక పి.డి.ఎఫ్.ఫైల్స్ లేక ఈ పుస్తకముల యొక్క మొబైల్ ఫైల్స్ ఉచితంగా పొందుటకు www.christevangelicalbibleinstitute.com నకు వెళ్ళండి.

"తండ్రియైన దేవుడు" మరియు "కుమారుడైన దేవుడు" ఒక్కరేగాని ఒకే విధమైనట్లుగా వారు గాక, దైవత్వములోని ఒకేవిధమైన వరుసలో ఉన్నట్లుగాకుండా, మానవాళికి దేవుని యొక్క ప్రధాన దైవత్వము వరుసలో ఉంచలేదు. తండ్రియైన దేవుని స్థానమును కుమారుడైన దేవుడు ఆక్రమించలేదు. పరిశుద్ధాత్మ దేవుడు కుమారుడైన దేవుని స్థానమును ఆక్రమించలేదు."

| Strong's Number | Hebrew or Greek Word | Transliteration in Syllables | English Equivalents and Definitions |
|---|---|---|---|
| H188 | אוֹי | ō'·ē | 1. woe<br>2. (cry of) lamentation |
| H834 | אֲשֶׁר | ash·er' | 1. that<br>2. which<br>3. who |
| H1961 | אֶהְיֶה | eh·yeh'<br>(ā·yā') | 1. I am<br>2. I become (I will be)<br>3. I exist |
| H3068 | יְהֹוָה | Yeh·hō·vā'<br>(Yah·weh') | 1. the Existing One<br>2. the Self-Existing One<br>3. the Self-Existent One |
| H3091 | יְהוֹשׁוּעַ | Yeh·hō·shū'·ah | 1. Yehoshua or Jehoshua<br>2. Yoshua or Joshua<br>3. Yeshua or Jeshua<br>4. Y'shua or Yashua |
| H3442 | יֵשׁוּעַ | Ye·shū'·ah | 1. Yeshua or Jeshua<br>2. Y'shua or Yashua<br>3. Yesus or Jesus |
| H4899 | מָשִׁיחַ | mā·shē'·akh | 1. Moshiach<br>2. Messiah<br>3. Anointed One |
| H4899<br>with definite article | הַמָּשִׁיחַ | hā·mā·shē'·akh | 1. H'Moshiach<br>2. the Moshiach<br>3. the Messiah<br>4. the Anointed One |
| G2424 | Ἰησοῦς | E·ā·sū'·s | 1. Iesous<br>2. Jesus<br>3. Yesus |
| G3323 | Μεσσίας | Mes·sē'·ās | 1. Messias<br>2. Messiah<br>3. Anointed One |
| G5547 | Χριστός | Khrē·stos' | 1. Christ<br>2. Messiah<br>3. Anointed One |

***Table Two***

కొన్ని డినామినేషన్స్ చెందిన క్రైస్తవులు" ప్రభువైన దేవుడు ఒక్కడే యెహోవా" (ద్వితి 6:4) అను దానికి వారు అర్థము చెప్పునపుడు అతీతముగా చెప్పతారు దానర్థము "తండ్రియైన దేవుడు" "కుమారుడైన దేవుడు". యేసుక్రీస్తు ఒక్కగానొక్క దేవుని కుమారుడైనప్పటికిని(యోహా 3:16 మత్త 16:16) బి. శరీరమందున్న దేవుడు. (కొలస్సీ 2:9:1 తిమో 3:16) మరియు సి) తండ్రియైన దేవునితో ఒకడు (17:11) యేసుక్రీస్తు తండ్రియైన దేవుడు కాడు. ఇద్దరు ఒక్కరైనప్పటికినీ. ఇద్దరూ సమానం కాదు.

వేదాంత సంబంధమైన స్థితిని కుమారుడైన దేవుడు. తండ్రియైన దేవుని స్థానమును నిండియున్నాడు. విమర్శకు వీలుకానిది. ఎందుకనగా అది హేతుబద్ధమైన వివరములు ఇచ్చుటకు అసాధ్యమైనది అవి(1) ఒకే సమయంలో సంభవించుచున్న లేక ఒకే సమయంలో జరుగుచున్న తండ్రియైన దేవుని సన్నిధానము మరియు కుమారుడైన దేవుని గూర్చి తండ్రియైన దేవుడు ప్రకటించినపుడు ఒకేలా వుండవు, ఇదిగో ఈయనే నా ప్రియ కుమారుడు ఈయన యందు నేనందించియున్నాను (మత్త 3:17)17:5) (2) యేసుక్రీస్తు సిలువ మీదనుండి ఆయన మాట్లాడుచున్నపుడు ఆయన అంటున్నారు. "తండ్రీ, వీరేమి చేయుచున్నారో వీరెరుగరు గనుక వీరిని క్షమించుమని " వేడుకొనెను (లూకా 23:34) మరియు(3) దేవుని శతృవులైన వారినందరిని చివరిగా జయించిన తరువాత యేసుక్రీస్తు రాజ్యమును విడుదలచేయువానికి ప్రార్థించెను.

"మరియు సమస్తమును ఆయనకు లోపరచబడినప్పుడు దేవుడు సర్వములో సర్వమగు నిమిత్తము కుమారుడు తనకు సమస్తమును లోపరచిన దేవునికి తానే లోబడును. - 1 కొరింథి 15:28 KJV.

యేసుక్రీస్తు "వాక్యము" దేవుడు అయివుండెను.(యెహా 1:1-5) గాని యేసుక్రీస్తు తండ్రియైన దేవుడు కాదు. తండ్రియైన దేవుని, కుమారుడైన దేవుని పాత్రలు భిన్నమైనవి అయిననూ తండ్రియు కుమారుడు దైవత్వములో పరిశుద్ధాత్మతో కలిసి ఒక్కరే అయివున్నారు మరియు ఆ ముగ్గురూ ఒకే విధమైన స్వయంభవత్వము ఉద్దేశ్యము కల్గియున్నారు.

ఖచ్చితంగా క్రీస్తుయేసు (కుమారుడైన దేవుడు) పరలోకమందును, భూమిమీదను సర్వాధికారము ఇప్పటికే కలిగియున్నాడు. (మత్త 28:27) మరియు

ఎఫెస్సీ 1:22) కాని ప్రతిశత్రువు చివరిగా ఇంకనూ జయింపబడలేదు లేక "ఆయనకు అప్పగింపబడలేదు" (కొరింథి 15:28) ఉదాహరణకు, అంత్యకాల అంత్యక్రీస్తు (క్రీస్తు విరోధి) ఇంకనూ జయింపబడలేదు. మరణము, అమర్త్యత. ఇంకనూ జయించబడవలసియున్నది. క్రీస్తుయేసు భూమికి తిరిగివచ్చునపుడు క్రీస్తు విరోధి అగ్ని గుండములోనికి పడవేయబడునని లేఖనము బోధించుచున్నది. (ప్రకటన 19:30) లేఖనం కూడా బోధించుచున్నది. మరణము, లేక మర్త్యత అనే చివరి శత్రువు జయింపబడ వలసియున్నది.(1 కొరింథి 15:26).

"మరియు ధవళమైన మహా సింహాసనమును దానియందు ఆసీనుడైయున్న యొకనిని చూచితిని, భూమ్యాకాశములు ఆయన సముఖము నుండి పారిపోవును; వాటికి నిలువ చోటు కనబడకపోయెను. మరియు గొప్పవారేమి, కొద్దివారేమి మృతులైనవారందరు ఆ సింహాసనము ఎదుట నిలువబడియుండుట చూచితిని. అప్పుడు గ్రంథములు విప్పబడెను; ఆ గ్రంథములయందు వ్రాయబడియున్న వాటిని బట్టి తమ క్రియల చొప్పున మృతులు తీర్పు పొందిరి. సముద్రము తనలో ఉన్న మృతులను అప్పగించెను; మరణము పాతాళ లోకమును వాటి వశముననున్న మృతులను అప్పగించెను; మరణము పాతాళలోకము వాటి వశముననున్న మృతుల నప్పగించెను; వారిలో ప్రతివాడు తన క్రియల చొప్పున తీర్పు పొందెను. మరణమును మృతుల లోకమును అగ్నిగుండములో పడవేయబడెను. ఈ అగ్నిగుండము రెండవ మరణము". - ప్రకటన 20:11-14 KJV.

తీర్పు సమయంలో ప్రతి ప్రాణి నిత్యరక్షణకు లేక నిత్య నరకమునకు అప్పగించబడవలసి యుండును.

యూదుల దేవుడు మరియు క్రైస్తవుల దేవునికి ప్రత్యేక పేరుకలదు, మోషేకు దేవుని ప్రతిస్పందనలో కనబడుతుంది మరియు క్రీస్తు కొరకు యేసు పేరులో ప్రత్యేకంగా ఉంది (మెస్సియా) వ్యతిరేకంగా ముస్లిమ్‌యొక్క దేవుడుకి పేరులేదు. ఖురాన్‌లో తన పేరును చెప్పుటకు ఇస్లామ్ దేవుడు నిరాకరించాడు(ఆల్‌ఖురాన్) ఎందుచేతననగా ప్రజలు ఆయన నిజంగా ఎవరోనని తెలుసుకొనుటకు ఆయనను కోరడం లేదు. ఆయన నేను ఈ లోకదేవతను(2 కొరి. 4:4) లేక వాయుమండల శక్తులయొక్క అధిపతిని నేను (ఎఫెసి 2:2 KJV) అని అతడు చెప్పినట్లయితే ప్రజలు అతనిని హత్తుకొని వారు అనుకొన్నంతగా ఉండలేరని కావచ్చు. ఇస్లామ్

దేవుడు తన్నుతాను తాను(నిర్మించిన) తయారుచేసుకొన్న పునాదివంటి సాహిత్యములో పరిచయము చేసికొనుచున్నాడు. ఎట్లు? ఖురాన్‌తో ప్రత్యేకంగా అనేక సార్లు ప్రకటించుకున్నాడు.(1) అల్లాకు కుమారుడు లేడు (2) అల్లాకు కుమారుని కలిగియుండుట యొక్క అవసరము లేదు (3) యేసుక్రీస్తు మానవ దూత మరియు (4) యేసుక్రీస్తు శరీరమందు సిలువ మరణము నొందలేదు. ఖురాన్ దేవుడు పరిశుద్ధ బైబిలు దేవుని లాంటి వాడు కాదు. పరిశుద్ధ బైబిలు దేవుడు ఒక్కొగానొక్క కుమారుని కలిగి యున్నాడు. ఖురాన్ దేవుడు కుమారుని కలిగిలేడు.

వాస్తవానికి ప్రధానదూత "గాబ్రియేలు లాంటివాడుగా" పతనమైన "లూసిఫర్" దూత ఉండలేదు. ఇది పతనమైన లూసిఫర్ దూత మహమ్మద్‌కు ఖురాన్‌ను చెప్పియున్నాడు. ప్రధాన దూత గాబ్రియేలు కాదు. మహమ్మద్ అబద్ధమైన దానిని నమ్మినాడు పొందుకున్నాడు. తన్ను విశ్వసించుటకు మారువేషములో తానే గాబ్రియేలు అన్నట్లు నమ్మించాడు. మహమ్మద్‌కు మెరిసేటటువంటి ఆత్మసంబంధమైన జీవి ప్రతిసారి తనకు ప్రత్యక్షమగునట్లు తాను తెలుసుకున్నాడు. ఖచ్చితంగా పరిశుద్ధ బైబిలు స్పష్టపరచుచున్నది. సాతాను తన్ను వెలుగుదూతవలె కనుపరుచుకొనునట్లు చేయగలడు. (2 కొరింథి 11:14)

అయినను కొంతమంది ప్రజలు, కొంతమంది యూదులు, క్రైస్తవులు అనువదించపబడిన అరబిక్ పదము "దేవుడు" అనే దాని కొరకు అల్లాగా వాడినదానిని ఉపయోగించడములో ఏమి ప్రమాదము లేదు అన్నట్లుగా చూచుచున్నారు ఎందుచేతనగా అల్లాహ్ అర్థము సాధారణముగా "దేవుడు" అనేది పదశాస్త్రానుసారంగా హెబ్రీపదము "ఎల్ ఎలోహ్" మరియు "ఎలోహిమ్" ఒక లాంటిదే. "అల్లాహ్" అను పదము పరిశుద్ధ బైబిలు యొక్క దేవుని పేరు కొరకు వాడకూడదు. ఎందుకు? అల్లాహ్ పదము ఉపయోగించుటలో ఒకడు అది ముఖ్యమైనదిగా ఎంచుకొని ఇస్లామ్ క్రమమైన పద్ధతిలో నున్న వేదాంతములో భాగము అని విశ్వసించి(ఖురాన్‌ని) అలాగే మహమ్మద్ అబద్ధ ప్రవక్తని నిజమైనవాడుగా నమ్మి అప్పగించుకొనినవాడు. బయలు అను హెబ్రీ నుండి తర్జుమాచేసిన పదమునకు మాత్రము "ప్రభువు" అని అర్థము - "బయలు" అను పదము బైబిలు చేత మిగతా వాటినుండి దానిని వేరు చేసి ఆ పదమును వాడకుండా చేసి యూదుడు గాని లేక క్రైస్తవుడు గాని బైబిలు దేవుడి కొరకు దానిని వాడకుండా

వుండునట్లు బోధింపబడ్డారు. ఎందుచేతనంటే పాతనిబంధనలో అనేకమైన అన్యదేవతలు కొరకు ఆ పేరు వాడబడినట్లు చూపబడింది. అదే విధంగానే, అల్లా అనే పదము పరిశుద్ధ బైబిలు దేవునికి యూదులుగాని క్రైస్తవులుగాని ఉపయోగించకూడదు. బయలు లాగునే అల్లాహ్ అన్య దేవతకు ప్రత్యేకంగా వాడినపేరు, ఆశ్చర్యమేమంటే బయలు అనే పట్టణములో అనేకమైన అన్యదేవతలకు కలిపి పాతనిబంధన కాలములలో ఉపయోగించబడేది. (హెబ్రీ పదము బాలిమ్ అనే బహువచనంను వాడేవారు) అటులనే అల్లాహ్ ఇస్లామ్‌యొక్క అన్యదేవతలను కలిపి ఏకముగ వాడేపదము. అన్నింటిని కలిపియో/కలపకయో బయలు, అల్లాహ్ పదములు అబద్ధపు దేవుళ్ళను సూచించును-అట్లు వాడు-సాతాను తనకు తాను చెందునట్లు త్రిప్పుకున్నాడు (ఆల్‌ఖురాన్) (ఖురాన్ మహ్మద్‌కు చెప్పడంతో సాతాను తన పేరు "అల్లా"గా వాడుటకు ఎంచుకున్నాడు ఎందుకనగా తన పేరుచెప్పి తన్ను పరిచయము చేసికొనకోరలేదు. "అల్లా" అనేపదమును వారి ప్రచారంలో ఉపయోగించడం వలన ముస్లిమ్‌లు పేరులేని దేవునిని వాస్తవానికి ఆరాధించుచున్నారు. కావున వారికి గుర్తించదగిన వాడులేడు. వారు సాతానును(ఆరాధిస్తున్నట్లు గ్రహించుకున్నారు) అనగా ఒక్కడే అయిన నిజమైన దేవుడు పరిశుద్ధ బైబిలు గ్రంథము యొక్క దేవుని విరోధిని ఆరాధించుచున్నారు. అల్లా అనేపేరు రూపము మరియు ముఖములేని దేవునికి వాడియుండినను, గుర్తింపు, అల్లా ముఖము సాతాను దేనని ఖూరానులోని వ్రాయబడినదానిని బైబిలులో వ్రాయబడినదానిని సరిపోల్చి, తేడాలును చూచినపుడు బయలు పడింది.

"దేవుడు లేడు గాని అల్లా" రూపములేని అబద్ధపు ముఖము(సాతాను) మోసగాడినుండి వచ్చింది వాడు నిత్య శతృవు మరియు నిజమైన దేవుడు మరియు సత్యవంతుడైన ఒక్క దేవునికి వ్యతిరేకి. అల్లా పరిశుద్ధ గ్రంథ బైబిలు దేవుని యొక్క విరోధి.

## మనము ఎవనిని గూర్చి సాక్ష్యమిచ్చెదము?

'క్రైస్తవ ప్రజలు బైబిలు దేవునిని గూర్చి చెప్పునపుడు ఇతరులు వెంటనేవారు ఏ దేవుని గూర్చి సూచించుచున్నారో సులువుగానే వారికి అర్థమవుచున్నది అనే రోజు పోయింది. నిజానికి, ఈ దినము ఈ కాలములలో నమ్మకమైన క్రైస్తవ ప్రజలు దేవుని గూర్చి ఒకరితో ఒకరు మాట్లాడుకొనునపుడు వారికి తెలుసు వారి

ఎవరిని గూర్చి మాట్లాడుచున్నారో–కాని ప్రతి ఒక్కరికి అది తెలియదు. నామకార్థ క్రైస్తవులకు తెలియదు. అపనమ్మకమైన క్రైస్తవులకు తెలియదు. లోకస్థులు వలె నున్న క్రైస్తవులకు తెలియదు. మరియు వాస్తవమునకు క్రైస్తవేతరులకు అసలే తెలియదు. ఇంకా అధికంగా ఈ రోజుల్లో మరియు ఈ తరములోనున్న ప్రజలకూ అసలు తెలియదు. కారణమేమంటే 1) వారు పరిశుద్ధ బైబిలు దేవుడు మాత్రమే నిజమైన దేవుడు అని తప్పుడు విధానములు నమ్ముతారు: 2) లోకములో నున్న మతములుకు చెందిన ప్రజల దేవుడుకు సూచించబడిన ఆ దైవమును ఆరాధించుచున్నాము. అని పొరపాటుగా విశ్వసించుచున్నారు మరియు 3) వారు అనుకొనని రీతిలో దేవుడు అని మాటను ఎవరైనా ఉపయోగిస్తే, వారు పరిశుద్ధ బైబిలు దేవుని గూర్చి మాట్లాడుచున్నారని అవాస్తవముగా తలంచుచున్నారు.

ఇది ప్రత్యేకంగా లోకములోని చాలా దేశములలో ఉన్న క్రైస్తవ ప్రజలకు సమస్యగా అయింది. వారు ఎప్పుడు అల్లా గురించి ప్రస్తావించి చదువుతారో, వింటారో అది సమస్యగా అయింది. ముందుగా చెప్పినట్లుగనే ఎందుచేతననగా అరబిక్ ఉచ్ఛారణ అల్లాహ్ అనగా “దేవుడు”(లేక వ్యక్తపరచటంలో “ఒక్క నిజమైన నిజమైన సత్యదేవుడు) చాలా మంది క్రైస్తవ ప్రజలు అల్లాహ్ మరియు పరిశుద్ధ గ్రంథము యొక్క బైబిలు దేవుడు ఒక్కరే అని సమానమేనని పొరపాటు ఉద్దేశ్యమునకు వస్తున్నారు కావున అల్లాహ్ అని వ్యక్తపరిచినపుడు పరిశుద్ధ బైబిలు దేవుని గూర్చి మాట్లాడినపుడు అది వారికి బాగుగానే యున్నట్లు అనుకొందురు. కొన్ని బైబిలు తర్జుమాలలో ఇంగ్లీషు కాకుండగ దేవుని కొరకైన మాటలు లేక మాటగాని వారి స్థానిక భాషలలో “అల్లా”కు బదులుగా వాడినపుడు అది సరియైనది కాదు. అని చాలా మంది ఇస్లామియులకు తెలుసును. అరబిక్ ఉచ్ఛారణ “అల్లాహ్” పరిశుద్ధ గ్రంధం దేవుడైన వానిని సూచించుటకు అది సరియైనది కాదని తెలుసు. ఉదాహరణకు 2009లో మలేషియాకోర్టు శాసనం చేసింది ముస్లిమేతరులు అల్లాహ్ అనే పదమును ఉచ్చరించకూడదు అని ఎందు చేతనంటే అల్లాహ్ కేవలం ఇస్లామ్‌నకు చెందినది అని శాసనం చేసింది.

నమ్మకమైన యదార్థమైన క్రైస్తవులకు అన్ని సంస్కృతులకు చెందినవారినుండి ఆచారములు, మతశాఖలకు, సంఘములకు చెందినవారు నుండి తెలుసుకొనవలెనునది చాలా ప్రాముఖ్యము. వారు అల్లాహ్ అను ఉచ్ఛారణ

ఉపయోగించుట నుండి జ్ఞాపకాలను వారు ప్రత్యేకించి మననం చేసికొని లేక ఖురాన్ యొక్క దేవుని గురించి ఆయన బైబిలు యొక్క దేవునికి ఆటంకం కలిగించువాడని చర్చించుకొనిన వాడని గ్రహించుట ప్రాముఖ్యము. ఏలియా ధైర్యముగా అబద్ధపు దేవుడైన "బయలు" దేవుని వ్యతిరేకించి, ఒక్కడే అయిన నిజమైన దేవుడు, సత్యమైన దేవుని ఒక్కనినే హెచ్చించినట్లుగా, "యోవే"(1 రాజులు 18:1-40) నమ్మకమైన క్రైస్తవులైన ప్రజలు ధైర్యముగా అబద్ధ దేవుడు అల్లాహీను వ్యతిరేకించి పరిశుద్ధ బైబిలు దేవునిని హెచ్చించవలసియున్నారు.

పరిశుద్ధ బైబిలు దేవుని గూర్చి సూచించినపుడు, క్రైస్తవులు స్పష్టంగా వారు ఎవరిని గూర్చి సూచించుచున్నారో స్పష్టంగా ఉండాలి. అరబిక్ మాట్లాడేవారైన క్రైస్తవులు, అరబిక్ మాట్లాడని క్రైస్తవులు పరిశుద్ధ బైబిలు దేవుని అల్లాహ్ అనే ఉచ్ఛారణ ఉపయోగించు అలవాటులో ఎదిగినవారు: 1. యావే పేరుకు దానిని సంబోధించాలి (దాని వివిధ నామములకు యెహోవా లేక యెహూవా) లేక 2 అరబిక్ ఉచ్ఛారణయైన యేసుక్రీస్తుకు సంధానించుకోవాలి, అరబిక్ ఉచ్ఛారణ అల్లాహ్ కాకుండా(టేబుల్ మూడు చూడండి) క్రైస్తవులు యెల్లప్పుడు జ్ఞాపకముంచుకోవాలి అదేమంటే ఒక్కగానొక్క కుమారుడైన దేవుడు నిజముగా దేవుని అవతారము" లేక శరీరములో ఉన్న దేవుడే(యోహా 1:1-5,14:1 తిమోతి 3:16)

**టేబుల్ 3**

| | |
|---|---|
| అరబిక్ ఉచ్ఛారణ | السيد يسوع |
| అనువాదము | ఆల్ సాయియీద్ యేసుఅ |
| ఉచ్ఛారణ-పలుక | అ సయ్యిద్ యస్ ఊ అ |
| ఆంగ్ల అర్థము | ప్రభువైన యేసు |

తర్జుమా ఆల్-సయిర్‌గా "1" ఆల్ నుండి అరబిక్ కొన్ని హల్లులు స్వరములు వస్తాయి అరబిక్‌లో "s" మరియు "ం" తో కలుపుకొని. సయ్యిద్ పదముతో ఆందోళన చెందనక్కర్లేదని గమనించాలి. దీనిని రక్షకుడు పేరుతో ఎప్పుడు వాడినా (Yshua, Yesua or Jesus) మహమ్మద్ వంశములోనికి వారి ఎప్పుడు వాడిన గౌరవించుటకు ఆందోళన చెందనక్కరలేదు. అందుకు భిన్నంగా స్పష్టతకొరకు, యెషువా, యెహేషువా లేక యేసు వాడినప్పుడు బిరుదు అని సయ్యద్ అర్థము ఒక్క నిజమైన ప్రభువైన నిజదేవుడు-సార్వభౌముడు ఒక్కడే అందరూ ఆయననే గౌరవించుటకు ఆయనే ప్రభుత్వం, ఆయనకే విధేయులుగా, ఆయనకే విధేయులై వుంటాము. అని ప్రమాణము చేయాలి. లోబడుట అప్పగించుకొనవలెను.

నమ్మకమైన క్రైస్తవులందరూ, స్థానికభాషా భేదము లేకుండా, స్థానిక పదములుగా రాకుండగ బైబిలు పరిశుద్ధదేవునికి స్తుతించుటకు కృతజ్ఞత తెలుపుటకు మార్చుకొని ఎట్లు తెలుపవలెనో క్రింది వాటి అనుసరించవలసినవి. 1) దేవుని స్తోత్రము లేక అల్లాహ్ స్తోత్రమునుండి యావేకు స్తోత్రము లేక ప్రభువైన యేసుక్రీస్తుకు స్తోత్రము. 2. దేవునికి నేను కృతజ్ఞుడను లేక అల్లాహ్‌కు కృతజ్ఞుడను నుండి ప్రభువైన యేసు క్రీస్తుకు కృతజ్ఞుడును. 3) దేవుని నామములో నేను నీకు శుభములు చెప్పుచున్నాను లేక అల్లాహ్ నామములో శుభములు చెప్పుచున్నాను నుండి యావే నామములో శుభములు చెప్పుచున్నాను లేక ప్రభువైన యేసుక్రీస్తు నాములో మీకు శుభములు చెప్పుచున్నాను ఆ సందర్భ పరిస్థితులను బలముగా ఎదుర్కొనుటకు అల్లాహ్ అని ఉచ్ఛరించు వాడైన ముస్లిమ్ నెవనినైనా ఎదుర్కొనునపుడు వ్యక్తిగత పరిచయ సమయములో క్రైస్తవ ప్రజలు ఈ విధముగా తప్పక వీటితో ప్రతిస్పందించాలి 1) యావేనామములో నేను నీకు శుభములు చెప్పుచున్నాను 2) పరిశుద్ధ బైబిలు దేవుడైన వాని నామములలో నీకు నేను శుభములు చెప్పుచున్నాను. 3) ప్రభువైన యేసుక్రీస్తు నామములో నీకు నేను శుభములు తిరిగి ఇస్తున్నాను. 4) యేసుక్రీస్తు నామములో శుభములు చెప్పుచున్నాను. అని చెప్పాలి.

ఒక ముస్లిమ్‌తో సంభాషించినపుడ అతడు అల్లాకు స్తుతులు అని చెప్పినపుడు, క్రైస్తవుడకి అతనికి బదులుగా ఏదైనా బదులు చెప్పాలని అనిపించినట్లయితే అప్పుడు ఆమె/అతడు ఇట్లు చెప్పవచ్చు. 1) సమస్త స్తుతులు యేవేకే 2) సమస్త స్తుతులు ప్రభువైన యేసుకే 3) నేను సమస్త స్తుతులు ప్రభువైన యేసుకే ఆయన ఇచ్చిన సమస్తమునకు, ఫలితమునకు, ఆశీర్వాదమునకు, చివరిగా, ఇన్ షాల్లాహ్ లేక అల్లాకి ఇష్టమైతే అని వ్యక్తపరిచినపుడు క్రైస్తవులు ప్రతిస్పందించాలి ఎట్లనగా "పరిశుద్ధ బైబిలు యొక్క దేవుని చిత్తమయినట్లు సమస్తము జరుగునుగాక!

క్రైస్తవులు ఉపయోగించుటకు రచయిత కాని ఉదాహరణలతో కూడిన ప్రకారము ఇచ్చుచున్నాడు, మీ యొక్క పరిస్థితిని బట్టి మీరున్న స్థితిగతిని బట్టి వీటిని మీరు అణుగుణముగా మార్చుకొనవచ్చును అలాగే మీ స్థానిక భాషను, స్థానిక పలుకులు ప్రకారముగా మార్చు కానవచ్చును. జ్ఞాపకముంచు కొనండి ఎన్నడు ఘనతను, కృతజ్ఞతను, గౌరవమును అల్లాహ్ ఉచ్ఛారణను ఉపయోగించుటద్వారా పరిశుద్ధ బైబిలు యొక్క దేవుడుతో పేరు మార్పు కొరకు

క్రీస్తు వ్యతిరేక సాక్షి

ఖురాన్ దేవునికి చెందకుండా వుండునట్లు జ్ఞాపకముంచుకొనండి ఇతరులైన మీకు తెలిసిన వారితో నమ్మకమైన క్రైస్తవులుగా మీరు తెలియబడునట్లుగా దేవుడు అనే సాధారణమైన మూలపదమును మాత్రము మాట్లాడునపుడు(వాడండి) ఉపయోగించండి. సందేహమెప్పుడు కలిగిన, యెల్లప్పుడు యావే "యేసుక్రీస్తు" లేక ప్రభువైన క్రీస్తు (అల్ సయిాద్) యేసు అ) ను మూలపదమైన దేవుడు అనే స్థానములో బైబిలు పరిశుద్ధ దేవుడు, ఒక్కడే అయ్యున్న నిజమైన సృష్టికర్తయైన దేవుని నామములకు దేవ దూషణ కలుగకుండునట్లు ఉపయోగించండి. ఇది ఇంకా గమనించదగినది. కొందరు మెస్సియానిక్ క్రైస్తవులు(యూదు క్రైస్తవులు) "పలుకకూడదు అని ఉచ్ఛరించకూడని నాలుగు అక్షరములు గల పదమును వారు మాట్లాడునపుడు ఉపయోగించునపుడు అసౌకర్యముకు గురియైనట్లు భావించెదరు. అందునుబట్టివారు "అదోనై" వంటి "హషేమ్(పేరు) హెబ్రీ పదాలను పరిశుద్ధ బైబిలు దేవుని కొరకు వారు ఉపయోగిస్తారు యషువహు మోషియక్ (యేసు మెస్సియా) దేవునికుమారుని కొరకు ఉపయోగిస్తారు.

ముస్లిమ్‌ల యొక్క సమక్షములో తమ దేవుని గౌరవించుటకు తమకు తాము బోర్లపడిన

1) క్రైస్తవులు తమ్మును తాము క్షమించుకోవాలి 2) కూర్చొని లేక నిల్చోని నిశ్శబ్దముగా బైబిలు దేవునికి ప్రార్థించాలి.

దగ్గర భవిష్యత్‌లో అనేకమంది క్రైస్తవులు బైబిలు దేవుని నిస్సందేహముగా ఆరాధించుటకు (నిస్సందేహము)గ అవసరమై యున్నారు. అట్టి ఆరాధన పరిస్థితిలో ప్రభువైన యేసు కొరకు శ్రమపడుటకైనను సిద్ధపడేవారు కావలయును. ఏదైతేనేమి, అలాంటి నిర్ణయము తీసుకొనే క్షణము ప్రతిఒక్క క్రైస్తవునికి వచ్చునంతవరకు,క్రైస్తవులు జాగ్రత్తగా వుండవలెను, న్యాయముగాను, యావేను దేవదూషణ లేకుండా ముస్లిమ్‌తో వారి సంభాషణల్లో అదుపులో ఉంచుకొనవలెను లేక అల్లాగా మనకు తెలిసినట్లే అబద్ధ దేవునికి గౌరవమిచ్చునట్లు, క్రీస్తు యేసును అవమానించినట్లు వ్యర్థ పదములనే సంభాషించెదము, అదే సమయంలో అవసరము లేకుండానే తమతట తాము కష్టమైన విధానములో ఉంచుకుంటారు. చివరి విశ్లేషణలో, ఏమి చెప్పెదరో, ఏమి చెప్పరో అనే విషయమును ప్రతి వ్యక్తి యొక్క మనస్సిష్టమునకు వదులుచున్నాము.

1) ఇస్లామ్‌కు వ్యతిరేకముగా మాట్లాడు లేక నిలబడు విషయం గూర్చి 2) ఇస్లామ్‌కు వ్యతిరేకముగా ఎప్పుడు నిలబడుదురు 3) ఎప్పుడు ఇస్లామ్‌కు వ్యతిరేకముగా నిలబడకూడదు. ప్రతి క్రైస్తవుడు తమకు తాము ఆమెకు ఆమె నిర్ణయము తీసుకోవాలి. లేఖనములలో నుండి ముందు వచ్చే వాక్యములలో నడిపింపు ఇవ్వబడుతుంది. ప్రత్యేకంగా 2 రాజులు 5 అధ్యాయము–నయమాను ప్రవక్త అయిన ఏలీషాను "నేను నా యజమానుడు రాజు మ్రొక్కుటకు రిమ్మోనుగుడిలో చొచ్చి నా చేతి మీద ఆనుకొనునపుడు, నేను రిమ్మోను గుడిలో నమస్కారము చేసినట్లుగా పోవుదునా అని అడిగినపుడు, ఎలీషా ప్రవక్త 'నెమ్మదికలవాడై పొమ్ము" అని ప్రతిస్పందించినాడు అది ప్రవక్తయైన ఎలీషా నయమాను కొరకు నిర్ణయించలేదు గాని నయమాను తన కొరకు తాను నిర్ణయించు కొనవలసియున్నది, దానిని మనము అన్వయించుకొనవలెను ప్రవక్త ఎలీషాకు తెలుసు నయమాను కార్యమును ఖండించవలెనో లేక క్షమించి విడిచిపెట్టవలెనో. అతనికి పరిశుద్ధ బైబిలు దేవునికి మాత్రమే మనలో ప్రతివారి యొక్క కార్యమును గూర్చి తీర్పు తీర్చ గలవాడని తెలుసు.

చాలామంది క్రైస్తవులు సింహాల గుహలలోనికి పడవేయబడుటనుండి తప్పించుకొనుటకు క్రీస్తు యేసును తృణీకరించుట ఎంచుకున్న తరువాత, కొందరు వారి యొక్క ఆశను తిరిగి క్రైస్తవ సమాజములోనికి తిరిగి వచ్చేదము అని వ్యక్తపరిచారు. ఆదిమ క్రైస్తవులకు వారిని అనుమతించాలో, అనుమతించకూడదో నిశ్చయించు కొనుటకు సమస్యగా అయింది, క్రీస్తుయేసును తృణీకరించినవారిని అలాంటి పరిస్థితులలో క్రైస్తవ గుంపులో తిరిగి అంగీకరించుటకు సమస్యగా మారింది. చర్చ, సమావేశము లేకుండా సమకాలీన క్రైస్తవ సమాజము, ఇక్కడకు తేబడిన అన్ని విషయములలో దేవుడు మాత్రమే వాటికి తీర్పు తీర్చువాడై యున్నాడని నిశ్శబ్దముగ ముగించినది.

ముగింపులో, ఇది వ్యక్తిగత మనస్సాక్షికి సంబంధించిన విషయము, ఒప్పుదల, సమర్పణకు చెందినది, ప్రతివ్యక్తి తన కొరకు తాను ఆమె కొరకు ఆమె నిర్ణయము తీసుకొనవలసినదే గాని వేరొకరు కాదు. వారియొక్క వ్యక్తిగత నిర్ణయముల కొరకు వేరొకరిని గద్దించడం గాని తీర్పు తీర్చడం గాని ఇతరులకు చేయకూడదు. ఎందుకు? ఈ విషయములో పరిశుద్ధ బైబిలు దేవునికి ప్రతి వ్యక్తికి మధ్యలో

నున్నది. అనుకుంటున్నాను క్రైస్తవులందరూ దీనిని ముగించడంకొరకు చాలినంత వారికి విశ్వాస సామర్థ్యము గల పరిపక్వత లోనికి వచ్చి ఉంటారు, ఎందుచేతనంటే వారు ఇక తమకు చెందినవారు కాదుగాని పరిశుద్ధ బైబిలు దేవునికి చెందినవారు. వారు ఇక తమ్మును తాము సంతోషపరుచుకొనువారుగా వుండుటకు, ప్రతివారు వెదుకుటలేదుగాని, దానికి బదులుగా పరిశుద్ధ బైబిలుదేవుడు, సృష్టికర్తయైన నిజమైనదేవుడిని మాత్రమే సంతోషపెట్టుటకు వెదకుచున్నారు.

యధార్ధమైన క్రైస్తవులు తమకు తాము చెందినవారు కారు, వారు తమ్మును తాము స్వంతమనుకోరు, వారు క్రీస్తుయేసుకు చెందినవారు, క్రీస్తుయేసు వారిని స్వంతం చేసుకున్నారు, మనము వెలయిచ్చి కొనబడ్డాము ఆవెల ఒక్కగానొక్క దేవుని కుమారుడైన యేసు రక్తము. పర్యవసానముగా ఇక జీవించువారము మనము కాదుగాని మనయందు జీవించుచున్న యేసుక్రీస్తే(గలతి 2:203) తన పరిశుద్ధాత్మ మనలో నివసించుటద్వారా మనం ఆయనకు చెందినవారము.

★★★

# అధ్యాయము 5

# ఇస్లామ్ యొక్క ఉద్ధేశ్యములో ప్రవచన అనువాదము

ప్రాణములు భూమిమీద ఉన్నంతకాలము సర్వశక్తి మంతుడు ప్రభువైన దేవుని మర్మములు పూర్తిగా అవగాహన చేసుకొనుట సాధ్యం కాకపోయినప్పటికినీ, ఆయన ప్రవచనముల యొక్క నేరవేర్పును బట్టి ఆయన ఉన్నాడని వాటిని వారు నేర్చుకొనగరు. అనేకమంది తమ జీవితములలను పరిశుద్ధ బైబిలు దేవునికి సమర్పించుకుంటున్నారనేది సత్యము. మొదటవారు వచ్చి విశ్వాసముంచి ఆయనను ఆశ్రయించుచున్నారు ఎందుచేతననగా ఆయన ప్రవచనములు నేరవేరినవి లేక నెరవేరబోవుచున్నవి అని వారు నేర్చుకొనుచున్నారు. అనేకమంది ఇదివరకే విశ్వాసము కలిగియుండి వారియొక్క విశ్వాసమునందు బలపడియున్నారనునది సత్యము కారణమేమనగా బైబిలు ప్రవచనములు ద్వారా సంఘటనలు బయులు పరచబడుచున్నవి. సూక్ష్మంగా ప్రవచించుటను నిర్లక్ష్యము చేయకుడి(థెస్స 5:20) యేసును గూర్చిన సాక్ష్యము ప్రవచన ఆత్మ, ప్రకటన19:10KJV) ఆయన సాక్ష్యము అంగీకరించినవారు దేవుడు సత్యవంతుడను మాటకు ముద్ర వేసియున్నారు.(యోహా 3:33)

అనేకమైన పరిస్థితులు భూమిమీద వృద్ధిచెందుతున్నవి ఈ తరము త్వరగా అంతముకావచ్చుచున్నదని తెలియచేయుచున్నది. నేను ఇప్పుడు వ్రాయుచున్నవి అది ఒక వేళ జరుగక పోవచ్చు గాని (1) ఇతరులు, దేవునివైపు మంచి వైపు మళ్ళించబడుటకు ప్రభావితము చేయబడవచ్చు. యేసుక్రీస్తు ఒక్కగానొక్క దేవుని కుమారుడుగాను అంగీకరించి తమ స్వంతరక్షకుడుగా స్వీకరించును (2) మరియు దేవుని పిల్లలు వారియొక్క శాంతిని సమాధానమును, వారిచుట్టూ తూఫానువంటి పరిస్థితులు వెదికి వారిని ఆవరించియుండగా వారు శాంతిని కలిగియుంటారు. ఈ లోకములోని విషయములు చాలా చెడ్డవిగా మారిపోతుంటాయి. నా యొక్క నిరీక్షణ ఇది, ఈలాగు పరిస్థితులు చెడ్డగా మారిపోతూవుండగా దానికిముందు ప్రజలు మరింతగా సర్వశక్తిమంతుడైన దేవుని వైపునకు మళ్ళుదురు. నా నిరీక్షణ ఇది

ప్రజలు శ్రమలు, హింసలు, కఠినమైన పరిస్థితులు వలన వ్యతిరేక భావనలుతో కాక శక్తిమంతుడు ప్రభువైన దేవునికి స్తుతిని, ఘనతను, మరియును మహిమను (చెల్లించెదరు) ఏ పరిస్థితులలో వారున్ననూ ఆయనకు చెందవలసిన మహిమను వారు చెల్లించెదరు.

గనుక మనము అంథకారములో మనమున్నట్లు గమనించినపుడు బెదిరిపోకుండా వుందుము గాక, ప్రతిఫలముగా దేవుడు మనలను విడువలేదనే విశ్వాసమునకు మనము వచ్చెదము. మనము అర్ధము చేసుకొని గ్రహించవలసినదేమంటే నిర్ధయ, అవిధేయత, నియమంలేనితనము, దుష్టత్వము, అనైతికత, సంస్కారము లేనితనము, స్వార్ధపూరితముగా మనము సాక్ష్యమిచ్చుట-ఇట్టివి ఊహించినంతగా అధికముగా వృద్ధి చెంది అంతయు పతనమై పోయేదిశగా వుండును.(2థెస్స 2:3) కాగా దేవుని ప్రవక్తలనేకులు క్రీస్తు అపోస్తలులైనవారు క్రీస్తురాకకు ముందు ఇవన్నియు జరుగునని ప్రవచించియున్నారు.

భౌగోళికంగా అదుపులో లేని పరిస్థితి మరియు దాని ప్రస్తుత ప్రపంచ విధానమునకు సంబంధించినవన్నీ తొలగించబడడము గమనిస్తుంటే, అదేమనగా యేసుక్రీస్తు తన వెయ్యేండ్ల పరిపాలన భూమిమీద స్థాపించకముందు భూమి పూర్తిగా నైతికంగా హీనమైన పరిస్థితికి వస్తుంది. అది నీతిమంతుల యొక్క నీతిమొక్కలు, దుష్టులయొక్క కలుపుమొక్కలుతో పెరికివేయబగకూడదనేది దేవుని చిత్తము. బలహీనులైనవారు ఆయనయందు బలము పొందుటకు తగినంతసమయం ఇవ్వబడుచుండుట కూడా దేవుని చిత్తమే కావున యేసుక్రీస్తు రాకడ సమీపిస్తున్నకొలది, ఖాళీని విశాలపరచుటయు, లోతుగా విభజించుటయు, మరియు స్పష్టమైన ఉన్నతిని వృద్ధి చేయుటయు అనేది దేవునికి చెందినవారైన ప్రజలకు, ఆయనయందు భాగము కలిగిలేని వారికి మధ్యలో మనము కనిపెట్టవలసియున్నది. దేవుని షెకీనా మహిమ ప్రత్యక్షమయ్యేటప్పటికీ బూడిదరంగు ఛాయలు అక్కడుండవు. ఆత్మీయమైన వెలుగు మరియు అంధకారము మాత్రమే రుజువుగా వుండును. ఈ చివరి దినములలో గొఱ్ఱెలు(దేవునికి చెందిన ప్రజలు) లో నుండి మేకలను(సాతానుకు చెందిన ప్రజలు) వేరుచేయుటకు ఈ సంగతులు సంభవించాలి.

యేసుక్రీస్తు వారు ప్రచురించినట్లుగా మరొకప్రక్క రోగములు, పాపపు సంబంధమైన మనస్తత్వములు పెరుగుతుండాలి అక్కడక్కడ కరువులు విస్తరించాలి.

మరియు తెగుళ్ళు గొప్ప భూకంపములు, చివరి దినములలో యుద్ధములు ఎక్కువ అగుచూ ఉండాలి.(మత్తయి 24:6.7) మార్కు 13:7,8, లూకా 21:9,11) మన యజమానుడు అట్టి సంఘటనలు మధ్య ఆయనను వెంబడించినవారు చివరదినములుకు వస్తున్నట్లుగా కనిపిస్తున్నపుడు మంచిగా సిద్ధపడవలెనని చెప్పినారు మంచిగా సిద్ధపడుట అనేది ఎలాగూ? అవిశ్వాసులైనవారు ఆశ్చర్యపోతారు ఆలాంటి కఠినమైన వేదనకరమైన సంగతులు చోటు చేసుకుంటుంటే భయపడి వెనక్కి వెళ్ళిపోగా, క్రైస్తవ విశ్వాసులు బలము పొందుతారు-నిజమైన విశ్వాసులు తమమట్టుకు తాము శ్రమ పడుచున్నప్పటికినీ, ప్రవచనములు నెరవేరుచున్నట్లుగా గుర్తించ సామర్థ్యము కలగవారుగా వుందురు. గనుక పరిశుద్ధ బైబిలు దేవుడు యొక్క సర్వవ్యాప్తము, సర్వ జ్ఞానము మరియు సర్వశక్తిమత్యము రుజువు అవుచునే యుండును. దాని ఋజువులతో వారు ఆనందించుదురు ఎందుచేతననగా వారికి వాగ్దానముగా ఇవ్వబడిన వారి యొక్క విశ్రాంతి ఖచ్చితముగా వచ్చునని వారికి తెలియును.

కొద్దిమంది ప్రవచన నెరవేర్చు ఎలాగు పూర్తిగా ముడిపెట్టబడియున్నదో గ్రహించెదరు. అది దేవుని అతీతమైన అధికారమునకు ఋజువుగా ఎట్లున్నదో గ్రహించెదరు. పరిశుద్ధ బైబిలు విషయానికొస్తే, ప్రతి పుస్తకము మరియు పత్రిక అందుగల కొన్ని ప్రవచన పూర్వకమైన అంశాలు, ప్రవచనాలు విషయానికొస్తే ఇశ్రాయేలు ప్రజలు (సంతతి)కి యేసుక్రీస్తు మొదటిరాకడకు సంబంధించిన ప్రవచనములు, ఆయన రెండరాకడకు సంబంధించిన ప్రవచన విషయములు అన్నిటికి ఉన్నవి.

అంత్య దినములయందుండు సంగతులను కలిపియుండు ప్రవచనములను అపోకలిప్సిస్ అని పిలుస్తారు. “అపోకలిప్స్” (Apokalypsis G-602) అను మాట గ్రీకు నుండి వచ్చినది. దాని అర్థము “బహిర్గతముచేయుట” “ముసుగుతీయుట” లేక “ప్రత్యక్షత” “బహిర్గతము” చేయు వ్రాతలు అప్పుడు దైవిక బహిర్గతములుగా చేయబడిన విషయములు లేక తీర్పు దినము ముందు చోటు చేసుకోనున్న ఆత్మీయముగా బహిర్గతము చేయబడిన విషయములు.

బైబిలు గ్రంథమంతటా అంతటను చాలా స్థలములలో అంత్యకాల విషయములనుగూర్చిన రచనలు చూడగలము. ఏలాగైతేనేమి. యేసుక్రీస్తు ప్రత్యక్షత అపోస్తులుడైన యోహానుకు వచ్చినది అన్ని అంత్యకాల విషయములు కంటే గొప్పది.

ఎందుకు? ఇది మానవ మాత్రులకు సాక్ష్యముగా ఇవ్వబడిన; దేవుడు ఉన్నాడు, ఉండెను, నిత్యము ఉండబోవుచున్నాడు అనుటకు ముఖ్యమైన సాక్ష్యము అది. ఈ ప్రపంచంలో చిట్ట చివరగా భయంకరమైనవి జరుగుబోవుచున్నవాటిని గూర్చి బయలు పరచబడపోవుచున్నది. అంత్యకాలమందు పరిశుద్ధులకు అవసరమైన గ్రహింపు నిచ్చి రాబోవుచున్న శ్రమలలో దు:ఖములలో వారియొక్క విశ్వాసమును ఒక్కగానొక్క దేవుని యందుంచున్నట్లుగా అది చేయును. (ఇక్కడ స్పష్టత కొరకు, యధార్థవంతమైన క్రైస్తవులు జీవించుచున్నవారు గాని, మరణించువారుగాని, వారు పరిశుద్ధులు).

అవును, భవిష్యత్తు ముందుగానే నిర్ణయించబడినది. “అదెట్లుండబోవును”? అని తమను తాము ప్రశ్నించు కొనువారి కొరకు మరియు అదిముందుగానే చెప్పబడినది కాదా?-బదులుగానేను చేసేది ఒక్కటే, దేవుని చిత్తమునకు వెలుపల ఏదైతే ఎదుర్కొనబడుటకు ప్రారంభమగునో దానినుండి ఓటమి నిర్మించబడి బయటకు వచ్చును. అది మతసంబంధమైనదైననూ, లేక రాజకీయ సంస్థాగతమైనదైననూ, దేవుని చిత్తము వెలుపల ఎదుర్కొనుటకు అయితే దేశమైననూ, భవిష్యత్ జీవితము అయిననూ, లేక లోకము-ఉద్దేశ్యము గనుక దేవుని చిత్తమును జరిగించక పోయినట్లయితే, అప్పుడు ఆకార్యము మూసివేయబడి విచారకరపరిస్థితులుకు దారి తీయును. (ఓటమి అనేది ఏడు సంవత్సరములుకొరకు ఋజువుకాకపోవచ్చు, డబ్బై సంవత్సరములు 7000 సం॥లకైననూ కాకపోవచ్చు అయితే పొరపడక్కర్లేదు అది ఖచ్చితంగా అది వస్తుంది) తరువాత(తదుపరి) ఈ లోకము దాని ఆకారములు గతించిపోవుటకు నిర్ణయించబడినవి. అంటే అర్థము దేవుడు ఆత్మలను నిత్యము విమోచించెననిగాని, నిత్యము శిక్షించెనని అని కాదు. ప్రతి ఆత్మ దాని కొరకు అది నిర్ణయించబడినది. అయినప్పటికిని అంతము, ఒకని ఉద్దేశ్యము స్పష్టముగా ఆత్మయందు కనబడును. ప్రతి యొక్క ఆత్మదాని ప్రయాణం కొరకు అది ఎంచుకొనిన దిశలోనే వుండును.

ఈ లోకముయొక్క విధిశక్తిని గూర్చి నేర్చుకొనిన దానిమీద, ఎవరు ఆధారపడియుండినవారెవరైననూ, తెలివి తక్కువతనముగా వారు సృష్టికర్తయైన దేవుడు క్రూరమైనవాడని ముగింపుకు వచ్చెదరు. వారికి నేను జ్ఞాపకము చేయకోరేదేమంటే పాపముచేసిన మానవ మాత్రులు తప్ప దేవుడు క్రూరమైనవాడుకాదు దేవుడు కలిగియున్న ఆయన తీర్పు మరియు ఉగ్రత లేక న్యాయ తీర్పుతీర్చే కోపముగాని

చూపించియుంటే మనమెప్పుడో పూర్వమే అందరము తుడిచివేయబడేవారము. అపరాధులుపట్ల దేవుడు ఎంతో కరుణను చూపువాడైయున్నాడు అందును బట్టి మనము మారు మనస్సు పొందునట్లు మనకు సమయమిస్తున్నాడు, మన పాపములుకొరకు క్షమాపణము మనము అడుగునట్లును, యేసుక్రీస్తును ఒక్కగానొక్క దేవుని కుమారుడని, మనవ్యక్తిగతరక్షకుడని అంగీకరించునట్లు అవకాశమిచ్చుచున్నాడు.

ఈ రోజు, ప్రజలు పరిశుద్ధబైబిలు దేవునికి భయపడుటకు మరచిపోవడము మాత్రమేగాక ఆయనకు భయపడుట ఎట్లో కూడా మరచిపోయారు. దారి మళ్ళిపోయే పరిస్థితినుండి, రాజకీయ సంబంధమైన దిద్దుబాటు అనుకూలవాదముకు దిద్దుబాటు అవసరము (అనుకూలవాదము అనగా ప్రజలను ఇబ్బంది పెట్టుటకు ప్రయత్నించుట) చాలా మంది ఆధునిక వేదాంతవేత్తలు మరియు సంఘనాయకులు పరిశుద్ధబైబిలు దేవుడుకి భయపడుట అనేది ఆయనను గౌరవించుట, ఘనపరచుట అనేది కలుపుకొని మాత్రమే వుంటుందని బోధించుచున్నారు. ఏదైతేనేమి ఎలాగైతేనేమి పరిశుద్ధ దేవునికి ప్రజలు నిజంగా భయపడుట అనేదానిలో ఇతర విషయములన్నిటికంటే ఆయనకు కోపము పుట్టించుటకు గొప్పగా భయపడాలి. నమ్మకమైన క్రైస్తవులు కొరకు, సర్వశక్తిమంతుడైన ప్రభువైనదేవునికి భయపడుట అనేది బానిస యజమానులుకు భయపడునట్లుగాను, కుమారుడు కుమార్తె తన తల్లిదండ్రులకు భయపడునట్లుగాను ఉన్న రెండింటిని కలిగియుండును ఇంకొక మాటలో చెప్పవలెనంటే సర్వశక్తిమంతుడైన ప్రభువైనదేవునికి భయపడుట అనేది ఆయన సర్వశక్తికి, ఆయన తీర్పుకు, ఆయన దేనికై అసహ్యించుకోనునో దానిని అపునట్లు అనగా ఆయన ఉగ్రతకు భయపడవలెను పరిశుద్ధ బైబిలు దేవుడు అన్నిరకములైన చెడుగును అసహ్యించుకొనును. ప్రత్యేకంగా ఆబద్ధదేవుళ్ళను ఆరాధించుటను అసహ్యించుకొనును.

దురదృష్టవశాత్తు, చాలామంది నమ్మకమైన క్రైస్తవులు తములో తాము నిర్ణయించుకున్నారు అదేమంటే పరిశుద్ధ బైబిలు దేవుడు ప్రేమించువాడు కాదు అదేసమయములో ఉగ్రత కోపము కలిగినవాడును కాదు అని.(ఆయన) పరిశుద్ధ బైబిలు దేవుని యొక్క ప్రతీకారము ఆయన న్యాయమునకు, తీర్పునకు సంబంధించి యుంటుందని వారు గ్రహించలేకుండా వున్నారు. నిజమునకు, దేవుని ఉగ్రత నమ్మకమైన క్రైస్తవులు మీద పడకపోయినప్పటికినీ, ఆయన పరిశుద్ధనామమును, ఆయన ఒక్కగానొక్క కుమారుడైన దేవుని బహిరంగము దూషించువారి మీద పడును.

నమ్మకమైన క్రైస్తవులు తండ్రియైన దేవుని ఉగ్రతను ఆపుటకు మాత్రం కావలెను ఎందుచేతననగా దేవుని కుమారుడు రక్తము చిందించినాడు క్రీస్తుయేసు నమ్మకమైన క్రైస్తవులు కొరకు వారిమీద సర్వశక్తిమంతుడు ప్రభువైన దేవుని యొక్క ఉగ్రతనుండి తప్పించిబడునట్లుగా విజ్ఞాపన చేయుచున్నాడు. నమ్మకమైన క్రైస్తవులు పరిశుద్ధ బైబిలు దేవునికి చెందిన ప్రతీకారమును ఎన్నడును హత్తుకొనకుండునట్లు వుండవలెను.(ద్వితీయో 32:35) ఎందుచేతననగా అది సర్వశక్తిమంతుడు ప్రభువైన దేవుని భాగము : అది ఆయన యొక్క స్వభావము మరియు లక్షణము.

దేవుని యొక్క ఉగ్రత కుమ్మరింపబడుటకు సంబంధించిన అంత్యకాల ప్రవచనముల విషయానికొస్తే అంత్యకాల సమయంలో సంభవించు రెండు అతి పెద్ద మార్పులు ఎదుగుదలలును గూర్చి ఆత్మీయముగా మనస్సు కలిగినవారు అర్థముచేసుకొనవలయును. ఒకటి పదిదేశములు యూరప్‌కు చెందినవి ఒకటిగా రూపొందడము (యూరప్‌కు చెందిన 10దేశములు సమాఖ్య) మరొకటి పది ఇస్లాము దేశముల గణతంత్రము(పది ఇస్లామిక్ దేశముల సమాఖ్యగా యార్పడడము).

ప్రతి సమాఖ్య యొక్క వృద్ధిని గూర్చి (మృగము) బైబిలులోని చివరి పుస్తకములో వర్ణించబడినది, ప్రకటన గ్రంథములో :

పదిదేశముల యూరోపియన్ సమాజముగా రూపొందిన దానిని అనేకులు ఏమని పిలుస్తున్నారంటే "పునరుజ్జీవింపబడిన రోమన్ సామ్రాజ్యము"-ఇది ప్రకటన గ్రంథము 17వ అధ్యాయములో ప్రవచించబడినది. రూపొందిన 10దేశములు ఇస్లామిక్ గణతంత్రము-అనేక మంది ప్రజలు దానిని గుర్తించ వీలులేకుండగనున్నారు ఇది ప్రకటన 13 అధ్యాయములో ప్రవచించబడినది. ఈ రెండు అధ్యాయములలో రెండు రాజకీయసంబంధమైన ఆర్థికపరమైన మరియు మతపరముగా నిలదొక్కుకున్నట్టివైనవి. ఈ రెండు అధ్యాయములు ఏడు తలలు మరియు 10కొమ్ములు కలిగియున్నట్లుగా చెప్పబడినవి. అనేక బైబిలు బోధకులైన వారు అదేవిధమైన మాటలు చెప్పి ఈ మృగములు ఒకే విధమైనవి అని చెప్పుట ముగించినను, ఆ ముగింపు సరియైనది కాదు. రెండు, ఏడు తలలు, పదికొమ్ములు కలిగియున్నను, ప్రకటన 17లోని ఎఱ్ఱని రంగు కలిగియున్న మృగము, 13 అధ్యాయంలోని పులివలె నున్న మృగము లాంటిదికాదు. వాటికి కలిగియున్న 7 తలులు, 10కొమ్ములు సులువుగనే అర్థమిచ్చుచున్నవి అవి రెండును చెడును ప్రత్యక్షపరచేవి. అపవాది

తన్నుతాను ప్రకటన 12 లో ఎఱ్ఱని మహా ఘట సర్పముగాను, 7 తలలు 10 కొమ్ములు కలదిగాను వర్ణించబడియున్నాడు. ప్రకటన 17 మరియు 13 పరిశుద్ధాత్మవలన ఆత్మీయ అర్థములో రాగలపేజీలలో వర్ణించబడింది.

"ఆ యేడు పాత్రలను పట్టుకొనియున్న యేడుగురు దేవదూతలలో ఒకడు వచ్చి నాతో మాటలాడుచు ఈలాగు చెప్పెను. - నీవిక్కడకి రమ్ము, విస్తార జలముల మీద కూర్చున మహావేశ్యకు చేయబడు తీర్పు నీకు కనుపరచెదను; భూరాజులు ఆమెతో వ్యభిచరించిరి, భూనివాసులు ఆమె వ్యభిచార మద్యములో మత్తులైరి. అప్పుడతడు ఆత్మవశుడైన నన్ను అరణ్యమునకు కొనిపోగా, దేవదూషణ నామములతో నిండుకొని, యేడు తలలును పది కొమ్ములునుగల ఎఱ్ఱని మృగము మీద కూర్చుండిన యొక స్త్రీని చూచితిని. ఆ స్త్రీ ధూమ్రరక్తవర్ణము గల వస్త్రము ధరించుకొని, బంగారముతోను రత్నములతోను ముత్యములతోను అలంకరింపబడినదై, ఏహ్యమైన కార్యములతోను తాను చేయుచున్న వ్యభిచార సంబంధమైన అపవిత్రకార్యములతోను నిండిన యొక సువర్ణపాత్రను తన చేత పట్టుకొనియుండెను. దాని నొసట దానిపేరు ఈలాగు వ్రాయబడి యుండెను - మర్మము, వేశ్యలకును, భూమిలోని ఏహ్యమైన వాటికిని తల్లియైన మహా బబులోను. మరియు ఆ స్త్రీ పరిశుద్ధుల రక్తము చేతను, యేసు యొక్క హతసాక్షుల రక్తము చేతను మత్తిల్లియుండుట చూచితిని. నేను దాని బహుగా ఆశ్చర్యపడగా..." – ప్రకటన 17 : 1-6 KJV

విస్తార జలములపై కూర్చున్న మహావేశ్య రోమన్ కేథలిక్ సంఘము, భూరాజులు దానితో వ్యభిచరించిరి అనేది. "దానితో" అనేది ప్రపంచమందున్న అనేక ప్రభుత్వాలు గత రెండువేలసంవత్సరాలుగా (దానితో) ఆమెతో కలసి పాలనలో పాలుపంపులు కలిగియుండడాన్ని సూచిస్తుంది. భూనివాసులందరు ఆమెయొక్క వ్యభిచారమధ్యముతో మత్తులైయున్నారు అదే దాని అర్థము. ఆమె బోధలు ద్వారా, అనేక జాతులు, దేశములు, మరియు ప్రజలు అసత్యమునకు నడిపించబడినారు.(ఆది.క్రీస్తును ఆరాధించునట్లుగానే, (ఏది క్రీస్తు కాదో, సత్యమునకు బదులుగా అసత్యము వెంబడించినట్లు చేయబడ్డారు) ఎఱ్ఱని మరియు ఊదారంగులు గల వస్త్రములు ధరించిన స్త్రీ ఆమెయొక్క సార్వభౌమ సిద్ధాంతముతో కూడిన వేశ్య స్వభావమునకు గుర్తుగానున్నది. బంగారము విలువైన రాళ్ళు, ముత్యములతో అలంకరింపబడినది అంటే ఆమె యొక్క గొప్ప వస్తుసంబంధమైన సంపదను

సూచిస్తుంది. ఆమె చేతిలోనున్న గిన్నె అసహ్యకరమైన, ఆమె యొక్క జారత్వపు పనికిమాలిన చేష్టలతో నిండియుండిన రోమన్ కేథలిక్‌సంఘం. విగ్రహారాధన మరియు తప్పుడు సిద్ధాంతముతో సేవించుచున్న బంగారు పాత్రకు చూపించుచున్నది. ఉదాహరణకు 1) ఆరాధన సమయంలో క్రీస్తు శరీరమును, రక్తమును గూర్చి ప్రభు సంస్కారంలోను మరియు 2) పరిశుద్ధ గ్రంథ బైబిలు దేవుడిని ఆరాధించు ప్రజలుగా ముస్లిములను అప్పగించు తప్పుడు విధానములోను చూడగలము. ఆమె తలకు చుట్టుకొనిన పట్టి మీదనున్న పేరు ఆమె యొక్క వేశ్యావృత్తిని. (అది ఆత్మీయవ్యభిచారముగా చెప్పవచ్చును). ఆ వేశ్యవృతిని విస్తరింపచేసి అనేకచోట్లకు చొప్పించుటను సూచిస్తుంది. ఆమె పరిశుద్ధులయొక్క రక్తముతోను, యేసునుగూర్చి హతసాక్షులైన వారి రక్తముతోను మత్తిల్లియున్నది అనేది రెండును ఆమెయొక్క తప్పుబోధలలోనికి మళ్ళించుటను సూచిస్తుంది ఎందుచేతననగా ఆమెకు సభ్యులైన వారనేకులు దేవుని వారు. (నమ్మకమైన క్రైస్తవులు) ఆమె కూడాను దేవునికి చెందినదే మరియొక మాటలో చెప్పాలంటే రోమన్ కథోలిక్ సంఘము తన స్వంత సంస్థను ఎంపిక చేసుకొని, చట్టబద్ధంగా సంస్థలను తన అవినీతితో మెప్పును పొందుకొని దేవుని పేరులోనే మురిసిపోతూవున్నది.

ప్రొటెస్టంట్ వారూ జాగ్రత! రోమన్ కాథలిక్ వారికి చెందిన మీయొక్క సహోదరులు, సహోదరీలకు వ్యతిరేకంగా వేరే విధమైన భావనలు చూపకండి. రోమన్ కేథలిక్ సంఘములో మంచి నమ్మకమైన క్రైస్తవులు ఇంకనూ అక్కడ వున్నారు. (ప్రొటెస్టంటువారు రోమన్ కేథలిక్ సంఘమును ఎహ్యామైన వాటికి తల్లియైన మహాబబులోనుగా చూచించుటకు సంతోషిస్తారు ఎందుచేతనంటే ఆమె వేశ్యలకు తల్లి (6వచనం)) ఆమె తనకుమార్తెలను కప్పుటకు చాలినంత తప్పుడు బోధల వస్త్రములు ఆమె దగ్గర కలవు. ప్రొటెస్టంటు శాఖలు వారు సహితము తమ స్వంత తప్పుడు సిద్ధాంతములతో కలిసియున్నారు. ముఖ్యమైన క్రైస్తవశాఖల వలన గుర్తించబడిన ఆచారములగా ప్రొటెస్టంటు శాఖలు వారు మాత్రమేగాక. ఆ ఆచారములను గుర్తించక పోయిన ప్రొటెస్టంట్లు కూడాను, వారితో కలిసారు. క్రియలు మీదనే రక్షణ ఆధారపడియున్నది అనేవారు, తప్పుడుగా భాషలు మాట్లాడేవారు. తప్పుడు ప్రవచనములు చెప్పేవారు, తప్పుడు అద్భుతములు, తప్పుడు సూచకక్రియలు చేయువారు కలిసియున్నారు. ఖచ్చితముగా భాషలు మాట్లాడుట, ప్రవచనములు

చెప్పుట, సూచకక్రియలు, అద్భుతములు ఇంకనూ ఉన్నాయి కాని పరిపక్వత లేకుండా నటించి వారియొక్క ఉనికిని ఇతరులతో పోల్చుకుని అటులనే వీరును వున్నట్లు వత్తిడికి గురియైనవారు, హిప్నొటిక్ ప్రభావముకు గురియైనవారు, హిస్టీరియా మరియు స్వంతంగా అపనమ్మకంమీద నున్నవారు వలన అద్భుతములు కలుగవు / జరగవు.

"ఆ దూత నాతో ఇట్లనెను - నీవే ఆశ్చర్యపడితివి? యీ స్త్రీని గూర్చిన మర్మమును, ఏడు తలలును, పదికొమ్ములను గలిగి దాని మోయుచున్న క్రూరమృగమును గూర్చిన మర్మమును నేను నీకు తెలిపెదను. నీవు చూచిన ఆ మృగము ఉండెను గాని యిప్పుడు లేదు; అయితే అది అగాధ జలములో నుండి పైకి వచ్చుటకును నాశనమునకు పోవుటకు సిద్ధముగా ఉన్నది. భూనివాసులలో జగదుత్పత్తి మొదలుకొని జీవగ్రంథమందు ఎవరిపేరు వ్రాయబడలేదో వారు, ఆ మృగముండెను గాని యిప్పుడు లేదు అయితే ముందుకు వచ్చునన్న సంగత తెలికొని ఆశ్చర్యపడుదురు." - ప్రకటన 17 : 7,8 KJV

మీరు చూచుచున్న మృగము పతనమైన రోమాసామ్రాజ్యములను సూచించలేదు. ఆ సామ్రాజ్యం "పైకి వచ్చుట" అది మరల పైకి లేచును. ఇంకా దాని గుర్తులు కమ్ముకొని వస్తున్నట్లు హద్దులలో కనిపిస్తుంది. "మట్టులేని గొయ్యి" అవినీతి, పాతాళము/నరకము యొక్క లోతులు "జీవగ్రంథములో ఎవరి పేరులు వ్రాయబడలేదో వారు" ఆశ్చర్యపోదురు అనగా రక్షించబడని వారు రోమా సామ్రాజ్యము తిరిగి స్థాపింపబడును నిజాన్ని వారు అర్థము చేసుకొనలేరు.

"ఇందులో జ్ఞానము గల మనస్సు కనబడును. ఆ యేడు తలలు ఆ స్త్రీ కూర్చున్న యేడు కొండలు; మరియు ఏడుగురు రాజులు కలరు; అయిదుగురు కూలిపోయిరి, ఒకడున్నాడు, కడమవాడు ఇంకను రాలేదు, వచ్చినప్పుడు అతడు కొంచెము కాలముండవలెను. ఉండినదియు ఇప్పుడు లేనిదియునైన యీ క్రూరమృగము ఆయేడుగురితో పాటు ఒకడునైయుండి, తానే యెనిమిదవ రాజగుచు నాశనమునకు పోవును." - ప్రకటన 17 : 9:11 KJV

'7 తలలు" ఇక్కడ రెండు అర్థములు కలిగియున్నవి. మొదట రోమా యొక్క ఏడు కొండలు వాటి పేరులు అవంటైన్, కాలియన్, కాడిలోలైన్, ఎస్క్విలైన్,

క్రీస్తు వ్యతిరేక సాక్షి

పాల్లటైన్, క్విరెనాల్ మరియు విమినాల్ "దేవదూషణ చేయు పట్టణము" చుట్టూవున్నవి దానిమీద ఆ స్త్రీ కూర్చుని యుండినది. రెండవది ఏడు రాజకీయ పరిస్థితులను వాటిఓ పరిపాలించబడడం, బడుతూ సూచిస్తుంది (7గురు రాజులు") ఐదుగురు పతనమైనారు. ఆరవవాడు, తరువాతవాడు ఇంకనూ రాలేదు. రావలసియున్నది. మృగము ఎనిమిదవది. మరియు వాటితో పరిపాలింపబడుతూ ఉండడాన్ని రాజకీయముగా విజయవంతమగు పరిస్థితులను చూచించును. పోవును. (ఒకరి తరువాత ఒకరుగా) అందరూ ఒకేసారి ఉనికని కలిగియుండే కంటే ఒకని తరువాత అధికారములో ఉందురు. ఉదాహరణకి

1. రిపబ్లిక్ ఆఫ్ రోమ్ బి.సి.516–476 ఎ.డి.

   ఆఖరి రోమాసామ్రాజ్యాధినేత 476 ఎ.డిలో అధికారమునుండి తొలగించబడెను.

2. ది బార్బేరియన్ (విదేశీ) రూల్ ఆఫ్ రోమ్

   476ఎ.డి–774 ఎ.డి

3. ది కరోలింగియన్ సామ్రాజ్యము మరియు రోమ్‌కు దాని అధికారము బదలాయింపు:– రోమ్ పట్టణ రాజ్య స్థాయిలోనికి ఎదుగుదలకై పోపు మరియు పెద్దలచేత సంయుక్త పరిపాలన వృద్ధియగుట.

4. రోమా అండర్ అబ్‌సల్యూట్ పాపల్ రూల్:– (పోపుల పాలన క్రింద రోమ్.

   1420ఎ.డి–1870 ఎ.డి.

5. రోమ్–ఇటలీ చట్టపరమైన అధినాయకత్వము కలుపుకొనిన రోమ్.

   1870ఎ.డి–1922 ఎ.డి.

   (ఇది ఫ్రెంచ్ గారిసన్ నాయకత్వము వదులుకొని పోపు పియస్ IXకు దన్నుగా నిలుచుట, ఇటాలియన్ దళములకు రోము లొంగుబాటు, అదే విధముగా రోమ్ ప్రభుత్వము చేయు స్థానమునకు ఎన్నిక చేయబడుట).

6. రోమ్ అండర్ ఇటాలియన్ ఫాసిజమ్.

   1922ఎ.డి.–1946ఎ.డి.

7. రోమ్ ఇటాలియన్ అధికార సింహాసనము "డెమోక్రెటిక్ రిపబ్లిక్" 1946 ఎ.డి.ప్రస్తుతము.

(1948 వాస్తవ సంవత్సరము-క్రొత్త చట్టము పూర్తిగా అమలులోకి వచ్చింది)

8. యూరోపియన్ ఎకానమిక్ కమ్యూనిటీ సింహసనంగా రోమ్.

యూరోపియన్ ఆర్థిక సమాజమునకు రోమ్ సింహాసనము కలిగియుంద. (ఇ.ఇ.సి) రోమ్ యొక్క ఒప్పందం వలన గుర్తించబడింది. మార్చి 25, 1957లో సంతకాలు చేయబడి జనవరి 1 1958న పూర్తి అమలులోనికి వచ్చింది.

"నీవు చూచిన ఆ పది కొమ్ములు పదిమంది రాజులు, వారిదివరకు రాజ్యమును పొందలేదు గాని యొక గడియ క్రూరమృగముతో కూడ రాజులవలె అధికారము పొందుదురు. వీరు ఏకాభిప్రాయముగలవారై తమ బలమును అధికారమును ఆ మృగమునకు అప్పగింతురు. వీరు గొఱ్ఱెపిల్లతో యుద్ధము చేతురు గాని, గొఱ్ఱెపిల్ల ప్రభువులకు ప్రభువును రాజులకు రాజునై యున్నందునను, తనతో కూడ ఉండినవారు పిలువబడినవారై, యేర్పరచ బడినవారై, నమ్మకమైనవారై యున్నందునను, ఆయన ఆ రాజులను జయించును. మరియు ఆ దూత నాతో ఈలాగు చెప్పెను - ఆ వేశ్య కూర్చున్న చోట నీవు చూచిన జలములు ప్రజలను, జనసమూహములను, జనములను, ఆయా భాషలు మాటలాడువారిని సూచించును. నీవు ఆ పది కొమ్ములు గల ఆ మృగమును చూచితివే, వారు ఆ వేశ్యను ద్వేషించి, దానిని దిక్కులేనిదానిగాను దిగబంరిగాను చేసి, దాని మాంసము భక్షించి అగ్ని చేత దానిని బొత్తిగా కాల్చివేతురు. దేవుని మాటలు నెరవేరువరకు వారు ఏకాభిప్రాయము గలవారై తమ రాజ్యమును ఆ మృగమునకు అప్పగించుటవలన తన సంకల్పము కొనసాగించునట్లు దేవుడు వారికి బుద్ధి పుట్టించెను. మరియు నీవు చూచిన ఆ స్త్రీ భూరాజుల నేలు ఆ మహాపట్టణమే. "

- ప్రకటన : 12-18 KJV

ఇక్కడ 10రాజ్యాలు(పదిమంది రాజులు) లేచి ఒక సమాఖ్యగా లేచుటను అది సూచించును "అవి ఒక్క మనస్సు కలిగి వాటి యొక్క బలమును అధికారమును మృగమునకిచ్చును" ఇది వాటి యొక్క బలమైన సమర్పణ గల సమాఖ్యకు గుర్తుగా నున్నది. ఈ రాజులు సమాఖ్య స్థాపన నాటినుండి మెస్సియా తిరిగి వచ్చేంతవరకు

పరిపాలించును అని దూత యోహానుకు బయలుపరిచినారు"వారు గొఱ్ఱెపిల్లతో యుద్ధము చేయుదురు." వారు వేశ్యను ద్వేషింతురు" దానర్థమేమనగా అక్కడ ఏవిధమైన స్థలము ఏవిధమైన రోమన్ కేథలిక్ సిద్ధాంతములకు స్థలము లేదు. (సత్యమునకు గాని తప్పుడు సిద్ధాంతములుకు గాని) రాజకీయసంబంధమైన ఆలోచనలు కలిగియుండుటలో అది దేశములను ఐక్యముగా వుంచును. ఈ విధంగా వారియొక్క కలిసి పనిచేసే స్థితి చేత మహావేశ్యను దేశములన్నియు కలిసి ద్వేషించి దానిని దిక్కులేని దానిని గాను, దిగంబరిని గాను చేసి, దాని మాంసమును భక్షించి అగ్నిచేత దానిని బొత్తిగా కాల్చి యున్నారు. అనగా దానర్థము వారు దాని అధికారమును తొలగించి, దాని సంపదను దోచుకొని దానిని బొత్తిగా నాశనముచేసియున్నారు. ఆ తరువాత వాటికన్ – సిటీ – గొప్పనగరము, భూరాజులను ఏలినది. ఇంక ఎంతమాత్రమును ఉండదు.

పరిశుద్ధ బైబిలు గ్రంథము యొక్క విద్యార్థులైన వారికి, చదువరులకును జ్ఞాపకము చేయునది ఏమంటే బాబులోనునుండి వెలుపలికిరమ్మని ప్రజలతో చెప్పుచున్న వచనమును జ్ఞాపకము చేసుకోండి లేక రోమన్ కేథలిక్ సంఘమును విడిచిపెట్టండి, ఆ సంఘములోనున్న తన ప్రజలను దేవుడు పిలుచుచున్నాడు. నిన్ను నన్ను కాదు, క్రైస్తవులు అయినవారు తీర్పు తీర్చకూడదు, ఖండింపకూడదు, లేక రోమన్ కేథలిక్ సహోదరులు సహోదరులను అవమానించకూడదు.

"మరియు ఇంకొక స్వరము పరలోకములో నుండి ఈలాగు చెప్పగా వింటిని – నా ప్రజలారా, మీరు దాని పాపములో పాలివారు కాకుండునట్లును, దాని తెగుళ్లలో ఏదియు మీకు ప్రాప్తింపకుండునట్లును దానిని విడిచి రండి."

– ప్రకటన 18:4 KJV

## ప్రకటన 13 అధ్యాయము

"మరియు పది కొమ్ములను ఏడు తలలును గల యొక క్రూరమృగముసముద్రములో నుండి పైకి వచ్చుట చూచితిని. ఆని కొమ్ముల మీద పది కిరీటములును దాని తలల మీద దేవదూషణకరమైన పేళ్లును ఉండెను. నేను చూచిన ఆ మృగము చిరుతపులిని పోలియుండెను. దాని పాదములు ఎలుగుబంటి పాదములవంటివి, దాని నోరు సింహపునోరువంటిది, దానికి ఆ ఘటసర్పము తన

బలమును తన సింహాసనమును గొప్ప అధికారమును ఇచ్చెను."

- ప్రకటన 13:1-2 KJV

ఈ మృగము-అదే మృగము దానియేలు నాలుగు మృగములలో ఆఖరిదిగా చూచాడు. (దానియేలు 7:3) అది ప్రపంచముకు ఎన్నడు తెలియని భయంకరమైన సామ్రాజ్యమునకు సూచిస్తూ యున్నది. ఈ మృగము చిరుతపులివలె యుక్తి కలదై యుక్తిగల ఆచారములను అనగా భూగోళమునంతను గలిబిలిచేసి వశపరచుకొని చిరుతపులి ఒకేసారి మధ్య ఆసియా మరియు ఉత్తర ఆఫ్రికా రెండు ప్రాంతాలలోను ఒకేసారి సంఘంగా ఏర్పడును. చిరుతపులి పాదములు "ఎలుగుబంటి పాదము"వలె వుండెను అనగా కఠినమైనదై ఏవిధమైన కరుణ లేకుండగా దానిని ఎదిరించువారిని అణగద్రొక్కి నాశనము చేయును. దాని "నోరు"సింహము నోరు వంటిది" ఇది దాని యొక్క భక్షించునట్టియు, తిరస్కార స్వభావమును సూచించును. (ప్రకటన 17వ అధ్యాయము ఎర్రని రంగులోనున్న మృగము వంటిది). దీని వెన్నెముక పదిరాజ్యముల సమాఖ్య (10 కొమ్ములు) ఎట్లయితేనేమి, 17 అధ్యాయములో ఎఱ్ఱని రంగు మృగము వలెకాక, చివరిదినములలో 13 అధ్యాయములో నున్న చిరుతపులి వంటి మృగమునకు పూర్తి అధికారము ఇవ్వబడియున్నది. సూక్ష్మంగా, ఈ మృగము ద్వారా మహా ఘటసర్పము(అపవాది) యొక్క చివరి కదలికలు ఏర్పాటు చేయబడతాయి. ఇస్లామ్ రాజ్యము అని పిలువబడిన, ఇస్లామిక్ రాజ్యముల సమాఖ్య ఇది. ముస్లిమ్‌లకు ఖురానుకు ఇస్లామ్ కొరకు పశ్చిమ యూరప్ సహకారము మరియు రోమన్ కాథలిక్ సంఘముల సహకారము ఇవ్వడము గమనించవలసియుండినది. ఎఱ్ఱని రంగుగల మృగము 17 అధ్యాయములోనిది, చిరుతపులివంటి మృగాలు 13 అధ్యాయములోనిది. ఒకదానితోఒకటి కలిసిన కవలలు. ఎట్లైతేనేమి ఆ రెండు మృగములు విభిన్నమైన 10రాజ్యముల సమాఖ్యతో ఏర్పడినది.

ఇక్కడ ఇవ్వబడిన రచయిత (రచించిన) గీసిన బొమ్మ, 1979లో గీసినారు. (ప్రకటన13 అధ్యాయములోని ఇస్లామిక్ మృగాలు(కళాపూర్వకమైన బొమ్మ" అనగా గీసిన బొమ్మ సందర్భపూర్వకమైన ప్రాతినిధ్యము గలది కావున అపొస్తలులైన యోహాను తన దర్శనములో చూచినది కాదు దానికి అన్వయించలేదు)

ఫలితంగా 3వ పటంలో పథంలో కొన్ని ఇస్లామిక్ రాజ్యములు బొమ్మలో ఇవ్వబడింది ఇది ఇస్లామిక్ రాజ్యముల సమాఖ్యలో భాగముగానున్న 13 అధ్యాయములోని చిరుతపులి వంటి (ప్రాచీనమృగాలు, దక్షిణ పసిఫిక్, ఇస్లామిక్ దేశములు మూడవపటములో చూపలేదు.)

***Author's Artistic Rendering of the Beast***
***Figure Two***

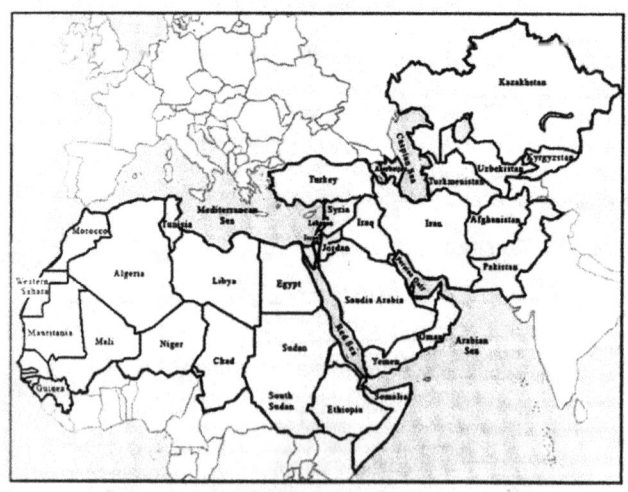

***Prospective Nations Forming the Beast***
***Figure Three***

ఇటువంటి వాటిలో ఇస్లామిక్ సమాఖ్యలో మధ్య ఆసియా, ఉత్తర ఆఫ్రికాకు చెందిన దేశములు కలిసినవి. ఉదాహరణకు: ఇరాన్, ఇరాక్, టర్కీ సిరియా, లెబనాన్ జోర్డాన్, సౌదీఅరేబియా, యెమెన్, ఈజిప్టు, మరియు లిబియా, ఇంకనూ అనేక దేశములు ఇస్లామిక్ సమాఖ్యలో సభ్యులుగా ఒపెక్ సభ్యులుగా చేరినవి. ఎందుచేతననగా వారి యొక్క ఆర్ధిక ఒప్పందాలు చేత చేరారు. 2017లో 3వ పటంలోని దేశములు OPEC లో కలిసి సభ్యులుగా చేరినవి. అల్జీరియా, ఇరాన్, ఇరాక్ కువాయిట్, లిబియా, నైజీరియా, ఖతార్, అరేబియా సంయుక్త రాష్ట్రాలు, 3 పటంలో వాటియొక్క సరిహద్దులు లేనప్పటికిని, కువయిట్, ఖతార్, మరియు అరేబియా సంయుక్తరాష్ట్రాలు ఈ పటములో గుర్తించుటకు వీలు లేనంత చిన్నవి. కువైట్ వెంటనే ఇరాక్ యొక్క దక్షిణ తూర్పు. యూఏఇ, వెంటనే ఉత్తర ఒమన్ మరియు తూర్పు సౌదీ అరేబియా, మరియు ఖతార్ పర్షియా ప్రాంతంలో చిన్న భాగములు ఆ వెంటనే ఉత్తర యూ.ఎ.ఇ మరియు తూర్పు సౌదీ అరేబియాలు.

“దాని తలలో ఒకదానికి చావుదెబ్బ తగిలినట్టుండెను; అయితే ఆ చావుదెబ్బ మానిపోయెను గనుక భూజనులందరు మృగము వెంట వెళ్లను ఆశ్చర్యపడుచుండిరి. ఆ మృగమునకు అధికారమిచ్చినందున వారు ఘటసర్పమునకు నమస్కారము చేసిరి. మరియు వారు - ఈ మృగముతో సాటియెవడు? దానితో యుద్ధము చేయగల వాడెవడు? అని చెప్పుకొనుచు ఆ మృగమునకు నమస్కారము చేసిరి. డంబపు మాటలను దేవదూషణలను పలుకు ఒక నోరు దానికి ఇయ్యబడెను. మరియు నలువది రెండు నెలలు తన కార్యము జరుప నధికారము దానికి ఏర్పాటాయెను. గనుక దేవుని దూషించుటకును, ఆయన నామమును, ఆయన గుడారమును, పరలోకనివాసులను దూషించుటకును, అది తన నోరు తెరచెను. మరియు పరిశుద్ధులతో యుద్ధము చేయును వారిని జయింపను దానికి అధికారమియ్యబడెను. ప్రతి వంశము మీదను ప్రతి ప్రజ మీదను ఆ యా భాషలు మాటలాడు వారి మీదను ప్రతి జనము మీదను అధికారము దానికియ్యబడెను. భూనివాసులందరును, అనగా జగదుత్పత్తి మొదలుకొని వధింపబడియున్న గొఱ్ఱెపిల్ల యొక్క జీవగ్రంథమందు ఎవరిపేరు వ్రాయబడలేదో వారు, ఆ మృగమునకు నమస్కారము చేయుదురు.”

- ప్రకటన 13: 3-8 KJV

ప్రస్తుతము రచయిత చూచుచూ వుండగా, చిరుతపులివంటి మృగమున గాయములై స్వస్థత పొందినట్లుగా చూచుచున్నాడు, దాని మూడు వివరణలు సాధ్యమయితే చెప్పవచ్చును.

మొదటది సాధ్యమేమనగా, దెబ్బలు తినియు స్వస్థత పొందినట్లున్న చిరుతపులి వంటి మృగము తలలు సూచించేదేమంటే మరణపడక వరకు వెళ్ళి తిరిగి నూతన సామ్రాజ్యమునకు వచ్చిన ఆ ఒక్కడుగా నున్నడు ("కత్తిచేత" అనే మాట "గాయము" నొందినట్లుగా ప్రకటన 13:14 వాడబడియున్నది) ఈ నాయకుడు హత్యచేయబడిన" పరిస్థితులును ఎదుర్కొనునట్లు సూచించబడుచున్నది.

రెండవ సాధ్యము ఏమనగా దెబ్బతినియు స్వస్థత నొందియున్న చిరుతపులివంటి మృగము యొక్క తలలు సున్నిమరియు షియా ముస్లిమ్ వర్గాల ఏకీకరన ఇస్లామ్ సిద్ధాంతములను సరిచేయుట ద్వారా జరుగుటను సూచిస్తుంది.

మూడవ సాధ్యము ఏమనగా దెబ్బతినియు స్వస్థనొందియున్న చిరుతపులివంటి మృగము యొక్క తలలు రెండు లేక అంతకంటే దేశాలు భౌగోళికంగాను రాజకీయంగానూ సాంస్కృతీపరంగా ఒకరితో ఒకరు ఒకసారి కలుసుకొని యుండుటను సూచిస్తుంది. ఉదాహరణకు, ఇరాక్, సిరియా, లెబనాన్ ఇతరమైన చుట్టుప్రక్కల దేశాలు తీవ్రవాద సంస్థలు యొక్క కార్య కలాపాల చేత ఒక్కటవ్వడము మనకు తెలిసినదే వాటికి 3 పేర్లు ఉన్నాయి. ఇస్లామిక్ రాజ్యాలు(15) ఇరాక్ సిరియా ఇస్లామిక్ రాజ్యము (1515) మరియు ఇరాక్ మరియు లెవాంట్ యొక్క ఇస్లామిక్ రాజ్యాలు(1512) ఆసక్తిరకమైనదేమంటే మధ్యధరా పరిసర ప్రాంతాల చుట్టూ వున్న దేశాలపై ఆధారపడినవాటిని కలుపుకొని లెవాంట్‌గా చెప్తుతారు. IS/ISIS/ISIL అనేవి కలుసుకొనుట లేక 10 రాజ్యములు అన్ని తిరిగి కలుసుకొనినప్పుడు ప్రకటన 13 అధ్యాయములలోని చిరుతపులి వంటి మృగము చట్టము చేయును. మధ్య ఆసియా యొక్క దేశములు అనేకము 3వ పటములో చెప్పబడినవి గ్రేట్ బ్రిటన్ మరియు ఫ్రాన్స్‌చే ఒట్టోమన్ సామ్రాజ్యము నుండి విడదీయబడినవి(రష్యా నుండి ఫ్రాన్స్‌చే ఒట్టోమన్ సామ్రాజ్యము నుండి విడదీయబడినవి. (రష్యా ఒప్పందము నుండి) ఒకటవ ప్రపంచ యుద్ధం సమయంలో విడదీయబడినవి. పర్యవసానంగా అనేక తీవ్రవాద ముస్లిములు జిహాదీలు అనుకుంటున్నవి, ప్రస్తుత దేశాలకు సంబంధించి సరిహద్దులు అనేవి కల్పితములు

గాను, చట్టబద్ధము కాదని అనుకుంటున్నాను. ఒట్టోమన్ సామ్రాజ్యము(విస్తరణ) 1683) లో విస్తరించబడడం నాల్గవ పటములో చూపబడినది. అయినను ఇరాన్ యొక్క పడమటి భాగాలు(నలుపు గుర్తు కలవి 4వ పటములో) ఒట్టోమన్ సామ్రాజ్యములో భాగము కాదు. ఇది ఇక్కడ కలుపబడింది ఎందుచేతననగా 1) ఈ ప్రాంతము గస్సిగున్ ఖలిఫాట్ 7వ శతాబ్దములోని భాగము. 2) మెడో పారిషియన్లు మరియు అస్సిరియనులు మరియు సిరియానులు చరిత్ర పుటలలో అధికముగాకనపడుచున్నది. ఆదిమ ఇస్లామిక్ ఖలిఫాలు అలాగననే ఒట్టోమన్ సామ్రాజ్యము యొక్క (గొప్పతనమును) వైభవమును విస్తరణ చేసి, పునరుద్దరించుటకు పూనుకొంటున్నది. ఇస్లామిక్ రాజ్యం --- కోరికలు నందు అనధికార పటముతో 5వ పటములో దాని ఖలిపాల విస్తరణను గూర్చి కోరిక కలిగియుండుటను సూచిస్తుంది. నిస్సందేహముగా చివరిపటము ఇస్లామిక్ రాజ్యముది. 13వ అధ్యాయములో వర్ణించినది అనేకమైన ప్రాంతములు పటములో గీసి పటము 5లో చెప్పబడినది ఏ విధమైన పేరులుగాని అసలైన 10రాజ్యాలు యొక్క సరిహద్దులు కలుపుకొని యుండెడివి.

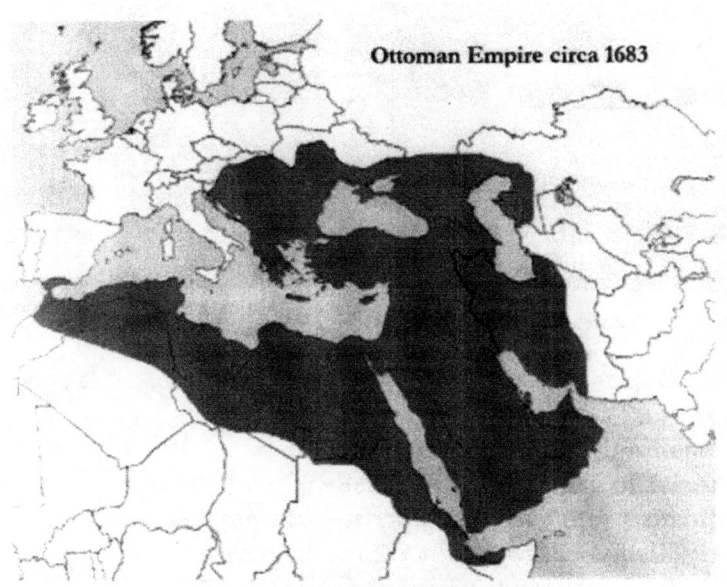

***Ottoman Empire circa 1683***

***Figure Four***

**ఒట్టోమన్ సామ్రాజ్యము సిత్సా 1883**

**ఇస్లామిక్ రాజ్యము యొక్క నిర్మితమవుతున్న ఖలిఫా**

***Projected Caliphate of the Islamic State***
***Figure Five***

ఆ మృగము గుర్తించబడుచున్నది భూగోళమంతయు తీవ్రవాద ఇస్లామిక్ సమాఖ్య మహోగ్రముగా వుండుటతోను యావత్ప్రపంచము ఆశ్చర్యపోతుంది ఎందుకంటే దానియొక్క సమగ్రమైన శక్తి కలిగియుంటను బట్టి వారు “ఆ మృగమును ఆరాధించిరి” దానర్థము సాధారణంగా ఆ రాజ్యములన్నియు ఖచ్చితముగా దానియొక్క అధికారము ఎదుటవంగి నమస్కారము చేయువారు అలాగున ఆ ఘటసర్పము యెదుట తమకు తాము సాలిపడిరి. (అపవాది) మరయొక్క మాటలో చెప్పాలంటే, భూసంబంధమైన చెడు ప్రత్యక్షతలు ఆరాధన వలన మనుష్యులు సాతాను ఆరాధించుచున్నారు, వారు సమస్త చెడుగునంతటికిని ఆధారము. కావున వారియొక్క పేరులు అన్నింటిని జీవగ్రంథములో వ్రాయబడకపోయినప్పటికిని ఎఱ్ఱని రంగు మృగము (యూరోపియన్ సమాఖ్య) మరియు చిఱుత పులివంటి మృగము (మధ్యఆసియాలో కేంద్రీకృతమైన సమాఖ్య)రెండును అబ్బురపడుచున్నవి. ప్రపంచమంతా వున్న ఆశ్చర్యము అబ్బురమునకు మరియు ఆరాధనగను చివరి దినములలో చిరుతపులి వంటి మృగము లేక ఇస్లాము మృగము విషయములో మారిపోవును. (ప్రకటన 13:8తో పోల్చిచూడండి)

చిరుతపులి వంటి లేక ఇస్లామిక్ మృగము పరిశుద్ధులతో యుద్ధము చేయును అనేది. నిజమైన దేవుని మరియు ఒక్కడే అయిన దేవునికి చెందినవారు, భూమిమీద వున్నవారిపై గొప్పశ్రమల తరంగములను సూచించును. అతడు "నలుగగొట్టును"(దాని 7:25) మరయు పరిశుద్ధులను జయించును అనగా అనేకమైన యూదులను, మరియు క్రైస్తవులను శ్రమలపాలుచేయును, భయకంపితులను చేయును హతమార్చును, అణచివేయును, హింసలపాలుచేయును, బంధించును, మరియు మృగము యొక్క ముద్రలు కలిగిన వారిచే హత్య ప్రత్యేకముగా శిరస్సు ఛేదింప గావింపబడుదురు. (అల్లాను ఆరాధించువారు లేక ఇస్లామ్ పక్షంగా పనిచేయువారు మరియు ఇస్లామ్ నియమించిన అబద్ధ ప్రవక్త మహమ్మద్) చిరుతపులి వంటి లేక ఇస్లామిక్ మృగము నకు 42 నెలలు కొనసాగించునట్లు" అధికారము ఇవ్వబడినది అనగా చిట్టచివరి (చక్రవర్తి) సామ్రాజ్యము స్థాపించబడిన క్షణమునుండి మొదలగును. అది దానియేలులో చెప్పినట్లు "నాశనకరమైన హేయవస్తువు పరిశుద్ధ స్థలమందు నిలుచుట మీరుచూడగానే (మత్త 24:15: మార్కు 13:14)- నాశనకరమైన హేయవస్తువు పరిశుద్ధ స్థలమందు నిలుచుట హెబ్రీ నుండి తర్జుమా చేయబడింది "నాశనకరమైన పరిస్థితి" మరియు అసహ్యరకమైన ది మిగిలిదే" ఆరాధనలో స్థాపింపబడుతుంది అని కింగ్ జేమ్‌లో ప్రవక్త పుస్తకములలో వచనంలో (దానియేలు 8:13) 11:31, 12:11) హెబ్రీపదము "అసహ్యరకమైనది" ఉండకూడదని ఏదో అని చూచిస్తుంది. అది బైబిలు పదజాలములో విగ్రహారాధన ఆచారముల ద్వారా అబద్ధ దేవుళ్ళయొక్క ఆరాధన అయ్యింది. ఈ విగ్రహారాధన ఆచారములు, జంతువుల బలులను కలుపుకొని, యూదులు మరియు క్రైస్తవులు అల్లాకు మోరియ పర్వతము దగ్గరఅనగా డోమ్ ఆఫ్‌ది రాక్ అనబడిన మందిరము క్రింది ఆరాధనలును సూచించును.

"ఎవడైనను చెవిగలవాడైతే వినునుగాక; ఎవడైనను చెరపట్టవలెనని యున్న యెడల వాడు చెరలోనికి పోవును, ఎవడైనను ఖడ్గము చేత చంపినయెడల వాడు ఖడ్గము చేత చంపబడవలెను; ఈ విషయములో పరిశుద్ధల ఓర్పును విశ్వాసమును కనబడును". – ప్రకటన 13 : 9-10 KJV

ఇక్కడ యోహాను సరాసరి ఆత్మీయ నియమము తీర్పును గూర్చినది యిర్మియాకు పరిశుద్ధాత్మ చేత వ్యక్తపరచిన దానిని చెప్పుచున్నాడు "చెరకు పోవువారు

చెరకును క్షేమమునకు పోవువారు క్షేమమునకు పోవలెను = అని చెప్పుచున్నాడు(యిర్మీ 15:2) అట్టి ఆత్మీయ నియమము క్రీస్తు యేసు చేతను కూడా సూచించబడినది "కత్తిపట్టుకొనినవారు కత్తిచేత నశింతురు" మత్త 26:52) మరియొక మాటలో చెప్పవలెనంటే ఆత్మీయ గ్రహింపు అని చెప్పబదినదానిని కలిగియున్నవారు తమ్ముడు తాము ఆత్మనియమములో వారు ఉండగలిగినట్లయితే వారు బాధలు శ్రమలును సహించకలిగి యుండుటకు కావలసిన బలమును వారు కలిగియుందురు అని చెప్పబడుచున్నారు.

భూమిమీద నున్న నీతిమంతులు బలాత్కారమును బలాత్కారముతో ఎదుర్కొనవలెననెడి శోధనకు స్త్రీలు పురుషులు గురి కావచ్చు, వారు ముందుగానే హెచ్చరింపబడుచున్నారు. ఎట్లనగా అటి బలాత్కారము దేవునికి వ్యతిరేకమయినది మరియు వారు ఆప్రకారముగానే తీర్పు పొందుదురు. మానవ మాత్రులు శిక్షను ఖరారు చేయుటకు లేదు. పగతీర్చుకొనుట అనేది పరిశుద్ధ బైబిలు దేవునికి మాత్రమే చెందుతుంది. ఇక్కడ కత్తి అనేది ఇస్లామ్‌యొక్క మాటకు చెప్పబడినప్పటికినీ, దేవునిని పిల్లలు రాబోవు ప్రపంచ జీహాద్ సమయములలో వారి యొక్క సమాధానము, శాంత స్వభావమును విడువక, తగిన సమయంలో దేవుని నోటనుండి వచ్చు ఖడ్గము చేత తీర్పు బయలు వెడలును. దేవుని న్యాయము మరియు తీర్పు బలముగ విస్తరించును. (దీనర్థము ప్రజలు తమ్మును తాము కాచుకొనునట్లు ఏదైనను చేయుటనుండి మానివేయవలెనని కాదు)

"మరియు భూమిలో నుండి మరియొక క్రూరమృగము పైకివచ్చుట చూచితిని. గొఱ్ఱెపిల్ల కొమ్మువంటి రెండు కొమ్ములు దానికుండెను; అది ఘటసర్పము వలె మాటలాడుచుండెను; అది ఆ మొదటి క్రూరమృగమునకున్న అధికారపు చేష్టలన్నియు దానియెదుట చేయుచున్నది; మరియు చావు దెబ్బతగిలి బాగుపడియున్న ఆ మొదటి మృగమునకు భూమియు దానిలో నివసించువారును నమస్కారము చేయునట్లు అది బలవంతము చేయుచున్నది. అది ఆకాశము నుండి భూమికి మనుష్యుల యెదుట అగ్ని దిగివచ్చునట్లుగా ఒప్ప సూచనలు చేయుచున్నది. కత్తిదెబ్బ తినియు బ్రదికిన యీ క్రూరమృగమునకు ప్రతిమను చేయవలెనని అది భూనివాసులను మోసపుచ్చుచున్నది. మరియు ఆ మృగము యొక్క ప్రతిమ మాటలాడునట్లును, ఆ మృగము యొక్క ప్రతిమకు నమస్కారము చేయని వారిని

హతము చేయునట్లును, ఆ మృగము యొక్క ప్రతిమకు ప్రాణమిచ్చుటకై దానికి అధికారము ఇయ్యబడెను." - ప్రకటన 13 : 11-15 KJV

13 అధ్యాయములో రెండవ మృగమునకు పొట్టేలు వలే 2 కొమ్ములు కలవు, కాని "అతడు ఘటపర్యవలె మాట్లాడుచు ఆకాశమునుండి అగ్ని దిగివచ్చునట్లు చేయుచున్నాడు. (ప్రవక్తయైన ఏలియా చేసినట్లు) అది అతనిని గొప్ప మోసగాడు మాంత్రికుడు) మభ్యపెట్టు వాడులాగున గుర్తిస్తుంది. మోసమునకు యజమానుడు. గొప్ప అనుకరణ చేసేవాడు. "మనుష్యులందరు అతనిని గూర్చి కొనియాడుదురు(లూకా 6:26).

ఇస్లామ్ చివరి అబద్ధ ప్రవక్త-అంత్యకాల అబద్ధ క్రీస్తు-ఇస్లామ్ ఎంతో కాలంగా కనిపెట్టుచున్న మహది. అతడు మొదటి మృగము యొక్క (బలమంత) అధికారమంతయు కలిగినవాడై భూమిని దానిలో నివసించువారిని మొదటి మృగమును ఆరాధించునట్లు (మ్రొక్కునట్లు) చేయుటకు కారణమగుచున్నాడు. తరువాత ఆయనను గుర్తించుచున్నదేమనగా చివరిదినములలో ఇస్లామ్యొక్క పధకరచనలు చేసి నడిపించువాడిగా నున్నట్లు గుర్తించుచున్నది ఈ విధమైన దూసుకొనిపోయే మరియు హీనంగా చూసే గుణ లక్షణముల ద్వారా ఈ లోక నివాసులందరూ సర్వశక్తి మంతుడైన దేవుడైన ప్రభువునకు బదులుగా అపవాదికి గౌరవమును ఘనతను చెల్లించునట్లుగా మోసగింపబడెదరు.

ప్రస్తుత గ్రంధ రచయిత చిరుతపులి వంటి రూపము వున్న, లేక మొదటి, మృగం (హేయమైనది చోటుచేసుకొనడము) ను గూర్చి నమ్మేదేమంటే అధికమైన సూచనలు కలిగి దృశ్యములు అంత్యక్రీస్తు యొక్క విభిన్నమైన రూపములు అన్ని వైపులకు చూపుచు నిజ దేవుడైన ఒక్కడే అయిన దేవునికి వ్యతిరేకంగా దేవదూషలు క్రమముగా (ప్రసరన) యేరూషలేములో దేవాలయపు కొండ మీద నుండి ప్రసరించుచున్నాడు. అబద్ద దేవుడైన అల్లాకు స్తుతులు చెల్లించుట ద్వారా (" బిస్మిల్లా"అల్లాహ్ అక్బరు" వంటి మాటలు) చిరుతపులి పోలిన మృగము ఇస్లాము, మరియు ఇస్లామ్ ఏర్పరచిన అబద్ధ ప్రవక్త మహమ్మద్ అలాగే యేసుక్రీస్తుకు వ్యతిరేకముగ ముందు ప్రకటనలు మరియు శాసనములు తయారుచేయుచున్నాడు. వాస్తవానికి గొఱ్ఱెపిల్ల జీవ గ్రంధమందు ఎవరి పేర్లయితే వ్రాయబడవో వారు అబద్ద దేవుడు అల్లాను ఆరాధించుదురు. (స్పష్టత కొరకు) క్రీస్తుయేసు దేవుని గొఱ్ఱెపిల్ల

ఆయన రక్తము చేత కడుగబడిన వారి పేర్లు జీవగ్రంథములో ఇమిడి యుండును.

"కాగా కొద్దివారు గాని గొప్పవారు గాని, ధనికులు గాని దరిద్రులు గాని, స్వతంత్రులు గాని దాసులు గాని, అందరును తమ కుడిచేతిమీదనైనను తమ నొసటియందైనను ముద్ర వేయించుకొనునట్లును, ఆముద్ర, అనగా ఆ మృగము పేరైనను దాని పేరిటి సంఖ్యయైనను గలవాడు తప్ప, క్రయ విక్రయములు చేయుటకు మరి యెవనికిని అధికారము లేకుండునట్లును అది వారిని బలవంతము చేయుచున్నది. బుద్ధిగలవాడు మృగము యొక్క సంఖ్యను లెక్కింపనిమ్ము; అది యొక మనుష్యుని సంఖ్యయే; ఆ సంఖ్య ఆరువందల ఆరువది యారు; ఇందులో జ్ఞానము కలదు." – ప్రకటన 13 :16–18 KJV

ఇక్కడ తెలియచేయబడినదేమనగా ఇస్లామ్ దేవుని ఆరాధించువారు మాత్రమే (వారి యొక్క నుదురు మీద ముద్రలు కలిగియుంటారు) ఇస్లామ్ పక్షముగా ఎవరు పనిచేయుదురో వారు,(కుడిచేతిమీద వారు ముద్రలు కలిగియుందురు) చివరి దినములలో వారి యొక్క స్వంత పేర్లలలో మహమ్మద్ అన్న పేరు కలిగియుండువారు (మృగము యొక్క పేరు) వారికి మాత్రమే అనుదిన జీవిత అవసరతల కొరకు సాధారణమైన లావాదేవీల జరుప వీలు కలుగుతుంది. 4 అధ్యాయములో టేబుల్1 ఇస్లామిక్ మృగం యొక్క సంఖ్యగాను పేరు మహమ్మద్ గాను ఋజువు గుర్తించబడింది) శ్రమల కాలమందు (యేసుక్రీస్తు భూమిపైకి దిగివచ్చుటకు ముందు 7 సం॥రాల కాలపరిధి) పరిశుద్ధ బైబిలు యొక్క దేవునికి చెందినవారిని ఒక పద్ధతి ప్రకారముగా హత్యగావించుచూ ప్రత్యేకించి శిరస్సు ఖండించడం ద్వారా అధికమగుట చూడగలము(యూదులు క్రైస్తవులు).

"అంతట సింహాసనములను చూచితిని; వాటి మీద ఆసీనులై యుండువారికి విమర్శ చేయుటకు అధికారము ఇయ్యబడెను. మరియు క్రూరమృగమునకైనను దాని ప్రతిమకైనను నమస్కారము చేయక, తమ నొసళ్లయందు గాని చేతులయందు గాని దాని ముద్రవేయించుకొనని వారిని, యేసు విషయమై తామిచ్చిన సాక్ష్యము నిమిత్తమును దేవుని వాక్యము నిమిత్తమును శిరచ్ఛేదనము చేయబడిన వారి ఆత్మలను చూచితిని. వారు బ్రదికినవారై, వెయ్యి సంవత్సరములు క్రీస్తుతోకూడ రాజ్యము చేసిరి.". – ప్రకటన 20 : 4 KJV

మన ప్రభువును సర్వాధికారియైన దేవుని ద్వారా పరిశుద్ధులందరూ సమానముగానే యెంచబడినప్పటికినీ తీర్పు పొందినప్పటికినీ లేక క్రీస్తు యేసు చిందించిన రక్తము చేత నీతిమంతులుగా తీర్చబడినప్పటికినీ హతసాక్షులైన క్రైస్తవులు మొట్టమొదటి స్వాస్థ్యముగానున్న క్రైస్తవులు ఎందుచేతననగా వారియొక్క త్యాగము, బలిదానము, మరణదండన తప్పించుకొనునట్లుగా యేసుసు క్రీస్తును వారు తృణీకరించలేదు. అది పరిశుద్ధ బైబిలు దేవునిని ఆశ్రయించడంలో గొప్ప రుజువు. వాస్తవానికి!

హతసాక్షులగుట ద్వారా సాక్ష్యులైన క్రైస్తవులు క్రీస్తుయేసు ఆయన శరీరముతో వచ్చునపుడు వెయ్యేండ్ల పరిపాలన ప్రారంభమగును. వారు ఆయనతో పరిపాలించుటకు మాత్రమే గాక ఆయనతో సహవారసులుగా పరిపాలించుదురు.

## క్రైస్తవ సత్యము కొరకు ధ్వజము ఎత్తుట

యూదు మత విశ్వాసము గలవారు ద్వితీ 6:4లో వున్న బైబిలు సంబంధమైన సత్యము షెమగా గ్రహించునట్లు చెప్పుదురు. "ఓ ఇశ్రాయేలు వినుము" మన దేవుడైన యెహోవా(యావే) అద్వితీయుడగు యెహోవా("యావే") ఈ పుస్తకములో 4వ అధ్యాయములో చెప్పబడినట్లుగా పరిశుద్ధ నామమును యావేను, గట్టిగా ఉచ్చరించకుండా ఉండునట్లుగా యూదులు వాటికి సమానమైన పదములను బదులుగా అధికము ఉపయోగించుటకు ఇష్టపడినారు:- ఆదోనై, ప్రయావే, హషేమ్, లేక మరొకపేరు)

ముస్లిమ్‌లు వారి యొక్క ప్రాధమిక నమ్మకాలు మరొకరిని అనుసరించు ప్రకటన లాగున షాహదా("సాక్ష్యము") షాహదతన్ లేక (రెండు సాక్ష్యములు) "రెండు స్వతంత్ర పలుకులు ఒక సంయుక్త వాక్యములో వుంటుంది). "దేవుడు లేడు కాని అల్లా, మరియు మహమ్మద్ అల్లా యొక్క దూత". అని చెప్పినపుడు ముస్లిమ్‌లుచే తరచుగా ఒక విశ్వాసపు ప్రకటనగా ఒప్పుకోలుగా చెప్పుతారు అన్యదేవుడు అల్లాయందు విశ్వాసమగాను, ఇస్లామ్ పట్ల ఒక అవిశ్వాసి యొక్క ఒప్పుకోలు సంభాషణకు రుజువుగా చెప్పుతారు. (మీలో ఎవరైనను ముస్లిమ్ "షాహద్" అనేదానిని నోటి మాటతో చెప్పి శ్రమను తప్పించుకొనుటకు పలుకుటకు ఇష్టపడుచున్నట్లయితే. చరిత్ర రుజువు చేస్తుంది. మీరు రెండు మార్లు చెప్పినను జీహాదీలచే నిరాకరింపబడి శిరస్సు ఖండించ బడవచ్చునని చరిత్ర రుజువు చేస్తుంది).

6,7 పదములోని జెండాలు యూదుల షెమా అలాగు ముస్లిమ్‌ల యొక్క షాహిద తిరిగి చెప్పుతున్నది ప్రస్తుత క్రైస్తవ రచయిత యొక్క రుజువుగా కనిపిస్తుంది. నా యొక్క క్రైస్తవ సాక్ష్యము అరబిక్‌లో ప్రకటిస్తుంది. యెహోవా తప్ప సృష్టికర్త లేదు (యావే), మరియు యేసుక్రీస్తు మాత్రమే ఒక్కగానొక్క అద్వితీయ కుమారుడు(6వ పటము) హీబ్రూలో సృష్టికర్త లేదు యావే తప్ప మరియు వైషూవహా మొసయిక్ మాత్రమే ఆయన అద్వితీయ కుమారుడు (7వ పటము) (హెబ్రీ పదము యోషువ 7వ పటములో నేను సాధారణమైన పదములను తరచుగా సర్వసాధారణముగానున్న సందర్భాలలోనివి ఉపయోగించాను, ఎందుచేతననగా ఈ జెండాల సందేశము రక్షించబడని యూదులతో మాట్లాడునట్లుగా ప్రత్యేకించి నేను కోరుచున్నాను. హెబ్రీ స్పిల్లంగ్ వైషువా నేను ఉపయోగించునది ఆధునిక ఇశ్రాయేలీయులును ప్రశ్నించకుండగానే ఒప్పిస్తుంది. (నజరేయుడైన యేసు మరొక యేసు లేరు)

మనము ప్రతి నమ్మకమైన విశ్వాసులు యెల్లప్పుడు కదిలించజాలని ధైర్యమును కలిగి ఈ జెండాలలో వ్యక్తపరచిన ప్రాధమిక సత్యమును ప్రకటించునట్లుగా ప్రార్థించుదుము.

***Figure Six***

***Figure Seven***

# 6 వ అధ్యాయము

# చెడు అయ్యో్యాలు

1979, నేను వినగలిగిన స్వరమును పరలోకము నుండి చెప్పడం విన్నాను. "గొఱ్ఱెల రక్తము చేత వాటి వేదనను ప్రోగుచేసి కొనిన వానికి బహువేదనలు వచ్చును" అది పరలోక వర్తమానికుని చేత పరిశుద్ధ బైబిలు దేవుని నుండి నా యొద్దకు వచ్చిన ప్రవచనాత్మక సందేశము అని నేను వెంటనే గ్రహించితిని. దాని వెనుకటి చరిత్రను గూర్చి ఆలోచించుటలో, నేను తెలుసుకున్నాను ఆ వర్తమానము నాకియ్యబడినది గనుక పరిశుద్ధ బైబిలులో దానర్ధమును వెదకి క్రమముగా ఈ పనిలో ఇప్పుడు ఏమి ఇమిడి ఉన్నదో (గ్రహించుగలమా) ఖురాన్ అంత్య క్రీస్తు సాక్ష్యము ఏమి చెప్తుందో గ్రహించగలము.

ఈ సందేశము మీద ఆధారపడి నా యొక్క పనిని పూర్తి చేయుటకు చాలా సంవత్సరములు పట్టినది. వాస్తవమునకు, ఈ వర్తమానముకు సంబంధించిన అనేకమైన అంత్యకాల సంఘటనలకు చెందినటువంటి ఆత్మీయ సత్యములు పాఠములు స్పష్టపరచడం నేను పొందుకున్నాను. అది నేను చూచుచుండగా, ఈ సమాచారము, మరియు సమాచారము వంటిది, ఒక దినమున అది పొందుకొనడమునకు చట్టబద్ధము కాదు మరియు బహిరంగపరచి ఇతరులతో పంచుకోవడము కష్టము ఎందుచేతననగా ఇస్లాము యొక్క క్లిష్ఠపరిస్థితి. నేను నమ్ముచున్నాను అన్ని పెద్ద పభుత్వములు తదనుగుణముగా అంతర్జాతీయ మానవహక్కులు బృందముల నుండి కూడా వత్తిడి తీసికొని రాబడును, ఇస్లామిక్ ప్రభుత్వము మరియు యునైటెడ్ నేషన్స్ (అంతర్జాతీయ సమాఖ్య దేశాలు) సహితము మాట్లాడుటకైనను నేరముగా పరిగణించుటకు, విమర్శనాత్మకమైన రచనయైనను అన్ని మతములను గూర్చి, విమర్శించి వ్రాయుటయైననూ, రాజకీయంగాను, జాతీయపరంగాను ప్రపంచ ఐక్యతను సాధించుటకుగానూ, శాంతిని సామరస్యమును సాధించునట్లు అర్ధవంతముగా నుండునట్లు చేయును. అట్టి నేరముగ పరిగణించుటకైన వత్తిడినిచ్చే స్వేచ్ఛ ఇస్లాముకు మాత్రమే సహాయపడి క్రైస్తవ్యమునకు హాని కలిగించును. ఈ అంత్యస్థితికై సాతాను విశ్రాంతి లేకుండా పనిచేయుచున్నాడు ఎందుచేతననగా నిజమైన లేఖనమును గ్రహించి అర్థము చేసుకొనే వారి నిశితమైన విమర్శ యెదుట

ఇస్లాము నిలువలేకుండును. (మరల, స్పష్టత కొరకు, పరిశుద్ధ గ్రంథము మాత్రమే నిజమైన లేఖనము).

దయచేసి ఎవరైనను నా యొక్క 'చెడు అయ్యోలు' ను తమవిగా చేసుకున్నట్లు వారు నాకు తెలియజేయ వచ్చును లేక నా యొక్క మహమ్మద్ యొక్క హెబ్రీ పదములు సంకేతాలును విశ్లేషించి మామూలు భాషలో వ్రాసినవి మరియు వాటి సంఖ్యా సంబంధించిన సమానార్ధాలను 666 నకు ఇతరమైన భావములకు అన్వయించి వ్రాయబడినవి వాటిని గూర్చియైనను నాకు తెలియజేయవచ్చును. (టేబుల్ ఒకటిలో ఈ పుస్తకములో 5 మెట్లు ఇవ్వబడినవి మరియు మిగిలినవి ఎఫెండిక్స్ ఎలో వివరింపబడినవి) ఈ అతి ప్రాముఖ్యమైన మూలమైన అంశములు నావి అని రుజువు చేయుటకు, నేను వాటిని అమెరికా సంయుక్త రాష్ట్రాల రచయిత హక్కుల కార్యాలయములో నా రచనలన్నిటిని భద్రపరచితిని మరియు వాటిని 1981లో మరియు 1989లో రచయిత హక్కులు వాటి ధృవపత్రములు భద్రపరచబడియున్నవి.

అదృష్టవశాత్తు, ఈ పుస్తకము యొక్క ప్రారంభ ఇంటర్నెట్ వర్షన్స్ http//www.dr_joseph_adam_person.com, http//www.christevangelicalbibleinstitute.com అంత్యక్రీస్తు యొక్క ఖూరాను సాక్ష్యము. ('సాక్ష్యము'యొక్క పెడ అర్థమును గమనించండి. 2వ URL మీద నా యొక్క ప్రమేయము లేకుండా దీని కొరకు పనిచేసినవాడు –www.archive.org నా మొదటి పని మీద నింపినాడు.

చివరి విశ్లేషణలో, నేను మునుపు రచయిత హక్కులు కలిగిన భద్రము చేసిన రచనలయిన్నియును ఏమి గొప్పవి కావని అనుకుంటున్నాను. ఎందుచేతననగా బహింరంగముగా వాటి యొక్క చారిత్రాత్మకమైన పనిని గుర్తించుటకు అవి సహాయపడును.

నేను పరలోక స్వరమును వినిన తరువాత, నేను గుర్తించితిని "చెడు అయ్యో"లు అనే ప్రకటనలు ఆఖరి మూడు దేవదూతల బూరల శబ్దము వలన వచ్చు దేవుని ఉగ్రతను సూచించుచున్నవి – 5వ బూర, 6వ బూర మరియు 7వ బూర – ప్రకటన 8:13 KJV లో 'అయ్యో, అయ్యో, అయ్యో' గా సూచించుచున్నవి. ovai. గ్రీకు ovai (పలుకు ui G3759) దాని మూలపదము హెబ్రీ పదము Owy 4వ అధ్యాయములో రెండవ టేబుల్ చూండి) కనపడుతుంది. ఉదాహరణకు,

సంఖ్యా 21:29లో 1 సమూయేలు 4:7, మరియు యెషయా 3:11 మరియు నుండి కూడా వివరించబడినది.

"మరియు నేను చూడగా ఆకాశమధ్యమున ఒక పక్షి రాజు ఎగురుచు - బూరలు ఊదబోవుచున్న ముగ్గురు దూతల బూరల శబ్దములను బట్టి భూనివాసులకు అయ్యో, అయ్యో, అయ్యో అని గొప్ప స్వరముతో చెప్పుట వింటిని".

– ప్రకటన 8:13 KJV

మొదటి రెండు అయ్యోలు 5వ మరియు 6వ దూతల బూరల ధ్వని వలన వచ్చినవి ఖచ్చితముగా కడవరి దినములు ముస్లిములకు కలుపుకొనినవి. అయితే 3వ అయ్యో మరియు దానితో పాటు వచ్చే 7 తెగుళ్ళు, 7వ దూత బూర ధ్వని వలన వచ్చీనవి ఖచ్చితముగా కడవరి దినములలో నున్న ముస్లిముల పైననే పడును, ప్రకటన 8:13లో సూచించిన మూడు అయ్యోలు అన్ని 9 మరియు 16 అధ్యాయాలు ప్రకటన గ్రంథం పుస్తకములో వివరముగా ఇవ్వబడినవి.

ఈ మూడు అయ్యోలు ప్రకటన 8:13 ఈ క్రింది విధముగా సంగ్రహపరచబడినవి.

5వ బూర (ప్రకటన 9:1-12)

"అయిదవ దూత బూర ఊదినప్పుడు ఆకాశము నుండి భూమి మీద రాలిన యొక నక్షత్రమును చూచితిని. అగాధముయొక్క తాళపుచెవి అతనికి ఇయ్యబడెను। అతడు ఆ గాధము తెరవగా పెద్ద కొలిమిలో నుండి లేచు పొగవంటి పొగ ఆ అగాధములో నుండి లేచెను; ఆ అగాధములోని పొగచేత సూర్యునిని వాయుమండలమున చీకటి కమ్మెను.। ఆ పొగలో నుండి మిడతలు భూమి మీదికి వచ్చెను, భూమిలో ఉండు తేళ్లకు బలమున్నట్టు వాటికి బలము ఇయ్యబడెను.। మరియు నొసళ్ల యందు దేవుని ముద్రలేని మనుష్యులకే తప భూమిపైనున్న గడ్డి కైనను ఏ మొక్కలకైనను మరి ఏ వృక్షమునకైనను హాని కలుగజేయకూడదని వాటికి ఆజ్ఞ ఇయ్యబడెను.। మరియు వారిని చంపుటకు అధికారవ ఇయ్యబడలేదు గాని అయిదు నెలలవరకు బాధించుటకు వాటికి అధికారము ఇయ్యబడెను. వాటివలన కలుగు బాధ, తేలు మనుష్యుని కుట్టినప్పుడుండు బాధవలె ఉండును.। ఆ దినములలో మనుష్యులు మరణమును వెదకుదురు గాని అది వారికి దొరకనే దొరకదు;

చావవలెనని ఆశపడుదురు గాని మరణము వారియొద్ద నుండి పారిపోవును.। ఆ మిడతల రూపములు యుద్ధమునకు సిద్ధపరచబడిన గుఱ్ఱములను పోలియున్నవి. బంగారమువలె మెరయు కిరీటములవంటివి వాటి తలలమీద ఉండెను;వాటి ముఖములు మనుష్య ముఖములవంటివి,। స్త్రీల తలవెండ్రుకలవంటి వెండ్రుకలు వాటికుండెను. వాటి పండ్లు సింహపు కోరలవలె ఉండెను.। ఇనుప మైమరుపులవంటి మైమరుపులు వాటి కుండెను. వాటి రెక్కల ధ్వని యుద్ధమునకు పరుగెత్తునట్టి విస్తారమైన గుఱ్ఱపు రథముల ధ్వనివలె ఉండెను.। తేళ్లతోకలవంటి తోకలును కొండ్లును వాటికుండెను. అయిదు నెలలవరకు వాటి తోకలచేత మనుష్యులకు హాని చేయుటకు వాటికి అధికారుండెను.। పాతాళపు దూత వాటిపైన రాజుగా ఉన్నాడు; హెబ్రీభాషలో వానికి అబద్దోనని పేరు, గ్రీసుదేశపు భాషలో వానిపేరు అపొల్లుయోను.। మొదటి శ్రమ గతించెను; ఇదిగో మరి రెండు శ్రమలు ఇటుతరువాత వచ్చును."

– ప్రకటన 9 : 1-12 KJV

ప్రకటన 8:13లో సూచించిన మొదటి "అయ్యో" భూమిని తెగుళ్ళుతో "దేవుని ముద్ర నొసళ్ళ మీద లేని ప్రజలను మాత్రమే (దేవుని పరిశుద్ధాత్మ) బాధించుటకు సూచించును. (ప్రకటన 9:4) అట్టి తెగులు 5 నెలలు వరకు బాధించును (ప్రకటన 9:5 మరియు 9:10) అది యేడేండ్ల శ్రమల కాలపు రెండవ అర్ధభాగమైన మూడున్నర సంవత్సరముల కాలమై యుండును. ఈ రెండవ అర్ధభాగమైతే 3 1/2 సంవత్సరముల కాలము మహాశ్రమల కాలముగా తరచూ సూచించును.

(ప్రకటన 7:14 KJV నుండి).

ఆ దినములలో మనుష్యులు మరణమును వెదుకుదురు గాని అది వారికి దొరకనే దొరకదు. చావవలెనని ఆశపడుదురు గాని మరణము వారి యొద్ద నుండి పారిపోవును (ప్రకటన 9:6 KJV)

ఈ విధంగా, ప్రకటన 9:1-12లో వివరించబడిన శ్రమ సందర్భానుసారంగా ఫిలిష్తీయులను సర్వశక్తిమంతుడు గడ్డల రోగముతో బాధించిన దానితో సమముగా వున్నది.

చివర మిగిలియున్నవారు గడ్డల రోగము చేత మొత్తబడిరి. ఆ పట్టణస్థుల కేకలు ఆకాశమునకు వినబడెను. (1 సమూయేలు 5:12 KJV).

3 అయ్యోలు యొక్క మొదటిది సందర్భానుసారముగా 1 సమూయేలు 5:12లోని గడ్డల రోగమునకు సమమైనదే. ఎందుచేతననగా ఆది బాధించినది గాని చంపలేదు. 5వ దూత బూర చేత అయ్యో అని ప్రకటించుటకు వచ్చినవాడు ప్రకటన 9:3,5లోను మరియు 7:10లో మిడుతల వలె నున్న గుర్రము దాని తోక తేళ్ళ తోకవలె కొండ్లును కలిగియున్నట్లు వర్ణించబడినది. ఈ బైబిలు రచన రూపకాలాంకారము అగుట చేత అసలైన ప్రతినిధులు సమయం వచ్చేంతవరకు ఆ మిడుతల తెగుళ్ళు బయటకు వచ్చునప్పటి వరకు అస్పష్టంగానే వుండును.

**ఆరవ బూర**

**(ప్రకటన 9 : 13-21)**

"మొదటి శ్రమ గతించెను; ఇదిగో మరి రెండు శ్రమలు ఇటుతరువాత వచ్చును. ఆరవ దూత బూర ఊదినప్పుడు దేవునియెదుట ఉన్న సువర్ణబలిపీఠముయొక్క కొమ్ములనుండి యొక స్వరము - యూఫ్రటీసు అను మహానదియొద్ద బంధింపబడియున్న నలుగురు దూతలను వదిలిపెట్టుమని బూర పట్టుకొని యున్న ఆ యారవ దూతలో చెప్పుట వింటిని.। మనుష్యులలో మూడవ భాగమును సంహరింపవలెనని అదే సంవత్సరమున అదే నెలలో అదే దినము, అదే గంటకు సిద్ధపరచబడియుండిన ఆ నలుగురు దూతలు వదిలిపెట్టబడిరి.। గుఱ్ఱపురౌతుల సైన్యముల లెక్క యిరువది కోట్లు; వారి లెక్క యింత అని నేన వింటిని.। మరియు నాకు కలిగిన దర్శనమందు ఈలాగు చూచితిని. ఆ గుఱ్ఱములకున వాటి మీద కూర్చుండియున్న వారికిని, నిప్పువలె ఎరుపువర్ణము, నీలవర్ణము, గంధకవర్ణముల మైమరుపులుండెను. ఆ గుఱ్ఱముల తలలు సింహపు తతలవంటివి, వాటి నోళ్లలోనుండి అగ్ని ధూమగంధకములు బయలు వెడలుచుండెను.। ఈ మూడు దెబ్బలచేత, అనగా వీటి నోళ్లలోనుండి బయలు వెడలుచున్న అగ్ని ధూమగంధకములచేత, మనుష్యులలో మూడవ భాగము చంపబడెను। ఆ గుఱ్ఱముల బలము వాటి నోళ్లయందును ఆటి తోకలయందును ఉన్నది, ఎందుకనగా వాటి తోకలు పాముల వలె ఉండి తలలు కలిగినవైనందున వాటిచేత అవి హాని చేయును.। ఈ దెబ్బలచేత చావక మిగిలిన జనులు, దయ్యములను, చూడను వినను నడువను శక్తిలేనివై, బంగారు వెండి కంచు రాయి కర్రలతో చేయబడిన తమ హస్త కృతములైన విగ్రహములను పూజంపకుండ విడిచిపెట్టునట్లు మారుమనస్సు పొందలేదు.। మరియు తాము

చేయుచున్న నరహత్యలును మాయమంత్రములున జారచోరత్వములును చేయకుండునట్లు వారు మారుమనస్సు పొందిన వారు కారు."

- ప్రకటన 9 :12-21 KJV

ప్రకటన 8:13లో సూచించబడిన 2వ "అయ్యో" మానవుల మూడవ వంతును చంపివేయుటను సూచించుచున్నది.

ఈ మూడు దెబ్బలచేత, అనగా వీటి నోళ్ళ నుండి బయలు వెడలుచున్న అగ్ని ధూమ గంధకముల చేత మనుష్యులలో మూడవభాగము చంపబడెను. ప్రకటన 9:18 KJV.

వాస్తవమునకు బహుశా "అగ్ని", 'ధూమము' మరియు 'గంధకము' లు ఈ మూడు న్యూక్లియర్, కెమికల్ (రసాయనిక) మరియు బయలాజికల్ యుద్ధము నుండి వచ్చు ఫలితములను సూచించును. లేక బహుశ ఈ మూడు అంశములు విస్ఫోటనము కలిగించు వస్తువులు వాటికి చెందిన హాని కలిగించేవి మండుట వలన వచ్చే వాసనలు మరియు రసాయనిక వాయువులు నుండి అధిక వేడిమిని సూచించుచున్నవి. నిజానికి, మూడు అంశములు వీటి అయ్యో గూర్చి వ్రాయబడినది. వీటి యొక్క హాని కలిగించు ప్రతినిధులు కంటే తక్కువుగా చేసి వ్రాయబడినది. అది ప్రకటన 9:17 & 19లో సింహం తల కలిగి గుర్రములు సర్పముఖము కలిగిన తోకలు కలిగినట్లుగా వర్ణించబడినవి. అవే అంశములు అటులనే వాటితో హాని కలిగించు ప్రతినిధులు అస్పష్టంగాను, ఆ తెగులు వచ్చి బయలుపడినపుటి వరకును అస్పష్టంగాను వుండును. యుద్ధమునకు సిద్ధపడునట్లుగా నున్నట్లు గుర్రపు రౌతులు యొక్క అర్థము ఏమనగా ప్రకటన 9:17లో గుర్రపు రౌతులు మైమరువులుతో నున్నట్లు వర్ణించబడినది. మొదటి అయ్యో వలె ఈ రెండవ అయ్యో కొరకు తెగుళ్ళ యొక్క అసలైన స్వభావము కాలము స్పష్టముగా మనకు తెలియజేయును.

## ఏడవ బూర

## (ప్రకటన 10:7, 11:14-19, 15:1, 16:1-21)

చివరది మూడవది "అయ్యో" ప్రకటన 8:13లో సూచించబడినది ప్రకటన 16:1-21లో వర్ణించబడిన ఏడు తెగుళ్ళు పాత్రలు లేక గిన్నెలు నుండి విడుదలయైన వాటిని సూచించుచున్నది.

"మరియు – మీరు పోయి దేవుని కోపముతో నిండిన ఆ యేడు పాత్రలను భూమి మీద కుమ్మరించుడని ఆలయములో నుండి గొప్ప స్వరము ఆ యేడుగురు దేవదూతలతో చెప్పగా వింటిని. అంతట మొదటి దూత వెలపలికి వచ్చి తన పాత్రను భూమిమీద కుమ్మరింపగా ఆ క్రూరమృగము యొక్క ముద్రగలవారికిని దాని ప్రతిమకు నమస్కారము చేయువారికిని బాధకరమైన చెడ్డ పుండుపుట్టెను. రెండవ దూత తన పాత్రను సముద్రములో కుమ్మరింపగా సముద్రము పీనుగ రక్తము వంటిదాయెను. అందువలన సముద్రములో ఉన్న జీవజంతువులన్నియు చచ్చెను. మూడవ దూత తన పాత్రను నదులలోను జలధారలలోను కుమ్మరింపగా అవి రక్తమాయెను.। అప్పుడు వర్తమాన భూతకాలములలో ఉండు పవిత్రుడా, పరిశుద్ధుల రక్తమును ప్రవక్తల రక్తమును వారు కార్చినందుకు తీర్పుతీర్చి వారికి రక్తము త్రాగనిచ్చితివి;। దీనికి వారు పాత్రులే. నీవు ఈలాగుతీర్పుతీర్చితివి గనుక నీవు న్యాయవంతుడవని జలముల దేవదూత చెప్పగా వింటిని.। అందుకు –అవును ప్రభువా, దేవా, సర్వాధికారీ, నీ తీర్పులు సత్యములును న్యాయములునై యున్నవని బలిపీఠము చెప్పుట వింటిని. నాలుగవ దూత తన పాత్రను సూర్యునిమీద కుమ్మరింపగా మనుష్యులను అగ్నితో కాల్చుటకు సూర్యునికి అధికారము ఇయ్యబడెను.। కాగా మనుష్యులు తీవ్రమైన వేడిమితో కాలిపోయి, యీ తెగుళ్లమీద అధికారముగల దేవుని నామమును దూషించిరి గాని, ఆయనను మహిమపరచునట్లు వారు మారుమనస్సు పొందినవారుకారు. అయిదవ దూత తన పాత్రను ఆ క్రూరమృగము యొక్క సింహాసనముమీద కుమ్మరింపగా, దాని రాజ్యము చీకటి కమ్మెను; మనుష్యులు తమకు కలిగిన వేదననుబట్టి తమ నాలుకలు కరచుకొనుచుండిరి;। తమకు కలిగిన వేదనలను బట్టియు పుండ్లను బట్టియు పరలోకమందున్న దేవుని దూషించిరి గాని తమ క్రియలను మాని మారుమనస్సు పొందినవారు కారు. ఆరవ దూత న పాత్రను యూఫ్రటీసు అను మహానదిమీద కుమ్మరింపగా తూర్పు నుండి వచ్చు రాజులకు మార్గము సిద్ధపరచబడునట్లు దాని నీళ్లు యెండి పోయెను.। మరియు ఆ ఘటసర్పము నోటనుండియు క్రూరమృగము నోటనుండియు అబద్ధప్రవక్త నోటనుండియు కప్పలవంటి మూడు అపవిత్రాత్మలు బయలువెడలగా చూచితిని.। అని సూచనలు చేయునట్టి దయ్యముల ఆత్మలే; అవి సర్వాధికారియైన దేవుని మహాదినమున జరుగు యుద్ధమునకు లోకమంతట ఉన్న రాజులను పోగుచేయవలెనని వారియొద్దకుబయలు

క్రీస్తు వ్యతిరేక సాక్షి

వెళ్లి,। హెబ్రీభాసలో హార్ మెగిద్దోనను, చోటుకు వారిని పోగుచేసెను. ఇదిగో నేను దొంగవలె వచ్చుచున్నాను; తాను దిగంబరుడుగా సంచరించుచున్నందున జనులు తన దినమెలను చూతురేమో అని మెలకువగా ఉండి తన వస్త్రము కాపాడు కొనువాడు ధన్యుడు.

ఏడవ దూత తన పాత్రను వాయుమండలముమీద కుమ్మరింపగా – సమాప్తమైదని చెప్పుచున్నయొక గొప్ప స్వరము గర్భాలయములో ఉన్న సింహాసనము నుడి వచ్చెను.। అప్పుడు మెరుపులును ధ్వనులును ఉరుములును పుట్టెను.। అప్పుడు మెరుపులున ధ్వనులును ఉరుములును పుట్టెను, పెద్ద భూకంపమును కలిగెను. మనుష్యులు భూమిమీద పుట్టినది మొదలుకొని అట్టి మహా భూంకపము కలుగలేదు, అది అంత గొప్పది.। ప్రసిద్ధమైన మహాపట్టణము మూడు భాగములాయెను, అన్యజనుల పట్టణములు కూలిపోయెను, తన తీక్షణమైన ఉగ్రతయను మద్యముగల పాత్రను మహా బబులోనునకు ఇయ్యవలెనని దానిని దేవున సముఖమందు జ్ఞాపకము చేసిరి,। ప్రతి ద్వీపము పారిపోయెను, పర్వతములు కనబడక పోయెను.। అయిదేసి మణుగుల బరువుగల పెద్దవడగండ్లు ఆకాశము నుండి మనుష్యులమీద పడెను; ఆ పడగండ్ల దెబ్బ మిక్కిలి గొప్పదైనందున మనుష్యులు ఆ దెబ్బనుబట్టి దేవుని దూషించిరి."

– ప్రకటన 16 : 1-21KJV

ప్రకటన 16 లో తెగుళ్ల ప్రభావము చివరి రోజులలోని ముస్లిములపైన వుండును. ఎవరు తీవ్ర భయకంపితులనుగా చేసి, భూమిని నాశనము చేశారో ఫలితముగా వారే తమ్మును తీవ్ర భయ కంపితులుగను తమ్మును తాము నాశనమును గావించుకొనుచున్నారు. (ఎవరైతే భూమిని భయకంపముతో నింపి నాశనము చేశారో వారే) (ప్రకటన11:18) ప్రకటన 16:6 ఎవరు తమ్మును తాము "దేవుని పరిశుద్ధుల ప్రవక్తల రక్తమును చిందించుట" ద్వారా దేవుని నుండి దూరమైనారో వారిని గూర్చి గుచ్చి గుచ్చి చెప్పుచున్నాడు. ఇక్కడ చెడు అయ్యోలు ఎవరు వారి పాప వేదనను గొర్రెల రక్తమును చిందించుట ద్వారా ఎక్కువ చేసికొన్నారో వారికే వచ్చినవి. (నిజమైన ఒక్కగానొక్క ఏకైక దేవుని నుండి వారు దూరమును, ఎడబాటును పెంచుకున్నారు) (గొర్రెలు ఇక్కడ దేవుని ప్రజలను క్రైస్తవులు మరియు యూదులను ఇద్దరిని సూచించున్నది).

ప్రకటన 16లో ఈ చివరి 7 తెగుళ్ళలో దేవుని ఉగ్రతను పొందుకొనిన ప్రజలును ఇట్టివారుగా ఎంచబడుచున్నారు వారు. (1) పరిశుద్ధ బైబిలు దేవున్ని నిజమైన ఒకే దేవుడు అంగీకరించుటకు తిరస్కరించినవారు; మరియు (2) ఆయనకు విరోధముగా వారి యొక్క దేవదూషణలు బట్టి మారు మనస్సు పొందుటకు తిరస్కరించినవారు. అవే గుణలక్షణములు ప్రకటన 9:20-21లో మనం చూడగలము. (గుర్తు పెట్టుకోండి. పరిశుద్ధ బైబిలు దేవునికి వ్యతిరేకముగా చేసే ఏకైక దూషణ ఏమంటే దేవునికి ఏకైక కుమారుడు లేడని ఆయనను అంగీకరించ కుండ ఉండడమే) వారి యొక్క హృదయ కాఠిన్యములను బట్టి, మరియు వారి యొక్క భక్తిహీన కార్యములను బట్టి, ఈ మారు మనస్సు పొందని పాపులు దేవుని యొక్క ఉగ్రత వారి మీదకి వచ్చుట న్యాయమే మరియు తగినదే అని నిశ్చయము చేసికొంటున్నారు. నిజముగా దేవుని యొక్క పరిశుద్ధాత్మచే ముద్రింపబడని వారి మీద దేవుని ఉగ్రత వర్షము కుమ్మరింపబడుతుంది.

ఇలా అది చెప్పుటకు – దేవుని సర్వశక్తిమంతుడైన ప్రభువుని తృణీకరించుట అనగా ఆయన ఒక్కాగానొక్క కుమారుని తృణీకరించుటచే వారి మీదకు ఉగ్రత దిగివచ్చుచున్నది. దేవుని యొక్క ఉగ్రతాగ్ని మరి ఏ విధమైన ఇంధనము దానికి లేకుండా ఉన్నంతవరకు మండుచునే వుండును. మరియొక మాటలో చెప్పాలంటే, దేవదూషణ దేవునికి వ్యతిరేకముగా ఇంధనముగా మారి ఆయన ఉగ్రతను మండించును, దేవదూషణలు అనేవి పూర్తిగా తొలగిపోయేంత వరకు మండును కావున బయటకు పోవు వరకును మండును.

వేర్వేరు భావాలుగా, ప్రకటన 16:8-9లో వివరించిన 4వ దూతచే సూర్యునిపై తెగుళ్ళు కారణంగా సూర్యుడు అగ్నితోను, వేడిమితోను ప్రజలను మండించినాడు. అగ్నియు మరియు వేడివి ఊహించినంత బలముగను ఆ సమయంలో వచ్చి మరియు మన సూర్యుని నుండి భవిష్యత్‌లో అనేకమైన వలయాలు ఏర్పడి వేడి వాయువులు విడుదల అయి విస్తరించును. సూర్యుని చుట్టూ యార్పడిన వలయాలువాటి నుండి వెలువడు వేడిమి పరిస్థితులు సూర్యుని ఆకర్షణ శక్తి రేఖవైపు మళ్ళి సౌర విస్ఫోటనములు బలముగా జరిగి ఒకదానితో ఒకటి బలముగా తాకుట వలన సూర్యునిలో అనేకమైన మచ్చలు యార్పడును. ప్రమాదకరమైన శక్తి, సూర్యుని వలయాలు నుండి అనేకమైన విషవాయువులు బయటకు వెడలి మూడు నుండి

అయిదు దినములలోగా భూమికి చేరును. అందుచేత అవి భూమి యొక్క ఆకర్షణశక్తి ప్రాంతమును మరియు ఇయనోస్పియర్ (రేడియో తరంగములను మోసి కొనిపోయె వాతావరణము)ను ప్రభావితము చేయును. సూర్యుని వలయాలు నుండి యార్పడి విడుదలైన వాయువులు. 1)ప్రపంచమంతటనున్న పవర్‌గ్రిడ్‌లతో కలసి ట్రాన్స్‌ఫార్మర్‌లు చెడిపోవును. 2) వాతావరణములో అర్కిటిక్ గాలి నుండి ఈక్వెటోరియంలో వాతావరణము నుండి కలుగు విస్ఫోటనములను బట్టి ఫలితముగా అతి పెద్ద పెనుతుఫానులు ప్రమాదమును సృష్టించును (సుడుగాలులు, తుఫానులు, మరియు టోర్నడోలు). 3) హఠాత్తుగా భూమి లోపలి పొరలలో సర్దుబాటులు జరిగి ఫలితముగా భూకంపములు, అగ్నిపర్వతములు బ్రద్దలగుట, సునామీలు, యార్పడి చెప్పుకోతగిన తీరప్రాంతాలలోను భూమిపైననూ వరదలు సంభవించవచ్చును. ఇంకనూ అనేక సంగతులు తెలిసికొనవలెనంటే దయచేసి "సూర్యుని చుట్టూ వలయాలు వాటి విషవాయువులు" ప్రపంచనెట్‌లో పెట్టబడిన వీడియో టేపులో వ్రాసివుంచిన వాటిని చూడండి చదవండి.

"సూర్యుని చుట్టూ వలయాలు వాటి నుండి యార్పడి విడుదలైన వాయువులు" ను గూర్చి నేర్చుకొనుట ద్వారా భవిష్యత్‌ను మార్చజాలదు. వాటిని గూర్చి నేర్చుకొనుట లేఖనములో ప్రవచింపబడిన కొన్ని భవిష్యత్ మార్పులును, అర్ధము చేసికొనుటకు మీకు సహాయపడును. కావున మీరు మానసికంగా, ఆలోచనపరంగానూ, ఆత్మీయంగానూ మరియు భౌతికంగాను కూడా మీరు మంచిగా సిద్ధపడగలరు. (దేవుడు తన ప్రజలను యల్లప్పుడు భవిష్యత్ కొరకు మంచిగా సిద్ధపడవలెనని కోరుచున్నాడు) ఉదాహరణకు ఇవ్వబడిన ప్రవచనము సూర్యుని చంద్రుని అందు జరుగు మార్పులను గూర్చి ఇవ్వబడింది.

యెహోవా తన జనుల గాయమును కట్టి వారి దెబ్బను బాగు చేయు దినము చంద్రుని వెన్నెల సూర్యుని ప్రకాశము వలె నుండును, సూర్యుని ప్రకాశము ఏడు దినముల వెలుగు ఒక దినమున ప్రకాశించునట్లుండును.

యెషయా 30 : 26 KJV

ఆరవ అధ్యాయము పెద్ద నక్షత్రములు రాలుట అను తెగులుతో ముగియును. ఈ నక్షత్రములు ప్రజలు ఉన్న ప్రాంతముల మీద పడును అచ్చట ప్రజలు ప్రపంచ

రక్షకుడైన యేసుక్రీస్తును రక్షకుడుగా అంగీకరించక, వ్యక్తిగత రక్షకుడుగా కూడా అంగీకరించరు ఆయన్ను ఒక్కగానొక్క కుమారుడిగా అంగీకరింపక తృణీకరించుచూనే యున్నారు.

## ఇస్లామ్ మృగము మీద దేవుని యొక్క న్యాయం తీర్పు అమలు చేయుట (ప్రకటన 19:19–21)

చివరిగా, ఇస్లామ్ దేశముగా వచ్చినదేదో ఇది దేశముల సమాఖ్య మరియు మార్పు పొందని ముస్లిములుగా ప్రకటన 19:19–21లో సంగ్రహపరిచినాడు.

"19 నేను మృగము చూచియుంటిని, భూరాజులను, మరియు వారి సేనలను ఆ గుఱ్ఱము మీద కూర్చున్న వానితోను ఆయన సైన్యముతో యుద్ధము చేయుటకై కూడియుండగా చూచితిని (గుఱ్ఱముపై కూర్చున్నవాడు ప్రకటన 19:13లో దేవుని వాక్యముగానూ, 19:16లో రాజుల రాజుగాను, ప్రభువుల ప్రభువుగాను గుర్తింపబడినాడు, రెండును యేసుక్రీస్తులవారి కొరకైన బిరుదు) 20 అప్పుడా మృగమును, దాని యెదుట సూచక క్రియలు చేసి దాని ముద్రను వేయించుకొనిన వారిని ఆ మృగపు ప్రతిమకు నమస్కరించిన వారిని మోసపరిచిన ఆ అబద్ధ ప్రవక్తయు, పట్టుబడి వారిద్దరు గంధకములతో మండు అగ్నిగుండములో ప్రాణముతోనే వేయబడిరి. (మార్పు పొందని ముస్లిములు అలాగే ఇస్లాముకు సహకరించినవారు) ప్రతిమకు నమస్కారము చేయువారు (హేయమైనది వచ్చుట లేక నాశన పాత్రుని విగ్రహము దానియేలు 11:31 మరియు 12:11లోను యేసుక్రీస్తు మత్తయి 24:15లో మార్కు 13:14లోను చెప్పబడింది. ఈ రెండు మృగము మరియు అబద్ధ ప్రవక్త మండుచున్న అగ్నిగుండములో ప్రాణముతోనే పడవేయబడిరి. 21 మిగిలియున్న ప్రజలు -- మార్పు పొందని ముస్లిములు మరియు ఇస్లాముకు సహకరించున్న వారందరు) గుఱ్ఱము మీద కూర్చున్న వానిచే కత్తితో వధింపబడిరి. ఆ కత్తి ఆయన నోటి నుండి వచ్చుచున్నది. పక్షులన్నియు వారి యొక్క మాంసముతో తమ కడుపు నింపుకొనినవి.

## స్పష్టమైన వివరణ

అది ఒకదానిపై ఒకటి ఆధారపడినవే అయిననూ ప్రకటన పదమూడు అధ్యాయములోని మొదటి మృగము (ప్రకటన 13:11లో సముద్రములో నుండి

బయటకు వచ్చుచున్న చిరుత పులి వంటి మృగము) అదే అధ్యాయములోని రెండవ మృగమునకు భిన్నమైనది. (రెండు కొమ్ములు కలిగిన మృగము ప్రకటన 13:11లో భూమి మీద నుండి లేచుచున్నది. అందుచేత 13వ అధ్యాయములో మొదటి మృగము అనేకమైన అర్ధములు కలిగియున్నది. మొదటి మృగము ప్రకటన గ్రంథంయొక్క సాధారణ చదువరికి లేక ప్రారంభ విద్యార్థికి అనేకమైన అర్ధములు నిచ్చుచున్నది. ప్రస్తుత రచయితకు, 13 అధ్యాయములోని మొదటి "మృగము" ఒకే విధమైన అనేక అర్ధములు కలిగి యున్నది. 1. ఇస్లాము యొక్క భావజాల సిద్ధాంతము, 2. ఇస్లామ్ యొక్క ఖలీఫా లేక దేశము, 3. మధ్య ఆసియా, పశ్చిమ ఆసియా, ఉత్తర ఆఫ్రికా ఇస్లామిక్ దేశాల సమాఖ్య, 4. మహమ్మద్ ఇస్లామ్ యొక్క అబద్ధ ప్రవక్త. ఈ విధంగా అసలైన అధికారిగా ఇస్లామ్ యొక్క ప్రవక్త మహమ్మద్, ప్రకటన 13 అధ్యాయములోని 1వ మృగము యొక్క భావసిద్ధాంతము, రాజకీయ ఇస్లామ్ భౌగోళికంగాను మొదటి మృగముతో సమానమైన అర్ధము భావములు కలిగియున్నది. దీనికి భిన్నంగా 13వ అధ్యాయములోని రెండవ మృగము తక్కువ అర్ధములు కలిగియున్నది. ఎందుచేతననగా రెండవ మృగము ఇస్లామ్ యొక్క అబద్ధ ప్రవక్తకు సాదృశ్యముగా నున్నది - అంత్యకాల క్రీస్తు అని చెప్పవచ్చును. ఈ విధంగా ప్రస్తుత రచయితచే ఈ రెండు జీవులు భాషాంతీకరించబడియుండగా ప్రకటన 19:20లోని 'మృగమునకు' 'అబద్ధ ప్రవక్తనకు' సాదృశ్యముగా చెప్పబడినది - అవి అగ్నిగుండములో పడవేయబడినవి. 1. మహమ్మద్ ఇస్లామ్ యొక్క అబద్ధ ప్రవక్తగా కనబడుచున్నాడు. 2. చిట్టచివరి ఇస్లామ్ యొక్క అబద్ధ ప్రవక్త, అంత్యకాల క్రీస్తు విరోధి. ఈ రెండు జీవులు యేసుక్రీస్తు భూమి మీద పరిపాలన చేయుటకు తిరిగివచ్చు సమయమున అగ్నిగుండములో పడవేయబడుదురు. ఇతరులెవరైననూ అగ్నిగుండమునకు నిర్ణయించబడినట్లయిన యేసుక్రీస్తు యొక్క వెయ్యేండ్ల పాలన యొక్క చివర ఉండును. ఇంచుమించు 1000 సంవత్సరాలు తరువాత అబద్ధ ప్రవక్తను చూడగలము చిట్టచివరి అబద్ధ ప్రవక్త బయటకు పంపబడును. ప్రకటన 19:21లో సూచించినట్లుగా సాతానును వెంబడించిన మానవాళి అందరూ ఇస్లామ్, మహమ్మద్ చివరికాల అంత్యక్రీస్తు క్రీస్తు యేసు యొక్క ఖడ్గము చేత వధించబడుదురు మరియు ఆయన వెయ్యేండ్ల రాజ్యస్థాపనకై ఆయన తిరిగి వచ్చునప్పుడు భూమి మీద నుండి వారిని తీసివేయును.

సంక్షిప్తముగా

ప్రజలు మర్యాదగాను, మంచి ప్రవర్తన గలిగియున్నను, దయాగుణం కలిగియున్నను, మరియు అతిధ్యము ఇవ్వగలిగిననూ ఆ మంచి ఆచారములు మరియు మంచి గుణలక్షణములు కలిగియుండినను అవి మాత్రమే దేవుని రాజ్యములోనికి ప్రవేశించుటకు అనుమతినియ్యవు. అట్టి ప్రవేశము మారు మనస్సు పొందిన వారికి మాత్రమే వ్యక్తిగతమైన పాపములకు పరిహారము అనగా వారి యొక్క వ్యక్తిగత పాపగుణములు తీర్చుట కొరకై దేవుని కుమారుడు అనగా ఒక్కగానొక్క కుమారుని రక్తము చిందించుటను అంగీకరించి గుర్తించిన వారికి మాత్రమే అనుమతించబడింది.

అట్టి గుర్తింపు, అంగీకరించుట లేకుండా, దేవుని పరిశుద్ధాత్మ మానవులలో నివసించడు, మరియు ఆ కారణముగ అలాంటి అవిశ్వాసులైన ప్రజలు (సులువుగా) అబద్ధ దేవుని ఆరాధించుట లోనికి సులువుగా మోసగించబడుదురు.

వారు సాతానును ఆరాధించుట చేత దేవుని ఒక్కగానొక్క అద్వితీయ కుమారుడుగాను దేవుని అవతారముగా యేసుక్రీస్తును బహిరంగముగానే తిరస్కరించారు. అలాగున ముస్లిములు వారెక్కడుకు వెళ్ళినను వారితో శాపమును మోసికొనిపోతారు. ముస్లిముల కొరకు శాంతి నిలువదు లేక ముస్లిములతోను నిలువదు కారణం వారు అందరూ ఆదేశాపము మోయుచున్నారు. పరిశుద్ధ బైబిలు యొక్క దేవుని శాపము వారి మీద నిలిచి యుండును. (గుర్తుంచుకొండీ అల్లా" పరిశుద్ధ బైబిలు దేవుడు కాదు, "అల్లా" మారువేషములో నున్న సాతాను).

ముస్లిమ్‌లు యేసుక్రీస్తు "నేనే దేవుడును" అన్నట్లు బైబిలులో ఎక్కడును లేదు అని ప్రకటించారు, ఏదైతేనేమి యేసు చెప్పెను "అల్ఫయు ఓమేగయు నేనే", "ఆదియు అంతమును నేనే", "మొదటివాడను కడపటి వాడను నేనే" (ప్రకటన 22:13). ముందుగానే చెప్పినట్లు పరిశుద్ధ బైబిలు యొక్క సార్వత్రిక భాష ప్రకారంగా "మొదటివాడను కడపటివాడును నేనే" అనేది నేనే దేవుడను అని అర్ధమునకు సమానము. ఉదాహరణకు యెషయా 41:4 పరిశుద్ధ బైబిలు యొక్క దేవుడు ప్రకటించుచున్నాడు. "ఎవడు దీని నాలోచించి జరిగించెను? ఆది నుండి మానవ వంశములకు పిలిచినవాడనైన యెహోవానగు నేనే నేను మొదటివాడను కడవరి

వారితోను ఉండువాడను. మరియు యెషయా 44:6లో పరిశుద్ధ బైబిలు దేవుడు ప్రకటించుచున్నాడు. "ఇశ్రాయేలీయుల రాజైన యెహోవా ఈలాగు సెలవిచ్చుచున్నాడు. నేను మొదటివాడను, కడపటివాడను నేను తప్ప ఏ దేవుడను లేడు" వారి యొక్క మూర్ఖపు గర్వముతో ముస్లిములు తండ్రియైన దేవుని, కుమారుడైన దేవుని, పరిశుద్ధాత్మ దేవుని, దేవుని ప్రధానత్వములో భాగములో సమానమైన వారని గుర్తించుటకు నిరాకరించిరి. నిజమునకు – తండ్రియైన దేవుని, కుమారుడైన దేవుని, పరిశుద్ధాత్మ దేవుని, దేవుని ప్రధానత్వములో భాగములో సమానమైన వారిని గుర్తించుటకు నిరాకరించిరి. నిజమునకు – తండ్రియైన దేవుడు, కుమారుడైన దేవుడు, పరిశుద్ధాత్మ దేవుడు ముగ్గురు ఒక్కరుగానున్న తిత్వదేవుడు – అనగా వారు 3 భాగములుగా నున్న ఏకైక ఐక్యముగా నున్న మహిమగల దేవుడు. ఖచ్చితముగా 1 కొరింథీయులు 15:24–28 వివరించినట్లుఆ కుమారుడైన దేవుడు భూమినంతటిని తండ్రియైన దేవునికి 1000 సంవత్సరాల పరిపాలన చివరిలో అప్పగించును – పరిశుద్ధ బైబిలులో రూపించబడిన రక్షణ సంవత్సరమును నెరవేర్చుటలో విడివిడిగా ప్రస్తుతము పనిచేయుచున్న దేవుని ప్రధానత్వము అర్ధము చేసుకోనుటకు సహాయపడును.

చివరిగా ముస్లిములు పరిశుద్ధ బైబిలులో యేసుక్రీస్తు "నేను దేవుని కుమారును అని ఎక్కడనూ ప్రకటించలేదని కూడా ప్రకటించును. ఏలాగైతేనేకు లేఖనములో వ్రాయబడింది" వాడు (యేసు) దేవుని యందు విశ్వాసముంచెను నేను దేవుని కుమారుడనని చెప్పెను గనుక ఆయనకిష్టుడైతే ఆయన ఇప్పుడు వానిని తప్పించునని చెప్పిరి" మత్తయి (27:43) మరియు తండ్రి ప్రతిష్ట చేసి యీ లోకములోనికి పంపిన వానితో నీవు దేవదూషణ చేయుచున్నావు అని చెప్పదురా?" (యోహా 10:36 KJV) దురదృష్టవశాత్తు, బైబిలు ఆధారముతో వారి యొక్క ఆలోచనలు పొరపాటున ఎదుర్కొనినపుడు, ముస్లిములు నుండి వారి ప్రతిస్పందన చివరిగా బైబిలు కల్పితము అని ఆటంకపరచుచున్నారు. మనము వారి చెప్పునది ఎంతమాత్రమును అంగీకరించము, అంగీకరించలేము వారు చెప్పినది నమ్మలేము.

★★★

# 7వ అధ్యాయము

# అంత్యక్రీస్తును గూర్చిన ధృవీకరణములు

ప్రస్తుత రచయితకు దానియేలు గ్రంథములో అంత్యకాల పాలకుడు "పాపపురుషుడు బయలు పరచుటకు - నాశనపుత్రుడు" (2 థెస్స 2:3 KJV) అని సూచించబడిన దానికి ఇది రుజువు. మహమ్మద్‌ను అనుసరించువాడు అయి వుండవచ్చును : "అతని సాతాను కార్యములు తన శక్తి అంతటితోను, సూచనలతోను అద్భుతము జరిగించిన తరువాత అతడు వచ్చును (2 థెస్స 2:9 KJV) అంత్యకాల క్రీస్తు విరోధితో వున్నవాడు అపోస్తులుడైన యోహాను వివరించినట్లుగా గొఱ్ఱెపిల్ల వలె రెండు కొమ్ములు కలిగినదైననూ, ఆ ఘట సర్పము వలె మాట్లాడుచుండెను" అని చెప్పబడినవాడైన రెండవ మృగము వలెనే నున్నాడు. (ప్రకటన 13:11 KJV). "అది ఆ మొదటి క్రూర మృగమునకున్న ఆదికారపు చేష్టలన్నియు దాని యెదుట చేయుచున్నది; మరియు చావుదెబ్బ తగిలి బాగుపడియున్న ఆ మొదటి మృగమునకు భూమియు దానిలోని నివసించు వారందరూ నమస్కారము చేయునట్లు అది బలవంతము చేయుచున్నది (ప్రకటన 13:12 KJV) అట్టి మొదటి మృగము ఇస్లామ్‌గాను, దాని యొక్క దేశములు సమాఖ్యా, దాని ఆలోచనా విధానము కలిగి మరియు దాని అబద్ధ ప్రవక్తకు యార్పరిచినది ఆయనే మహమ్మద్.

అసలైన మహమ్మద్ తనకు తాను క్రీస్తు విరోధియై యున్నాడా? కాదు, మహమ్మద్ ఖురాన్‌ను ఉత్పత్తి చేసాడు అది అంత్యక్రీస్తు యొక్క సాక్ష్యము అది అంత్యకాలమందు అల్లా కొరకు మాట్లాడే వ్యక్తిగా తన్ను తాను నమ్మకస్థుడుననుటకు క్రీస్తు విరోధి ప్రకటించుకుంటాడు. ఈవిధంగా మహమ్మద్ అంత్యకాల క్రీస్తు విరోధికి వారసుడుగా వుంటున్నాడు (ఆలాగున వారిద్దరు ఒక్కరే) అయిననూ చివరి అబద్ధ ప్రవక్త రావలసియుండును (సూడో నకిలీ మత సంబంధమైన, రాజకీయ సంబంధమైన నాయకుడు) అతడు అంత్యకాల క్రీస్తు విరోధి. అబద్ద ప్రవక్త స్థానములో అతనిని నిలిపియుండును.

అంత్యకాల క్రీస్తు విరోధి ఎప్పుడు వచ్చునో మనమెట్లు కనుగొనగలము? అనేక ప్రదేశములలో ప్రాంతములలో మశీదులు ఎప్పుడు కట్టబడతయో, ఎప్పుడు భూమి మీద నున్న పట్టణములలో, నగరములలో చట్టములు మసీదు యొక్క

గోపురములు కంటె ఎత్తుగా గాని, గోపురములంత ఎత్తుగా గాని కట్టకూడదని శాసనము పనిచేయుట మొదలవుతాయో అప్పుడు. ఆ కాలమందు నివసించుచున్నవారికి, నేను రెండు విషయములు నాకు పరలోకము నుండి చెప్పబడిన విషయములు తెలుపుచున్నాను. (1) మనుష్యులందరు మిమ్మును కొనియాడునపుడు మీకు శ్రమ (లూకా 6:26) మరియు (2) "గొఱ్ఱెల రక్తము చిందించుట వలన వారి యొక్క పాపవేదన విస్తరింపజేసుకొనిన వారికి చెడ్డ అయ్యోలు వచ్చును" (ప్రకటన 8:13 నుండి 11:15, 14:6 నుండి 14:16 మరియు 15:11 నుండి 16:21 ఆ అయ్యోలు గురించి వివరముగా వ్రాయబడింది.

ఖచ్చితముగా, ప్రవచన లేఖనములు తిరిగి చెప్పుటలో అర్ధము చేసుకొని, వాటిని ఆశ్రయించి, (కాపాడుట), భద్రపరచబడి, దేవుని యొక్క పిల్లలు లో నిశ్చయతను, మనము చూడగలము. ఎందుచేతననగా అట్టి గ్రహింపులో "ఓర్పు" ను, "పరిశుద్ధుల విశ్వాసమును చూడగలము" (ప్రకటన 13:10 KJV).

కాలమే సాతాను మతము యొక్క అవకాశముగా ఇస్లామును చూపును. విజయముగా, అబద్ధ ప్రవక్త నామములో అనేకులు తమ్మును తాము ముగించుకొనుటకు ఇష్టము చూపుటతో సాతాను పెద్దగా నవ్వుచున్నాడు మరియు యేసుక్రీస్తు ప్రభుని నామములో అనేకులు చనిపోవుటకును ఇష్టపడుచుండుట చూచియు నవ్వుచున్నాడు. అవును, ఇస్లామ్ అనునది అణచి వేయు మతము, కాని శాంతి మతము కాదు.

అంత్యకాల క్రీస్తు విరోధిని గుర్తించవలయునంటే ఇస్లామ్ యొక్క మృగము వెనుక అతీతముగా రేగుచున్న మనుష్యుని కొరకు చూడవలెను. అతి విశ్వాసము కలిగి యుండి పొగరుతోనున్నటువంటి, గర్వముతో నిండిన, యుక్తి కలిగియుండుట అనేది అంత్యకాల క్రీస్తు విరోధిని గుర్తించుటకు చాలును. ఆడాల్ఫ్ హిట్లర్ లాగుననే అంతకంటే ఎక్కువ రేగువాడు (అయిననూ వేగంగానే దాగుకున్నాడు) గా గుర్తింపబడినవాడు. ఈ అతిగా రేగువాడైన వ్యక్తి వలన ఇశ్రాయేలు దేశము అలాగుననే ప్రజాస్వామ్యంనకు దెబ్బ తగులును. అలాగుననే దేవుని శిక్షణా ప్రణాళిక వలన సాతాను రేగి దేవునికి చెందినప్రజలైన వారిని హింసించుచున్నాడు. (ప్రకటన 12:17), సాతాను అంత్యకాల క్రీస్తు విరోధి కూడా దేవుని ప్రజలను పట్టి వారిపట్ల అతిగా ప్రవర్తించుటలో రేగుచుందును. సాతాను వలె అంత్యకాల క్రీస్తు విరోధి

దేవుని ప్రజలను అవమానపరచుట తప్ప మరేమియు వాడికి లేదు. ఏదియు వాని యొక్క గొప్పతనము తగ్గించలేదు, లేక క్రైస్తవులను అందరిని మరియు యూదులైనవారినందరిని సంహరించుట అనే గురి నుండి తగ్గించజాలదు. ఏలాగైతేనేమి, అంత్యకాల క్రీస్తు విరోధి ప్రబలమైపోయిన ఆ స్థితి యొక్క ముసుగులో అనేరమంది ప్రజలు వాడెవడో అర్ధము చేసికొనలేక యుందురు. (ఉదాహరణకు టర్కీ యొక్క ఎర్డోగాన్ తెలివిగా మారువేషము వేసుకొని విషపూరితముగా రేగిన స్థితిని మనము గమనించవచ్చు).

★★★

# 8వ అధ్యాయము

# కాలము సంపూర్ణమగుట

"పరిశుద్ధ భూమి" పురాతన ప్రపంచమునకు మధ్యభాగములో కేంద్రీకృతమైయున్నది. యూరప్ ఆసియా, మరియు ఆఫ్రికా ఖండముల మధ్యస్థలములో నిలిచియున్నది. అవి భూమియొక్క అన్ని అసలైన జాతులకు మాతృభూములు ఈ మూడుఖండములు. ఏలాగైతేనేమి పరిశుద్ధ భూమి కేంద్రస్థానము ప్రపంచము అతి గుర్తించదగిన భూనివాసులుకును, జనావళికి మాత్రమేగాక, ప్రపంచము అతి గుర్తించదగిన సంఘటనలకు కూడా కేంద్రస్థానము. జననము, పరిచర్య, సిలువ, మరణము, పునరుత్థానము, ఆరోహణము, మరియు తిరిగి రాబోవుచున్న యేసుక్రీస్తుకు స్థానమైయున్నది.

పరిశుద్ధ బైబిలు దేవునికి, భూమి భౌగోళికంగాను మరియు చరిత్రలో ఆయన అద్వితీయ కుమారుడైన యేసుక్రీస్తు ద్వారా ఆయన రక్షణ ప్రణాళిక చుట్టు జరుగుచున్న ప్రతి దానికి ఖచ్చితముగా కేంద్రస్థానము. చాలా సంవత్సరములకు పూర్వమే యేసుక్రీస్తు జన్మించినారు, పరిశుద్ధ బైబిలు దేవుడు బెత్లేహేము నగరమును పరిశుద్ధ భూమిలో ముందుగానే నిర్ణయించినాడు. ఎలీమెలెకు, నయోమి, రూతు బోయజు, ఓబేదు, జెస్సి మరియు దావీదుల పట్టణము – మెస్సియా జన్మ నగరముగ వున్నది (మీకా 5:2) చాలా పూర్వమే క్రీస్తు యేసు జన్మించెను. పరిశుద్ధ బైబిలు దేవుడు పరిశుద్ధ భూమిలో మెగిద్దో ప్రాంతమును (ముందుగానే నిర్ణయించి) నాడు (ప్రకటన 16:16) చివరి ప్రణాళిక పూర్వకంగా జరుగు యుద్ధము కొరకైన భూమిగా క్రీస్తుయేసు తిరిగి రాబోవుచున్న దానికి గుర్తులుగాను యున్నది.

క్రీస్తు యేసు పరిశుద్ధ భూమిలోనే జన్మించి, జీవించి పరిచర్యజరిగించి, మరణించి, పునరుత్థానుడై, అందులో నుండే పరలోకమునకు ఆరోహణుడాయెను : మరియు క్రీస్తు యేసు మరల ఇక్కడికే తిరిగి వచ్చి పరిశుద్ధ భూమి మీద నుండే భూమినంతటిని పరిపాలించును. తత్ఫలితముగా పరిశుద్ధ భూమి దేవుని యొక్క రక్షణ ప్రణాళిక ప్రాముఖ్యత చేత పరిశుద్ధ భూమి ఒక్కటే సాతానుకు కూడా ప్రాముఖ్యమైనది. దేవుని యొక్క రక్షణప్రణాళిక నిలిపి వేయు నిమిత్తం, ఆయన మరణముతో వెనుకకు తిరిగిపోయి మళ్ళీను అయిననూ, సాతాను దేవుని ప్రజలను

పూర్తిగా రూపు మాపుటకై ప్రయత్నము కొనసాగించుచునే యుంటున్నాడు, యూదులను ఆలాగుననే యూదులకు చెందిన పరిశుద్ధ భూమిని నాశనము చేయుటకు ప్రయత్నించుచునేయున్నాడు. సాతాను వంకర ఆలోచన ప్రకారముగ, యూదులు అక్కడ లేనట్లయితే, అప్పుడు క్రీస్తు యేసు యొక్క తిరిగివచ్చుట కూడా సంభవించనే సంభవించదు లేక ఫలితము లేనట్లుగనే యుండును. పరిశుద్ధ బైబిలు దేవుడు అబ్రహామునకు ఆయన సంతతియైన వారు ఇస్సాకు, యాకోబుల ద్వారా వారి సంతతి నిత్యము చెందునట్లుగా పరిశుద్ధ భూమిని ఇచ్చిన దానిని ఆది కాండము 15:18, 26:3-4, మరియు 35:12, నిర్గమ 23:31 మరియు యెహోషువా 1:4లో వ్రాయబడిన విషయమును మనము జ్ఞాపకము చేసికొందము. పరిశుద్ధ భూమి యొక్క అసలైన సరిహద్దులు దక్షిణమున నైలునది, ఉత్తరమున లెబనాను, పశ్చిమమున మధ్యధరా సముద్రము, తూర్పున యూఫ్రటీసు నది కలిగియున్నది. ((గ్రేటర్) మహాఇశ్రాయేలు సూచించుటకై ప్రస్తుత రచయిత ఈ హద్దులు నిర్ణయించినట్లుగా సూచించుచున్నారు.

దీనికి భిన్నముగా సంఖ్యాకాండములో 34:3-14లో వ్రాయబడినట్లుగా ఇశ్రాయేలు గోత్రములకు భూమిని, కొన్న చిన్న భాగములుగ పంచి ఇవ్వబడి యున్నది.

సహజమైన సరిహద్దులు సంరక్షణ పరిస్థితులు చుట్టునున్న భూమి ఇశ్రాయేలు గోత్రములకు నియమింపబడినవి. ప్రస్తుతమున్న ఇశ్రాయేలు దేశమునకు సరిహద్దులు చుట్టూ నున్నట్టుగానే ఇవ్వబడినది. అవి (1) పశ్చిమమునకు నీరు, (2) దక్షిణమునకు ఎడారి, (3) యోర్దానులోయ మరియు తూర్పున ఎడారి మరియు (4) ఉత్తరమున పర్వతములు ఈ సహజసిద్దమైన సరిహద్దులు మరియు సంరక్షణ స్థితులు ప్రాముఖ్యమైనవి, మిగిలిన వారి నుండి వేరుగా నుండిన స్థితికినీ, ఇతరుల నుండి దూరంగా వుంచే స్థితి నుండి సహాయము చేసి దేవుని ప్రజలైన వారిని తన సేవ చేయుటకై పరిశుద్ధ పరచుట కొరకు వారిని కాపాడుట చాలా ప్రాముఖ్యము. ఖచ్చితముగా పరిశుద్ధ భూమి, ప్రత్యేకముగా పరలోక సంబంధమైన వాగ్దానములు చేయబడిన భూమి, అక్కడ దేవుని పరిశుద్ధులు నిత్యము ప్రత్యేకింపబడినవారై, ఇతరుల నుండి ప్రత్యేకింపబడినట్టుగా వుండి, ఆయనకు సేవ చేయుటలో నిత్యము పవిత్రపరచబడి యుండి, అన్ని విధములైన బాధల నుండి చెడుగు నుండి కాపాడబడును (ప్రత్యేకింపబడుట, వేరుగానుండుట, కాపాడబడుట, మరియు

పవిత్రపరచబడుట అనేవి ప్రతి యొక్క క్రైస్తవుని జీవితము కొరకు దేవుని యొక్క ప్రణాళికలో భాగము).

పరిశుద్ధ భూమిని స్థాపించుటలో పరిశుద్ధ బైబిలు యొక్క దేవుడు ఇశ్రాయేలు ప్రజలు అక్కడ నివసించుచున్న ప్రజలైన అన్యులతో నిబంధనలు లేక సంబంధములు గాని యార్పరచు కొనకూడదని చెప్పెను. (నిర్గ 23:32-33; 34:12-15; ద్వితీ 7:2; న్యాయాధి 2:2) దురదృష్టవశాత్తు, ప్రాచీన కాలము సమయములో ఆజ్ఞకు ఇశ్రాయేలీయుల ప్రజలు, విధేయులు కాలేదు, ఈ అంత్యకాలములోను ఆ ఆజ్ఞకు వారు లోబడుట లేదు, వాస్తవమునకు ప్రపంచములోని అన్ని దేశాల నుండి వస్తున్న వత్తిడి క్రింద ఇశ్రాయేలు ప్రజలు చివరకు అంత్యకాలమందు క్రీస్తు విరోధి వారికిని అన్యులైనవారు అనగా పాలస్తీనీయులు మనకు తెలుసును వారికిని మధ్య 7 సంవత్సరముల ప్రాంత ఒడంబడికను మధ్యవర్తిగా ఉండి అనుమతించెదరు. ఆ ఒడంబడిక 3 1/2 సంవత్సరములు తరువాత మారిపోవును. నిషేధించును (దానియేలు 9:27). మహాశ్రమలను మరింత వేగవంతము చేయునట్లుగానూ, దేవుని యొక్క ఉగ్రత కుమ్మరింపబడునట్లుగాను వేగవంతము చేయును.

ఒకరోజు వచ్చును, ఆ రోజు వేగముగా దగ్గరకు వచ్చుచున్నది, ఇశ్రాయేలు దేశము ఇతర దేశములన్నిటి చేతను, అమెరికా సంయుక్త రాష్ట్రములు కలుపుకొని, చుట్టు ముట్టబడును, దాని యొక్క సహచరులు, భయంకరులు అయిన శత్రువులుచే దాడి చేయబడును, చుట్టూ ఉన్న ఇరుగు పొరుగు ఇస్లాము మరియు వారి యొక్క మిత్రదేశాలును కలుపుకొని దాడి చేయును. ఏ మానవుడు ఇశ్రాయేలు ప్రజలను ఈ తీవ్రవాదులు నుండి విడిపించ లేకపోయినప్పటికిని పరిశుద్ద బైబిలు దేవుడు కలుగజేసుకొని, అన్యులుచే ఆక్రమించబడినపుడు వారి యొక్క భూమిని దాని యొక్క సరిహద్దుల నుండి ఆయన వచ్చి వారిని విడిపించును. (మీకా 5:66 KJV)ఇశ్రాయేలును యేసుక్రీస్తు తానే వచ్చి విమోచించును.

యాకోబు సంతతిలో శేషించినవారు అన్యజనుల మధ్యను, అనేక జనములలోను అడవి మృగములలో సింహము వలెను ఎవడును విడిపింపకుండ లోపలికి చొచ్చి గొఱ్ఱెల మందలను త్రొక్కి చీల్చు కొదమ సింహమునలెను ఉందురు. (మీకా 5:8 KJV)

నిజమునకు, యేసుక్రీస్తు తిరిగి వచ్చుట ద్వారా సర్వశక్తిమంతుడైన దేవుడు "నా మాట ఆలకించని జనములకు ప్రతికారము చేతును" (మీకా 5:15 KJV) సర్వశక్తిమంతుడైన దేవుడైన ప్రభువు తన మాటకు నిజముగా నిలబడేవాడు, ఇశ్రాయేలు దేశమును గూర్చిన ప్రమాణమునకు ఆయన చేసిన వాగ్దానమునకు కట్టుబడి యుండేవాడు.

పూర్వకాలమున నీవు మా పితరులైన అబ్రహాము యాకోబులకు ప్రమాణము చేసిన సత్యమును కనికరమును నీవు అనుగ్రహింతువు (మీకా 7:15 KJV).

పరిశుద్ధ భూమి ప్రాముఖ్యమైనది గానే వుండి కొనసాగును ఎందుచేతననగా అది అంత్యకాల సంఘనటలలో ప్రముఖముగా కీలకంగా నుండును అననది ముందుగానే నిర్ణయము చేయబడినది, ముందుగనే నిర్ణయము చేయడమైనది, సర్వశక్తిమంతుడైన దేవుని కాలము సంపూర్ణత కొరకైన కొలమానము ప్రకారము ముందుగానే అభిషేకింపబడినది.

మరియు అతడు (గాబ్రియేలు దూత) ఉగ్రత సమాప్తమైన కాలమందు కలుగబోవు నట్టి సంగతులు నీకు తెలియజేయుచున్నాను. ఏలయనగా అది అంత్యకాల నిర్ణయమును గూర్చినది (దానియేలు 8:19 KJV)

వారి ప్రభుత్వము యొక్క అంతములో వారి యతిక్రమములు సంపూర్తియగుచుండగా, క్రూర ముఖము గలవాడును, యుక్తిగలవాడునై యుండి, ఉపాయము తెలిసికొను ఒక రాజు పుట్టును. (దానియేలు 8:23KJV).

కీడు చేయుటకై ఆ ఇద్దరు రాజులు తను మనస్సులు స్థిరపరచుకొని, యేక భోజన పంక్తిలో కూర్చుండినను కపట వాక్యములాడెదరు; నిర్ణయ కాలమందు సంగతి జరుగును గనుక వారి ఆలోచన సఫలము కానేరదు (దానియేలు 11:27 KJV)

"నిర్ణయకాలము ఇంక రాలేదు గనుక అంత్యకాలము వరకు జనులను పరిశీలించుటకును పవిత్రపరచుటకును బుద్ధిమంతులలో కొందరు కూలుదురు."
– దానియేలు 11:35 KJV

"ఆ దర్శనవిషయము నిర్ణయకాలమున జరుగును, సమాప్తమగుటకై ఆతురపడుచున్నది, అది తప్పక నెరవేరును, అది ఆలస్యముగా వచ్చినను దానికొరకు

కనిపెట్టుము, అది తప్పక జరుగును, జాగుచేయక వచ్చును."

– హబక్కూకు 2:3 KJV

"మరియు యావద్భూమి మీద కాపురముండుటకు ఆయన యొకని నుండి ప్రతి జాతి మనుష్యులను సృష్టించి, వారు ఒకవేళ దేవునిని తడవులాడి కనుగొందురేమో యని, తన్ను వెదకునిమిత్తము నిర్ణయకాలమును వారి నివాసస్థలము యొక్క పొలిమేరలను ఏర్పరచెను. ఆయన మనలో ఎవనికిని దూరముగా ఉండువాడు కాడు. మనమాయనయందు బ్రదుకుచున్నాము, చలించుచున్నాము, ఉనికే కలిగియున్నాము. అటువలె – మన మాయన సంతానమని మీ కవీశ్వరులలో కొందరును చెప్పుచున్నారు. కాబట్టి మనము దేవుని సంతానమై యుండి, మనుష్యుల చమత్కార కల్పనలవలన మల్చబడిన బంగారమునైనను వెండినైనను, రాతినైనను దేవత్వము పోలియున్నదని తలంపకూడదు. ఆ అజ్ఞానకాలములను దేవుడు చూచి చూడనట్టుగా ఉండెను; ఇప్పుడైతే అంతటను అందరును మారుమనస్సు పొందవలెనని మనుష్యులకు ఆజ్ఞాపించుచున్నాడు. ఎందుకనగా తాను నియమించిన మనుష్యుని చేత ననుసరించి భూలోక మనకు తీర్పు తీర్చబోయెడి యొక దినమును నిర్ణయించి యున్నాడు. మృతులలోనుండి ఆయనను లేపినందున దీని నమ్ముటకు అందరికిన ఆధారము కలుగజేసియున్నాడు. – అపో.కా. 17:26-31 KJV

"సహోదరులారా, మీ దృష్టికి మీరే బుద్ధిమంతులమని అనుకొనకుండునట్లు ఈ మర్మము మీరు తెలిసికొన గోరుచున్నాను. అదేమనగా, అన్యజనుల ప్రవేశము సంపూర్ణమగు వరకు ఇశ్రాయేలునకు కఠిన మనస్సు కొంతమట్టుకు కలిగెను."

– రోమా 11:25 KJV

"అయితే కాలము పరిపూర్ణమైనప్పుడు దేవుడు తన కుమారుని పంపెను; ఆయన స్త్రీయందు పుట్టి మనము దత్తపుత్రులము కావలెనని ధర్మశాస్త్రమునకు లోబడియున్నవారిని విమోచించుటకై ధర్మశాస్త్రమునకు లోబడినవాడాయెను.

– గలతీ 4:4-5 KJV

"దేవుని కృపామహదైశ్వర్యమును బట్టి ఆ ప్రియునియందు ఆయన రక్తము వలన మనకు విమోచనము, అనగా మన అపరాధములకు క్షమాపణ మనకు కలిగియున్నది. కాలము సంపూర్ణమైనప్పుడు జరుగువలసిన యేర్పాటును బట్టి,

ఆయన తన దయాసంకల్పము చొప్పున తన చిత్తమును గూర్చిన మర్మమును మనకు తెలియజేసి, మనకు సంపూర్ణమైన జ్ఞానవివేచన కలుగుటకు, ఆ కృపను మన యెడల విస్తరింపజేసెను. ఈ సంకల్పమును బట్టి ఆయన పరలోకములో ఉన్నవేగాని, భూమి మీద ఉన్నవేగాని, సమస్తమును క్రీస్తునందు ఏకముగా సమకూర్చ పలెనని తనలోతాను నిర్ణయించుకొనెను. మరియు క్రీస్తునందు ముందుగా నిరీక్షించిన మనము తన మహిమకు కీర్తి కలుగజేయవలెనని, దేవుడు తన చిత్తప్రకారమైన సంకల్పమును బట్టి మనలను ముందుగా నిర్ణయించి, ఆయన యందు స్వాస్థ్యముగా ఏర్పరచెను. ఆయన చిత్తానుసారముగా చేసిన నిర్ణయము చొప్పున సమస్తకార్యములను జరిగించుచున్నాడు." – ఎఫెస్సీ 1:7–12 KJV

"కాలము సంపూర్ణము" యొక్క సందర్భము లేఖనములో అనేక స్థలములో మనము చూడగలము. 'కాలము సంపూర్ణము' అనునది (1) మతము యొక్క చరిత్ర చక్రము లేక కాలము ముగియుట (2) దైవిక సంబంధమైన, నియమిత దీర్ఘకాలము మరియు (3) ప్రత్యేకమైన మత సంబంధమైన మరియు ఆత్మీయ సంబంధమైన వరుస సంఘటనలు అందులో గుర్తింపు పొందిన ఆరంభము మరియు గుర్తింపుదగిన ముగింపు. బైబిలు చరిత్ర అంతటిలో దేవుడు ముందుగానే అక్కడ కాలము సంపూర్ణతను నిర్ణయించినాడు (అనగా ముగింపు) తదనంతరము కాలమున నూతన ఆరంభము చోటు చేసికొనును. "కాలము సంపూర్ణము" అనునది దేవుడు ముందుగనే నియమించిన 'సరియైన సమయము'.

ఉదాహరణకు, యేసుక్రీస్తు శరీరముతో పరలోకమునకు కొనిబడక మునుపు. ఆయన తన శిష్యులతో యెరూషలేములో "పై నుండి శక్తితో నింపబడు వరకు" వారు కనిపెట్టియుండవలెనని చెప్పెను. ఆ శక్తి పెంతెకోస్తుదినమున అనగా యేసుక్రీస్తు శరీరములో పునరుత్థానుడైన ఏభైదినముల తర్వాత, శరీరముతో ఎత్తబడిన 10 దినముల తరువాత ఆ శక్తి వారి మీదకి దిగి వచ్చినది. ఆ దినమున నమ్మిన వారందరి మీదకి పరిశుద్ధాత్మ దిగి వచ్చియున్నాడు. – అప్పటి నుండి నమ్ము వారందరికిని, యేసు సిలువ వేయబడి మరియు క్రీస్తుగా మెస్సియా తిరిగిలేచెననీ, ఆయనే ప్రపంచమునకు రక్షకుడనీ, వారి యొక్క వ్యక్తిగత రక్షకుడుగా అంగీకరించిన వారి మీదకి ఆయన (పరిశుద్ధాత్మ) దిగివచ్చియున్నాడు. (దానర్ధము భూమి మీద నున్న ప్రతివారు 'నిత్యవిమోచన' పొందుకుంటారని కాదు ఎందుచేతనంటే లేఖనముల

ప్రకారము యేసుక్రీస్తు దేవుని అద్వితీయ కుమారుడిగా అంగీకరించక ఉద్దేశ్యపూర్వకముగా తిరస్కరించెదరో వారు నిత్యశిక్ష పొందుదురు)

ఈ రోజు తిరిగి వెనక్కి చూసుకుంటే, దేవుడు ముందుగనే నిర్ణయించిన పెంతెకోస్తు దినము. ఒక నూతన దినము కొరకై పెంతెకొస్తు దినము నుండి యూదులు ప్రత్యేక సెలవుదినముగాను దానిని 'షావత్' shavuot ఇది ఎంతో అర్ధవంతముగా నుండినది.

పెంతెకోస్తు దినము నాడే యూదుల వారముల పండుగ యొక్క ఆఖరిదినము కూడాను. కోత పండుగగాను మరియు ప్రథమఫలముల పండుగ కూడా (మనకు తెలుసు) లేవి 23:5-21 మరియు ద్వితియో 16:7-10 లో వివరింపబడినది మనకు తెలుసు. పెంతకోస్తు దినమున యేసుక్రీస్తు పరిచర్య యొక్క ఆత్మల పంట కోయబడింది. ఆయన తన మరణము, సమాధి చేయబడడము శరీరముతో పునరుత్థానుడవడము, మరియు శరీరముతోనే పరలోకమునకు ఆరోహణమవడము తరువాత ఆయన బహిరంగ పరిచర్య యొక్క ప్రథమ ఫలములు వారే.

అనేక మంది క్రైస్తవులు పెంతెకోస్తు దినమును సంఘము యొక్క పుట్టిన దినముగా ఉత్సాహించెదరు. స్పష్టంగా, ఆ దినము దేవుని కాలెండరులో గుర్తించదగినది ఎందుచేతతనగా ఆయన దానిని ప్రముఖమైన యూదులకు అలాగుననే క్రైస్తవులకు పరిశుద్ధ దినముగా ఎంపికచేసినాడు. అందున యేసుక్రీస్తు సంఘమునకు శిరస్సైయున్నాడు. అందున శిరస్సు నిజముగా శరీరము నుండి వేరుగాఉండలేదు. సంఘము కూడా పెంతెకోస్తు దినమునకు పూర్వము మూడున్నర సం॥ల ముందు చాలా ప్రాముఖ్యమైన ఆరంభము కలదు, యేసు తనకు తానుగా యోహాను చేత బాప్తిస్మము పొందినపుడు (బాప్తిస్మము యోహాను) పరిశుద్ధాత్మ పావురము వలె ఆయన మీదికి దిగివచ్చియున్నాడు (పావురాకారము వలె ఆయన మీదకు వచ్చి వ్రాలాడు).

యేసు ఆయన బహిరంగ పరిచర్య (1) యోహాను చేత నీటిలో ఆయన ముంచడము అయిన తరువాత, (2) ఆయన తండ్రియైన దేవునిచే పరిశుద్ధాత్మలో ఆయన ముంచడము అయిన తరువాత ప్రారంభమయినది. ఈ రెండు సంగతులు జరిగినపుడుకి యేసుకు ఇంచుమించు 30 సం॥లు వయస్సు (లూకా 3:23).

కాలములను, పండుగలను, మరియు సువార్తలలో ఒకదానికొకటి పరిశుద్ధ దినములును, మరియు సువార్తలలోని ఒకదాని వెంట ఒకటి జరిగిన సంఘటనలను ప్రకారముగా పొల్చి చూచినట్లయిన, యేసుక్రీస్తు ప్రభువు వారి యొక్క బహిరంగ పరిచర్య ఇంచుమించు మూడున్నర సంవత్సరముల కాలముగా చూపబడినది - ఆయన నీళ్లలోను ముంచబడడము ద్వారా బాప్తిస్మము పొందడము, పరిశుద్ధాత్మ పొందిన కాలము నుండి (బహిరంగముగా అభిషేకించబడడము) ఆయన సిలువ మరణము పొందువరకు.

ఇది మత్తయి సువార్తలో స్పష్టముగానే యున్నది, యేసుక్రీస్తు జననం సమయంలో మహా హేరోదు బ్రతికియే వున్నాడు. అందుచేత గ్రంథస్థము చేయబడిన చరిత్ర మనకు మహా హేరోదు బి.సి. 4లో మరణించినట్లు చెపుతుంది. మరియు హెబ్రీ మగ శిశువులు 2 సంవత్సరముల లోపు ఉన్న వారందరు చంపవలెనని ఆజ్ఞను అతను జారీ చేసి నందు చేత, యేసుక్రీస్తు వారి జననము 6 బి.సి. కంటే ముందు కాదు మరియు 4 బిసి తరువాతను కాదు అని గ్రహించగలము.

"ఆ జ్ఞానులు తన్ను అపహించిరని హేరోదు గ్రహించి బహు ఆగ్రహము తెచ్చుకొని, తాను జ్ఞానుల వలన వివరముగా తెలిసికొనిన కాలమును బట్టి, బేత్లెహేములోను దాని సకల ప్రాంతములోను, రెండు సంవత్సరములు మొదలుకొని తక్కువ వయస్సుగల మగపిల్లల నందరిని వధించెను."

– మత్తయి 2:16 KJV

పొంతుపిలాతు పరిపాలించు కాలము (26 ఎడి - 36 ఎడి). ఆ సంవత్సరములలోని 14 దినమును (హెబ్రీ కాలెండరు సిలువ వేయుదినము) శుక్రవారం పడింది (సిలువ మరియు పొందిన వారము దినము) 27 ఎ.డి. కలుపుకొని, 30 ఎ.డి., 33 ఎ.డి. మరియు 36ఎ.డి. ఇంచుమించు తొలగించు విధానముచే, 33 ఎడి మరియు 36 ఎడి అనునవి సిలువ మరణము సంవత్సరమునకు ఆలస్యము అగును. 1) మహా హేరోదు పరిపాలించుచున్న సమయంలో యేసుక్రీస్తు జన్మించినట్లయితే; మరియు (2) 33 1/2 సంవత్సరములప్పుడు సిలువ వేయబడినట్లైతే, దానికనుగుణంగా యేసు జనన, మరణ సంవత్సరములు 6 బి.సి. - 27 ఎ.డి. లేక 4 బి.సి. - 30 ఎ.డి. అవుతుంది. చైనీయులు చరిత్ర సూచించిన ప్రకారము ఆ గొప్ప నక్షత్రము 6-5,

## క్రీస్తు వ్యతిరేక సాక్షి

బి.సి.లో 70 దినములు కాలము ఇంచుమించూ, ఆ నక్షత్రము యొక్క తల తూర్పు వైపున వుండి, దాని తోక పడమర వైపునకు వుండి, అలా జ్ఞానులైన వారు యెరూషలేమునకు వచ్చునట్లు వీలు కలిగించినది (12 మైళ్ళు దూరము బెత్లేహేము నుండి) జ్ఞానులైన వారు యెరూషలేమునకు రాకపోవుటకు ప్రతిస్పందనగా 2 సంవత్సరములలోపు ఉన్న యూదు బాలురని చంపవలెనని మహా హేరోదు ఆజ్ఞాపించినాడు. మనము దానిని 6 బి.సి. – 27 ఎ.డి.గాను, ఇంకా అధికమైతే 4 బిసి – 30 ఎడిసి గా ముగింపునకు రావచ్చు.

| టేబుల్ 4 ||
|---|---|
| సం॥ము | సంఘటన |
| 6 క్రీ. పూ. | బెత్లేహేములో క్రీస్తు యేసు జననం |
| 24 క్రీ. శ. | క్రీస్తు యేసు తన బహిరంగ పరిచర్య బాప్తిస్మము పొందిన సమయము నుండి ప్రారంభించినాడు |
| 27 క్రీ. శ. | సిలువ మరణము, శరీరము పునరుత్థానుడగుట, క్రీస్తు యేసు యొక్క ఆరోహణ |
| 27 క్రీ. శ. | పెంతెకోస్తు దినము క్రైస్తవ సంఘము యొక్క జననం |

## యేసుక్రీస్తు జీవితములో ప్రముఖమైన సంవత్సరములు

24 ఎ.డి. నుండి 2024 ఎ.డి. వరకు ప్రాముఖ్యమైన విశ్రాంతి కాలము, లేక కాలము సంపూర్ణము ఎందుచేతననగా ఇది 2000 సంవత్సరముల ముగింపు కాలమునకు చేరుకుంటుంది. దీనిని మనము "మెస్సియా కాలము" అని పిలువవచ్చు (యేసుక్రీస్తు బహిరంగ పరిచర్య ప్రారంభమైనకాలము నుండి, ఆ పరిచర్య ఆయన సిలువ మరణము తరువాత కొనసాగి దేవుని పరిశుద్ధాత్మపు ద్వారా పెంతెకోస్తు సమయం నుండి ఈ దినము వరకు ఉన్నకాలము)

మిల్లెనియం (వెయ్యి సంవత్సరముల కాలము) సర్వశక్తిమంతుడైన ప్రభువైన దేవునికి ప్రాముఖ్యము. లేఖనములు మనకు బోధించుచున్నది "ఒక దినము వెయ్యి దినములు లాగాను" మరియు వెయ్యి సంవత్సరములు ఒక దినము లాగునను ఆయనకున్నది (కీర్తన 90:4 KJV, 2 పేతురు 3:8 KJV) సబ్బాతు దినము

మిల్లేనియనిస్టులు శాంతి మిల్లేనియంనకు ముందు 6 మిల్లెయములు న్నట్లు అంచనాగా నమ్ముతారు. (అనగా '7 దినము' విశ్రాంతి) యేసుక్రీస్తు వాస్తవముగా ఆయన భూమి మీదికి 'రెండవసారి రాకడతో లేక రెండవ అద్భుతములో ప్రారంభమవుతుంది) 1000 సంవత్సరాలు ఆయన పాలిస్తారు. (ప్రకటన 20 అధ్యాయములో వ్రాయబడింది) ఈ ఆలోచన వరుస ప్రకారము గా ఇంచుమించు 4000సం॥లు ఆదాము అవ్వల నుండి బెత్లేహేములో యేసు జన్మించేవరకు ఉన్నాయి. (ఇంచుమించు 4 దినములు) మరియు యేసుక్రీస్తు జననము నుండి యేసుక్రీస్తు రెండవ రాకడ వరకు ఇంచుమించు 2 వేల సంవత్సరములు (ఇంచుమించు 2 దినములు) కావున మనము 6 దినములు పూర్తి అగుటకు సమీపముగా ఉన్నాము లేక 6వ మిల్లేనియం పూర్తి అగుటకు సమీపముగా వున్నాము. ఆదాము అవ్వ సృష్టి అయిన తరువాత 6 వేల సంవత్సరములు పూర్తి కావచ్చుచున్నవి.

అందుచేత నన్ను నేను సబ్బాతు దినము మిల్లేనియంనిస్టగ పరిగణించుకొంటున్నాను (స్పష్టత కొరకు "సబ్బాతు దినము మిల్లేనియజం" క్రైస్తవ శాఖ కాదు) కాల పట్టికను నేను వాడుచున్నాను అది యేసుక్రీస్తు తిరిగి భూమి మీదకి వస్తున్నారు అనేది దానికి ముందు చాలా తక్కువ సమయమని మాత్రమేకాక అది లెక్కించదగినదిగా కూడా ఉన్నదని ఇంకనూ రుజువు చేయబడని ఆ సమయమును వివరించుటకు నేను దానిని రుజువుగా వాడుచున్నాను. (నేను ఉద్దేశ్యపూర్వకంగానే సంఘం ఎత్తబడుటను నేను ఇక్కడ చర్చించు పని చేయలేదు).

2024 ఎ.డి. సంవత్సరము కూడా ఇశ్రాయేలు దేశము కొరకు "కాలము సంపూర్ణము" అనుదానికై సరిపోవుచున్నది. మే / 14 / 1948 ఎ.డి. అనునది ఇశ్రాయేలు పుట్టుక దినము క్రొత్తయూదు రాజ్యమునకు ఇది స్వంతత్ర దినము (YOMH Alzmout) మరియు హెబ్రీ కాలెండరులో ఇయ్యరు యొక్క దినముగా గుర్తుపెట్టుకొనవలసి యున్నది. ఇక్కడ 70 సంవత్సరములు (బైబిలు సంబంధ గుర్తింపబడిన సంపూర్ణకాలము) 2018లో ఇశ్రాయేలు దేశము కొరకు ముగిసినది. 7 సంవత్సరములు శ్రమల కాలము మనకు తెలిసినట్లుగానే 2018లో ప్రారంభమైనట్లయితే (ఆధునిక ఇశ్రాయేలు దేశము యార్పడిన 70 సంవత్సరములకాలము సంపూర్ణమైన తరువాత) అప్పుడు మన ప్రభువైన యేసు తిరిగి వచ్చును 2024/2025 లోను గాని – యూదు కొత్త సంవత్సరం మధ్య, రోష్

హెచ్ షన్నాహ్, తిష్రీ యొక్క 1వ దినము 5785 (అది అక్టోబర్ 2, 2024 సూర్య అస్తమయం వద్ద ప్రారంభమగును) మరియు అదే సంవత్సరములు ఆఖరి దినము 29 ఎలూలు, 5785 (సెప్టెంబర్ 22, 2025) ఈ వరుస క్రమము యేసుక్రీస్తు వచ్చుటతో "G 7017" కాలములో ఇశ్రాయేలు వయస్సు సంపూర్ణమవ్వడము మనము చూడవలసి యున్నది.

ఈ లెక్కింపునకు కొందరు స్పందించి ఇట్లు చెప్పవచ్చును అట్టివాడు "ఆ దినము గాని ఆ ఘడియ గాని ఎవరికి తెలియదు అంటారు క్రీస్తు యేసు తిరిగి వచ్చు దినము తెలియదు అంటారు. లేఖనము మనకు చెప్పుచున్నది మనకు ఆ దినము ఘడియమనకు తెలియదు అని నేను ఒప్పుకుంటాను గాని ఆ సంవత్సరమేదో మనకు తెలియదు అని లేఖనము చెప్పలేదు యేసు ఏమి చెప్పారంటే

"అంజూరపు చెట్టును చూచి ఒక ఉపమానము నేర్చుకొనుడి. అంజూరపు కొమ్మ లేతదై చిగురించినప్పుడు వసంత కాలము యింక సమీపముగా ఉన్నదని మీకు తెలియును. ఆ ప్రకారమే మీరీ సంగతులన్నియు జరుగుట చూచునప్పుడు ఆయన సమీపముననే, ద్వారము దగ్గరనే యున్నాడని తెలిసికొనుడి. ఇవన్నియు జరుగువరకు ఈ తరము గతింపదని నిశ్చయముగా మీతో చెప్పుచున్నాను. ఆకాశమును భూమియు గతించును గాని నా మాటలు ఏ మాత్రమును గతింపవు. అయితే ఆ దినమును గూర్చియు ఆ గడియను గూర్చియు తండ్రి మాత్రమే (యెరుగును) గాని, యే మనుష్యుడైనను పరలోకమందలి దూతలైనను కుమారుడనను ఎరుగరు". - మత్తయి 24:32-36 KJV

"మీతో నిశ్చయముగా చెప్పుచున్నాననెను. ఆ దినమైనను గడియయైనను మీకు తెలియదు గనుక మెలకువుగా ఉండుడి." - మత్తయి 25:13 KJV

"ఆ దినమును గూర్చియు ఆ గడియను గూర్చియు తండ్రి తప్ప ఏ మనుష్యుడైననూ, పరలోకమందలి దూతలైనను, కుమారుడైనను ఎరుగరు"

- మార్కు 13:32 KJV

"అని ఆయనను అడుగగా ఆయన - కాలములను సమయములను తండ్రి తన స్వాధీనమందుంచుకొని యున్నాడు; వాటిని తెలిసికొనుట మీ పనికాదు.

- అపో.కా. 1:7 KJV

ఖచ్చితముగా, ప్రస్తుత రచయితకు మన ప్రభువైన యేసుక్రీస్తు ఎప్పుడు తిరిగి వస్తారో ఖచ్చితమైన సమయము తెలియదు, కాని దానర్ధము ఆయన ఎప్పుడు వస్తారో గ్రహించకూడదని, దానిని తెలిసికొన కూడదని, ఆయన వచ్చే కాలమునకు కారణము వెతక కూడదని కాదు అలాగే మనము చర్చించు కొనినటు వంటి 2024/2025 సాధ్యమేమో అని ప్రస్తుత కాల పరిస్థితులను గూర్చి క్రైస్తవ సమాజము మధ్యలో దాని సాధ్యత, జరుగుట లేక జరుగకపోవుటను గూర్చి చర్చ, వాదోపవాదములు చూయకూడదని ఏమీ లేదు.

యేసుక్రీస్తు 2024లో లేక 2060లో సందేహం లేకుండా రావచ్చును.

(ఆ సంవత్సరం సర్ ఐజర్ న్యూటన్ యేసుక్రీస్తు తిరిగి రావచ్చునని లెక్కకట్టాడు) ప్రతి క్రైస్తవుడు యేసుక్రీస్తు తిరిగి వచ్చునని ఖచ్చితముగా తెలిసికొనవలయును.

★★★

# 9వ అధ్యాయము

# మానవాలి శత్రుత్వము (విరోధభావము) స్నేహితులు మరియు శత్రువుల మీద

పాత నిబంధన యొక్క సాంప్రదాయములో స్నేహితులు నిబంధనలో పాలిభాగస్థులుగా వారికి చెందిన వాటిని ఇచ్చి పుచ్చుకొనుట ద్వారా వారి యొక్క బంధం యొక్క నిశ్చయతను గుర్తించెదరు (1) వ్యక్తిగత ఆస్తులు ఇచ్చుట ద్వారా (పశువులు, భూములు, వస్త్రములు మరియు ఆయుధములు) (2)కార్యములు చేతులు కలుపుట ద్వారా మరియు (రక్తము చిందించిన, జంతుబలి యొక్క రెండు భాగాల మధ్యలో రక్తము చిందింపబడిన దాని గుండా నడుచుట ద్వారా) మరియు లేక 3) వ్రాయబడిన లేక నోటి ప్రమాణములు (ప్రమాణములు చేయుట, ఒట్టు పెట్టుట ద్వారా).

క్రొత్త నిబంధన యొక్క ఆచారములో ప్రజల యొక్క నిబంధనలో పాలి భాగస్థులైనవారు స్నేహితులు యేసుక్రీస్తు తమ పాపముల నిమిత్తమై చిందించిన రక్తమును ఉభయులు అంగీకరించుట వలన, పాప రుణములను తొలగించుటకు చిందించిన యేసుక్రీస్తు రక్తమును అంగీకరించుట వలన ఉభయములు నిబంధనలో పాలి భాగస్థులుగా ఉంటున్నారు.

బైబిలు సంబంధమైన ఉద్దేశ్యము నుండి, క్రొత్త నిబంధన ప్రజలు స్నేహితులు కాని వారు పరిచయం చేసికొనువారు మాత్రమే ఉండగలరు లేక ఒకరికి ఒకరు శత్రువులుగాను మరియు రక్షింపబడిన ప్రజలకు శత్రువులుగాను వుందురు. ఈ విధమైన, పరిచయములు రక్షింపబడని ప్రజలు ఒకరికొకరు పరిచయము లేని వారుగా వుండినవారై, యేసుక్రీస్తును తమ యొక్క వ్యక్తిగత రక్షకుడుగా అంగీకరించుట లేక తిరస్కరించుటకు నిర్ణయించగలరు. ఫలితముగా, పరిచయములు అనేవి భవిష్యత్ స్నేహితులుగా మాత్రమే ఉండగలరు లేక భవిష్యత్ శత్రువులుగా రక్షింపబడిన ప్రజలకు ఉండగలరు. పరిచయములు తమ్మును తాము తెలియజేసుకొను వారిగ చేసికొని, యేసుక్రీస్తును తమ స్వంత రక్షకునిగా అంగీకరించుటకు సరియైన నిర్ణయము చేయుట చేసి క్రొత్త నిబంధన స్నేహితులుగా మారి ఇతర రక్షించబడిన ప్రజలు

వారి యొక్క నిర్ణయము సరిగ్గా నుండుటకు తోడ్పడుదురు. (దీనర్థము ఒకరినొకరు వ్యక్తిత్వములను, సాంప్రదాయ విలువలను ఒకరి పట్ల ఒకరు ఇష్టపడతారు అని కాదు లేక ఒకరినొకరు గౌరవించుకొనడం నేను కోగలరు అనియు కాదు) పరిచయములు చేసికొనువారు తెలియజేసికొనే దేమంటే, యేసుక్రీస్తును తమ వ్యక్తిగత రక్షకుని తిరస్కరించి ఉద్దేశ్యపూర్వకంగానే నిర్ణయమును ఇట్లు చేయుదురు (1) పరిశుద్ధ బైబిలు దేవుని యొక్క శత్రువులు గాను (2) సృష్టికర్తయైన దేవుని రాజ్యమునకు విరోధులుగాను (3) యేసుక్రీస్తునకు చెందిన ప్రజలైన వారికి శత్రువులుగాను తమ్మును తాము స్థాపించుకుంటారు. (దానర్థము అట్టివారు ఒకరినొకరు బహిరంగముగా స్నేహభావము లేనివారు అనికాదు లేక కనీస గౌరవము లేని విధానముతో ఉంటారు అని కాదు).

యేసుక్రీస్తు వారిని తిరస్కరించున్నప్పటికిని అది ముందుగా తెలిసినది కాదు, ఉద్దేశ్యము పూర్వకమైనది, నిర్ణయించు కొనినది కాదు, రక్షింపబడని ప్రజలు ఇంకనూ సృష్టికర్తయైన దేవుని యొక్క శత్రువులుగానున్న వారి మధ్యను వున్నారు. దేవుని రాజ్యమునకు, ఆయన క్రీస్తుశరీరమైన దానికి చెందిన ప్రజలందరుకు శత్రువులైన వారికి చెందినవారుగానున్నారు. నిజమునకు, సృష్టికర్తయైన దేవుని ఉగ్రత ఇంకనూ నిలచియున్నది. (న్యాయమైన కోపము) లేక యేసుక్రీస్తును తిరస్కరించుచునే యున్న వారి మీద నిలిచే యున్నది. దేవుని యొక్క పరిశుద్ధాత్మ వారి యందు నిలిచి యుండదు కాబట్టి, చెడుగు సులువుగానే వారి ద్వారా పనిచేయును కొందరు విలువలు నేర్చుకొన్నను అనేకమైనవి చెడుగును దాచి యుంచి రక్షించబడని ప్రజలు ద్వారా పనిచేయునప్పటికినీ, మానవాళీ అంతటిలోని గౌరవములు మరియు ఆచారములు అనుకూలముగా వీరు లేనివారు మరియు రక్షింపబడని ప్రజలు చేత చెడుగుకు అనుకూలముగా నిర్లక్ష్యము చేసినారు.

ఇంగ్లీషు పదము శత్రువు అనేకమైన అర్ధములు కలిగియున్నప్పటికినీ, దీని అర్ధము ఈ పుస్తకములో ఉపయోగించిన దానికి అతి సమీపముగా సరిపోతుంది : "ఒక వ్యక్తి లేక ఒక సామాజిక గుంపు మరియొక వ్యక్తిని లేక మరియొక సామాజిక గుంపును తీవ్రముగా వ్యతిరేకించును, ప్రత్యేకించి గాయపరచుటకు విసరి వేయుటకును చూచును. లేక వ్యతిరేకించుచున్నట్టుగా గుర్తింపబడుటకు గజిబిజిగా గందరగోళ పరచినట్లు చేయును.

క్రీస్తు వ్యతిరేక సాక్షి

అందుచేత ఇంగ్లీషు పదము శత్రువు హెబ్రీ పదము oyev H341 ప్రధమంగా పాత నిబంధన కింగ్‌జేమ్స్ వెర్షన్‌లో 'శత్రువు' గా తర్జుమా చేయబడింది. దానర్ధము "వ్యక్తిగత విరోధి" అలాగే 'జాతీయ విరోధి అనే రెండునూ. గ్రీకు మూల పదములు శత్రువు / శత్రువులు అని క్రొత్త నిబంధన యొక్క వివిధ తర్జుమాలలో, వెర్షన్స్‌లలో తర్జుమా చేయబడింది అవి మరియు ఈ మూడు పదములు 5 టేబుల్‌లో ఇవ్వబడినవి.

| టేబుల్ 5 | | | |
|---|---|---|---|
| సంఖ్య | హెబ్రీ లేక గ్రీకు పదం | తర్జుమా చేయబడిన మూల పదములు | ఇంగ్లీషు సమానర్ధములు నిర్వచనములు |
| **H341** | **אֹיֵב** | **ō-yāv'** | 1. వ్యక్తిగత విరోధి<br>2. జాతీయ విరోధి |
| **G2190** | **ἐχθρός** | **ekh-thros'** | 1. మానవ అనుకూలం కాని విరోధి<br>2. అపవాది అనుకూలమైన విరోధి<br>3. విరోధి (సాతాను లేక దయ్యము) |
| **G476** | **ἀντίδικος** | **än-tē'-dē-kos** | 1. మానవ అనుకూలం కాని విరోధి<br>2. అపవాది అనుకూలమైన విరోధి<br>3. విరోధి (సాతాను లేక దయ్యం) |

ముందు టేబుల్‌లో చూపినట్లుగా, Eethros మరియు Antidecos రెండింటిలోను ప్రతిదాని అనేకమైన అర్ధములు కలవు. కొన్ని సమయాలలో రెండు పదములు సమానములే, మరికొన్ని ఇతరసమయాలలో అవి ఒకటి కాదు. ఉదాహరణకు రెండు పదముల అర్ధము. "మానవులకు అనుకూలం కాని విరోధి" మరియురెండు పదములు ప్రత్యేకించి సాతానును సూచించును, సృష్టికర్తయైన దేవునికి విరోధి వాడు కావున, ఒకటి అవసరమైనది ప్రతి పదమును ఎట్లు బైబిలు సందర్భములో దాని యొక్క వెనుక వచ్చు అర్ధము ఏమిటో తెలిసికొనునట్లు ఎట్లు వాడినారో చూడవలసిన అసవరముంది. (ప్రక్కన ఇచ్చినట్లుఇక్కడ గమనించండి Eethros పదము దాని వివిధ రీతులు, వివరణలు క్రొత్త నిబంధనలో Antikidos దాని తీరులు, వివరణలుకంటే తరుచుగా అధికముగా చోటు చేసుకొనినవి).

క్రైస్తవులు మానవ శత్రువులును కలిగియుందురా?

క్రైస్తవులు ఎఫెసి 6:2లో చెప్పుచూ రుజువు చేస్తున్నారు. క్రైస్తవులు మానవ శత్రువులను కలిగియుండరు అని, మనము ఇతరులైన మనుష్యులను మన యొక్క శత్రువులుగా వారిని గూర్చి ఆలోచించకూడదని చెప్పుచున్నాడు, కాని విమోచన అవసరమైన ప్రజలు గాను, మార్పు చెందగల క్రైస్తవులుగా మనము చూడవలసియున్నదని చెప్పుచున్నాడు.

"ఏలయనగా మనము పోరాడునది శరీరులతో కాదు, గాని ప్రధానులతోను, అధికారులతోను, ప్రస్తుత అంధకార సంబంధులకు లోకనాధులతో, ఆకాశమండులమందున్న దురాత్మల సమూహములతోను పోరాడుచున్నాము".

– ఎఫెసీ 6:12 KJV

దురదృష్టవశాత్తు, క్రైస్తవులు ఎఫెసీ 6:12 ను సమాంతరముగా వారు అర్ధము చేసికొనుకుండ ఉన్నారు పరిశుద్ధ బైబిలు దేవుడు మానవుల విరోధముచే హత్యలను చావులను అనుమతించినట్టుగా గుర్తించకుండ వున్నారు. ఎఫెసీ 6:12లో చెప్పబడిన ఆత్మ సంబంధమైన ప్రధానులు, అధికారులు అని పిలువబడినవారు, చెడుగు చేయుటకు ఉద్దేశ్యపూర్వకము తమ్మును తాము అప్పగించుకొనిన మానవాళి ద్వారా హాని చేయును చేయగలడు. ధైర్యము లేక లేక పరిశుద్ధ గ్రంథము యొక్క అతీతమైన గ్రహింపు వలనను కొంత మంది ప్రజలు మానవ శత్రుత్వ హత్యతలు లేనట్టు నటించుచుంటారు ఎందుచేతననగా మనకు మానవ శత్రువులు ఎవరు లేరు (వారి యొక్క ఆలోచన ప్రకారము) మనము ప్రార్ధించుట వలన ఆ సమస్యను దేవునికి అప్పగించి, ఆయన కలిగించుకొనునట్లు మనము సకారాత్మకముగా ఆలోచించి వానిని నిర్లక్ష్యము చేసినచో వాటికి అనే తొలగిపోవునని విడిచిపెట్టవలెను. తమ ఆత్మలను మానవ మాత్రులు సాతానుకు తిరిగి వాడుకొనునట్లు అమ్మివేసినట్లు వారు గుర్తించుటకు ఓటమి చెందియున్నారు. అందుచేత చెడుగు అట్టి ప్రజలు ద్వారా అదుపు లేకుండా పనిచేయుటకు సాధ్యమగును. ఈ మానవ మాత్రులు మన యొక్క శత్రువులుగా వుండి ఏవిధమైన అపవాది బలముతోనైనను కలిసి మనకు వ్యతిరేకముగా పనిచేయును. మరియొక మాటలో చెప్పాలంటే, సాతాను, వాని పతనమైన దూతలు అపవిత్రాత్మలు అన్నియు మనకు అనైతికమైన శత్రువులు,

ముస్లిములు ఆచరించు జీహాద్ మనకు శరీరకమైన శత్రువులు. నిజమునకు, వారు జీహాద్‌ను అభ్యసించవచ్చు లేకపోవచ్చు, ముస్లిములందరూ ఖురాన్‌లో అల్లా చేత జీహాద్‌కు పిలువబడినారు.

ఎఫెస్సీ 6:12కు వేరుగా కొందరు క్రైస్తవులు ఆ వచనమును అక్షరార్ధముగానే అర్ధము చేసికొని, అట్టి అతీతమైన వాటి విషయమై మానవాళి నంతటిని అర్ధము చేసికొనుటకు సాధ్యము కాక వారి యొక్క స్వంతరక్త మాసంములు హార్మోనులకు సంబంధించిన సెక్స్ కోరికలు పెంచుకొనునట్లు, మత్తు మందులకు అలవాటు పడునట్లును. వత్తిడి కలిగించినట్లు చేయు వాటికి వ్యతిరేకము పోరాటము చేయుటకు మానవాళి అందరూ గుర్తించలేక యున్నారు.

క్రీస్తు యేసు మీ శత్రువులను ప్రేమించుడి అని మనకు చెప్పినప్పుడు (మత్తయి 5:44) ఆయన వాస్తవమునకు మనము మానవ శత్రువులను కలిగియుండునని గ్రహించినాడు. మన యొక్క నిజమైన మానవ శత్రువులు మనలను శపించెదరు, అసహ్యించుకొందురు, మనలను అవమానించెదరు, మనలను హత్యచేయుదురు. కావచ్చు సాతాను దయ్యపు శక్తులు ఈ మానవాళి శత్రువులు పనులు వెనుక వుంటుంది. అందుకు ఫలితంగా క్రీస్తు ఆజ్ఞను నెరవేర్చుటకై ప్రేమను క్షమాపణను ఎవరిపట్ల దృష్టాంతముగా చూపవలెనో వారినే మనకు శత్రువులుగా కలిగియుండుట మాత్రమేగాక, మనలను మనము వారినుండియే భౌతికంగా కాపాడుకొనవలసిన వారమై యున్నాము కూడాను, మన ప్రియులను, మన గౌరవ దేశమును వారి యొక్క సమూహముల నుండి బాహ్యంగాను, అంతరంగికంగాను జరుగు దాడుల నుండి మనము కాపాడుకొనవలసి యున్నది.

ఎప్పుడు మానవులు చెడుగుతో ఉద్దేశ్యపూర్వకంగా బలగాలతో కలుస్తారో వారు వెంటనే చెడుగుతో మిళితమై పోతారు - ఎంతగా వెదికిన వారిలో మానవత్వమనదే కనబడదు.

యూదు క్రైస్తవ్యము మెల్లేనియయమునకు ముందు సమయములో (ఫిమిల్లేనియం) ఇస్లాముతో మత సంబంధమైన పోరాటము చేసే ఇబ్బందిలో లేదు అని చెప్పుట అసత్యము. (ప్రిమెల్లేనియం యేసుక్రీస్తు రెండవ రాకడ (పరూసియు)ను సూచించును లేక క్రీస్తు యేసు రెండవ రాకడలో ఆయన రాకను సూచించును).

ప్రిమిల్లేనియం సమయంలో, యూదు క్రైస్తవ్యము అంతయు ఇస్లాము అంతటితో యుద్ధమందు వుండును. ఇస్లాము యొక్క చిన్న భాగముతో కాక దానంతటితోను పోరాటములో వుండును.

మీరు అడగవచ్చు, బైబిలులో మతముల మధ్య యుద్ధములుండెనని ఎక్కడ చెప్పబడింది అని అడగవచ్చు?

మతముల మధ్యయుద్ధమును గూర్చి పాతనిబంధనలో ఖచ్చితము చెప్పబడింది, ఇశ్రాయేలు సంతతి కనాను భూమిని స్వతంత్రించుకొనునపుడు కానానీయులనందరిని చంపవలెనని ఆజ్ఞాపించబడినారు ఎందుచేతననగా కనాను నివాసంలోని వారందరును విగ్రహారాధన సంబంధమైన మత విశ్వాసములను ప్రోత్సాహించువారు. వారిని చంపుట అనేది ఇశ్రాయేలు సంతతి మీద, కనానీయుల విగ్రహముల సంబంధమైన స్పష్టమైన ఆదిపత్యమను కనానీయులు భౌతికమైన చొరబాటు, అలాగే వివాహ సంబంధములను నివారించుటకు ఉద్దేశించినది.

"మరియు నీ దేవుడైన యెహోవా నీకప్పగించుచున్న సమస్త ప్రజలను నీవు బొత్తిగా నాశనము చేయుదువు. నీవు వారిని కటాక్షింపకూడదు, వారి దేవతలను పూజింపకూడదు, ఏలయనగా అది నీకు ఉరియగును."

– ద్వితియో 7:16 KJV

"కాబట్టి ఇశ్రాయేలీయులు, కనానీయులు హిత్తీయులు అమోరీయులు పెరిజ్జీయులు హివ్వీయులు ఎబూసీయులను జనుల మధ్య నివసించుచు వారి కుమార్తెలను పెండ్లిచేసికొనుచు, వారి కుమారులకు తమ కుమార్తెల నిచ్చుచు, వారి దేవతలను పూజించుచు వచ్చిరి". – న్యాయాధి 3:5-6 KJV

మతముల మధ్య యుద్ధములు జరుగునట్లు క్రొత్త నిబంధనలో కూడా చెప్పబడింది. ప్రత్యేకించి ప్రకటన గ్రంథములో చెప్పబడింది : (1) మూడవ ప్రపంచయుద్ధము ప్రత్యేకముగా మతముల మధ్య యూదు క్రైస్తవ్యమునకు మరియు ఇస్లాముకు మధ్య, అర్మెగిద్దోను ప్రాంతములో చిట్టచివరిగా (ప్రకటన 16:16) ముస్లిములు మరియు క్రైస్తవేతురులైన అన్యజనులు వనరులనన్నిటినీ కలుపుకొని ఇశ్రాయేలులోని యూదులను సమూలంగా నాశనము చేయుటకు వచ్చును. మరియు (2) 4వ ప్రపంచ యుద్ధము యేసుక్రీస్తు భూమి మీద వెయ్యేండ్ల పరిపాలనతో

అంతమగును – ప్రకటనలో 20:8లో గోగు మాగోగు యుద్ధముగా సూచించబడినది – అదిపరిశుద్ధ బైబిలు దేవుని ఆరాధించు ప్రజలకు మరియు ఆయన విరోధిని (సాతాను) ఆరాధించువారైన వారికి మధ్య జరుగు యుద్ధము.

కొంతమంది క్రైస్తవులు మతము అను పదమును వాడుటకు ఇష్టపడక పోయినప్పటికినీ, ఈ పుస్తకములో మతము అను పదము ఒకటి దేనినైతే దైవముగా ఎంచి ఒప్పుకొని, ఆరాధించుటలో అభ్యసించు విశ్వాసమును సూచించుటకు వాడబడింది. మతము అను మాట మత సిద్ధాంతమును ఒక క్రమపద్ధతిలో సరాసరి దానిలోనిది చూపించుటకు కూడాను కలిపియుండినది. లేక ఒకనియొక్క విశ్వాసము మరియు ఆరాధన వరకు ఆధారములు చూపించి సాహిత్యము వలన వ్యక్తీకరించుటకు వాడబడింది. పస్కా యొక్క ఉత్సవములో బహిరంగముగనే ఆయన ఉత్సాహించుటలో, యూదుల ఇతర పండుగలలో ఆయన పాలు పొందుటలో, యెరూషలేం దేవాలయమునకు సంవత్సరమునకు ఒకసారిమాత్రమే వెళ్ళుట ద్వారా ఆయన దానిని ఘనపరచుటలో క్రీస్తు యేసు తనకు తానుగా మత సంబంధియని దృష్టాంత పరచినాడు. కాని ఆయన మతభక్తి దేవునిచే యేర్పరచబడినది. మనిషిచే యేర్పరచబడినది కాదు. కొన్ని యూదుపండులు క్రీస్తు యేసు భూమి మీద వెయ్యేండ్ల పరిపాలనా కాలములో కూడా ఉత్సాహముగ జరుపుకొందురు. (ప్రకటనలో క్రీస్తు యేసు ప్రధాన యాజకుడుగా వస్త్రధారణలో నున్నట్లు వివరింపబడినది కూడాను). మతము అను పదము చెడ్డది కాదు; ఒకని యొక్క మత అభ్యాసము చేయుట అనేది చెడ్డది కాగలదు. వాస్తవమునకు, మతము అను మాట సరియైన సకారాత్మకంగా యాకోబు 1:27 KJV లో వాడబడింది అది ఒకనియొక్క అభ్యసించు మతవిశ్వాసము అవసరతలలోనున్న ఇతరులకు సేవ చేయుటకై అభ్యసించుటకు సంబంధించినదిని వ్రాయబడింది.

ఖచ్చితముగా, భౌతికముగా పోరాటము చేయుట, మానవుల వ్యతిరేక విరోధి స్వభావములలో పోరాటము అనేది మనసాక్షికి సంబంధించిన అంశము (ఇక్కడయుద్ధరంగములో పనిచేయకుండానే సమస్యలు, విభేదములను యుద్ధము లేకుండనే పరిస్కరించువారు మరియు నైతిక విలువలు నిమిత్తమై యుద్ధరంగమందు పనిచేయుటకు ఒప్పనివారు వివిధ ప్రజాస్వామ్యంలోని యుద్ధ సమయాలలో వచ్చిన ప్రకటన) అక్కడ వారు చెప్పిదేమిటంటే నూతన నిబంధన యొక్క ఖచ్చితమైన తర్జుమాకు

కావలసినది క్రైస్తవులు యుద్ధములో పాలు పొందుకుండగానే తగువులు తీర్చువారుగాను, మరియునైతిక విలువలు నిమిత్తమై, యుద్ధరంగములో పాలు పొందుటకు ఒప్పనివారుగా ఉండాలి. ఎలాగైతేనేమి, అక్కడ భౌతిక యుద్ధపోరాటములు కొరకు, ముందుగానే ఉదహరించిన సంగతులు పాతనిబంధనలోను అలాగుననే క్రొత్త నిబంధనలోను వివిధమైన మానవ వైరుధ్యములు కలిగియున్న మతము వారి యొక్క పునాది కనబడుతుంది కావచ్చు ఆరోగ్యకరమైన చర్చ క్రైస్తవులు అయిన వారు భౌతికముగా పోరాటములో పాల్గొనవచ్చో దాని గూర్చి ప్రోత్సహిస్తుంది. (1) యుద్ధములు అనేవి సామ్రాజ్య విస్తరణకు (2) యుద్ధములు అనేవి ఒకనియొక్క లేక అతని సంబంధించిన వారి యొక్క సరిహద్దులను రక్షించుకొనుటకు అంతలోనే ఒకని స్వంత సరిహద్దులను కాపాడుకొనుటకు (3) యుద్ధములు అనేవి విదేశీయుల దురాక్రమణను అడ్డుకొనుటకు మరియు ఒకని రాజ్యము యొక్క హద్దులు, రాజ్యమునకు మిత్రుల యొక్క సరిహద్దు లోపల వినాశనం చేయుటకు చూచేవారు రహస్యముగగాని, వలస విధానములో చొరబడేవారికి వ్యతిరేకముగాను యుద్ధములుండును.

ఇది క్రైస్తవులు అయిన వారు వారిలో వారు రక్షణాత్మక యుక్తులు గూర్చి చర్చించుకొనుట ఎంతో ఆరోగ్యదాయకమైనది, అలాగుననే ముందుగనే ఇతరులు మనపైన ఇష్టాయిష్టములు శ్రద్దలు మీద దాడులు చేయువారికి వ్యతిరేకముగా ముందుగనే తీసుకునే చర్యలు కలుపుకొని చర్చించుట ఆరోగ్యదాయకము.

పరిశుద్ధ బైబిలు దేవుడు ఆయన ఆది 9:5-6లో చెప్పినదానికి తన్ను తాను వ్యతిరేకికానేకాడు.

5వ మరియు మీకు ప్రాణమైన మీ రక్తమును గూర్చి విచారణ చేయుదును; దాని గూర్చి ప్రతిజంతువును నరులను విచారణ చేయుదును, ప్రతి నరుని ప్రాణమును గూర్చి వాని సహోదరుని విచారణ చేయుదును. అని నరుని రక్తమును చిందించువాని రక్తమను నరుని వలననే చిందింపబడును; ఏలయనగా దేవుడు తన స్వరూపమందు నరుని చేసెను (ఆది.కాం. 9:5-6).

ఈ ముందు 2వ వచనములో, పరిశుద్ద బైబిలు దేవుడు స్పష్టముగా ప్రకటించుచున్నాడు అది ఆయన మానవాళిని కనీసం తను ఉగ్రతను పంపుటకు

వాడుకొంటున్నట్లు స్పష్టము చేయుచున్నారు. (ఆయన న్యాయమైన కోపము) ఇక్కడ, ఇది క్రైస్తవులు గుర్తు చేసికొనుటకు పరిశుద్ధ బైబిలు దేవుడు క్రొత్త నిబంధన దేవుడు మాత్రమే కాదు పాతనిబంధన దేవుడు కూడాను అని గుర్తించుకొనుటకు సహాయపడును.

బైబిలు సూత్రము “కంటికి కన్ను” పంటికి పన్ను పాత నిబంధన అంతట స్పష్టము చేయబడుతుంది, అయినను క్రీస్తుయేసు అట్టి మానవ పగ ప్రతీకారమునకు వ్యతిరేకముగా మాట్లాడినారు.

“ఆయన అక్కడ నుండి వెళ్లి జెబెదయి కుమారుడైన యాకోబు, అతని సహోదరుడైన యోహాను అను మరి యిద్దరు సహోదరులు తమ తండ్రియైన జెబెదయి యొద్ద దోనెలో తమ వలలు బాగుచేసి కొనుచుండగా చూచి వారిని పిలిచెను. వెంటనే వారు తమ దోనెను తమ తండ్రిని విడిచిపెట్టి ఆయనను వెంబడించిరి.

– మత్తయి 5:21-22 KJV

కోపము మరియొక మానవుని పట్ల ‘నిష్కారణముగ’ (మత్తయి 5:22) ప్రత్యేకించి క్రీస్తు యేసు నందున్న నిబంధన భాగస్థుని పట్ల కోపము, సృష్టికర్తయైన దేవుని నిత్యశిక్షను పొందుకునే దిశలోనికి చూపిస్తుంది. దీనికి భిన్నముగ, మానవ వైరుధ్యము, ఒక శత్రువుచే పలుకబడిన పలుకులుకు స్పందనగా అర్ధము చేసికొనగలము అలాగుననే పరిశుద్ధ బైబిలు దేవునికి అంగీకరించ దగినదే అందుచేత కోపమునకు కారణము కలదు, వుండును, కావున అది న్యాయమైనదిగనే ఎంచబడెను.

ఖచ్చితముగా, క్రీస్తు యేసు మనలను మనము మన మానవహక్కులను ఎవరైనా దోచుకుంటూ వుంటుంటే అట్టి స్థితిలో సంరక్షించుకొనుటకు కూడదని ఆయన చెప్పలేదు, “అట్టి పరిస్థితులలో” అని వాడబడినది ముందు వాక్యములోని మాట వ్రాయబడినది ముఖ్యమైనది. మనకు వ్యతిరేకముగ బలమును ప్రయోగించి మనలను అడ్డుకొనుటకు ప్రయత్నించినట్లయితే, మనలను మనము సంరక్షించుకొనుటకు మన బలమును వారికి వ్యతిరేకముగా ప్రయోగించవలెనని హెచ్చరింపబడినది గాని పగతీర్చుకొనుటకు కాదు. గెత్సేమనే తోటలో పేతురు తన కత్తిని తీసి తన ఒరలో పెట్టుకొనవలెనని, యేసుక్రీస్తును బంధించుటలో అడ్డుగా కలుగజేసుకొనవద్దని చెప్పబడినాడు. (ఇక్కడ గమనించాలి క్రీస్తు యేసు యొక్క శత్రువులు ఆయన శిష్యులను సంహరించుటకు అక్కడకు రాలేదు).

మీరు "అలాంటిస్థితిలో" అనే నా మాటను అపార్థము చేసికొనవద్దు, ఉదాహరణకు జీహదీలు (ముస్లిముల ఆచారములు) మీ ప్రియమైన వారిపై యాసిడ్ విసరిచల్లినారు లేక మీకు ప్రియమైన వారిని నిప్పుపెట్టి తగులబెట్టారు అట్లయితే మీరును వారి మీద యాసిడ్ పోయమని లేక అగ్నితో తగులబెట్టుమని చెప్పుటకానే కాదు. నీకు బాధ్యతవుంది నిన్నునీవు రక్షించుకొనుటకును, ఇతరులను యాసిడ్ నుండి అగ్ని నుండి రక్షించుటకు నీకు బాధ్యత వుంది. (అది చెడ్డకార్యము చేసినవారి ప్రాణమును తీయుటకైననూ కావచ్చు) కాని నీవు తరువాత దినములలో వారి మీద యాసిడ్ పోయుటకైననూ, వారిని అగ్నికి ఆహుతిచేయుటకైననూ నీకు హక్కు లేదు. నిన్నుగాని నీకు ప్రియమైన వారిని అనాగరికమైన తీరులో చంపుటకు గాని గాయపరచుటకు గాని ఉద్దేశ్యము ఎవరికైనను కలిగియున్నట్లయిననూ, నీకు అనాగరికమైన రీతిలో నీవు ప్రతిచర్య తీసుకొనుటకు హక్కులేదు. నిన్ను నీవు కాపాడుకొనుటకు మాత్రమే హక్కు కలదు. నీవు అనుకోకుండగానే వారిపైన యాసిడ్ చల్లిననూ, లేక అగ్ని తిరిగి వారిపైకి నిన్ను నీవు కాపాడుకొనుటకు గాను విసిరిననూ, అప్పుడు నీవు పగతీర్చుకొను కార్యము కాదు. ప్రతీకారము తీర్చుకొనే కార్యము కాదు. ఎలాగైతేనేమి ఒకసారి జరిగిపోయిన నేరమునకు ప్రతీకారము తీర్చుకునే  హక్కు నీకు లేదు, ఇతర అమాయకులైన ప్రజలు ప్రమాదములో నున్నారు అని నీకు అనిపిస్తేనే తప్ప నీకు చర్య తీసుకొనుటకు హక్కు లేదు. నీకు న్యాయాధికారులును లేక రక్షకభటులైన వారిని ముద్దాయిలను బంధించవలెనని మనవిచేయుటకు నీకు అధికారము కలదు. నీకు వ్యతిరేకముగాను, లేక ఇతర అమాయక ప్రజలపైననూ ఏ విధమైన దాడిలో పాల్గొనినవారైననూ వారిని విచారించినట్లు చట్టమునకు అప్పగించునట్లు నీకు అధికారము కలదు.

నీకు భౌతికముగ నిన్ను నీవు కాచుకొనుటకును, ఇతరులపైన దాడుల నుండి కాయుటకును హక్కుకలదు గాని ఎప్పటికీ పగతీర్చుకొను ఆత్మతో కాదు. ప్రతీకారము తీర్చుకొనుట మన చర్యకాదు; పగతీర్చుకొనుట పరిశుద్ధ బైబిలు దేవునికి చెందినది (రోమా 12:19 : హెబ్రీ 10:30) ఏలాగైతేనేమి మన సృష్టికర్తయైన దేవునిని మన యొక్క హక్కులను తీసివేయునట్లు గా మనమడుగ కూడదు 1) మనలను మనము భౌతికముగా కాపాడు కొనుటను లేక 2) భవిష్యత్‌లో మనలను మనము కాపాడుకొనునట్లు యేర్పాట్లు చేయునట్లు కూడా తీసివేయమని అడుగ కూడదు.

ఏప్రిల్ 10, 2015, ప్రస్తుత రచయిత సోషల్ మీడియాలో ఈ వాఖ్యను పోస్టు చేసినారు :

క్రైస్తవులు ఏ విధమైన ఆత్మసంబంధమైన మరియు భౌతిక సంబంధమైననూ అర్థమును వారు తమ్మును తాము కాపాడుకొనుటకును, వారియొక్క ప్రియమైన వారిని కాచుకొనుటకును, వారి దేశములను జీహదీల నుండి కాపాడుకొనుటకు ఏ పరిస్థితులునైననూ వాడు కొనవచ్చును. దానిని ప్రారంభించి ముగించుటకు ఏ విధమైన వైరమును ప్రారంభించనక్కర్లేదు.

క్రింద సంభాషణ ఇవ్వబడింది నాకును ఎ.వి. అని నేను పిలచిన ఒకతను (భారతీయ నివాసి ఒమన్‌లో పనిచేయుచున్నాడు. నా వాఖ్యానమునకు బదులుగా ఈ సంభాషణ)

ఎ.వి. : పాస్టరుగారు, భౌతికమైన దాడి చేసే సమయంలో మరణాయుధాలు మేము తీసుకొనవచ్చుననియూ దానర్థము?

నేను : ఆయుధములు తీసుకొనే విషయము ఒక వ్యక్తిగత మనసాక్షికి చెందిన విషయము. ఎలాగైతేనేమి, మీరు చెప్పినదానితో మిమ్ములను మీరు కాచుకొన అవసరము లేదని మీరు నిర్ణయించుకోవచ్చు. మీరు పెద్దవారు మీకు ఆ హక్కు వుంది. కాని మీ పిల్లలను కాపాడక్కర్లేదు అనుకనే హక్కు మీకు లేదు. ఎందుచేతనంటే వారు క్రీస్తు యేసు నందు చాలినంత పరిపక్వత కలిగినవారు రారు తమ కొరకు నిర్ణయము తాము చేసికొనలేరు. గనుక నా యొక్క సలహా ఏమంటే మీ ప్రాణమును ఫనంగా పెట్టి అయిననూ ప్రియమైన మీ వారిని మీరు కాపాడండి (ఉదాహరణకు వయస్సు మళ్ళిన మీ తల్లిదండ్రులు, మీ భార్య, మీ యొక్క పిల్లలు మీ యింటిలో మీతో పాటు నివసించుచున్న ఎవరైననూ) ఎందుకు? తన ప్రియులు కొరకు తన ప్రాణము పెట్టు వాని కంటేఎక్కువైన ప్రేమ గలవాడెవడును లేడు" (యోహాను 15:13 KJV).

ఎ.వి. : పాస్టర్, రక్షించుకొనుటకు గాను వెలగా ఒకరిని హత్యచేయుట సరికాదు. అపో. కార్యముల గ్రంథములో, ఆదిమ క్రైస్తవుల హింసలను పొందుచున్న సమయంలో వారందరూ దేవుని సన్నిధి రావలెనని కలిగించుకొనవలెనని ఆశ్రయించారు, వారి యొక్క ఉద్రేకములు, చిత్తము కాక, దయచేసి నన్ను తప్పయితే సరిచేయండి.

నేను : ఎ.వి., దీనిని మనము నెమ్మదిగా తీసుకుందాము. మొదటిది మీరు దీనిని ప్రభువు దగ్గర చర్చించి ఆయన నడిపింపును అనుసరించండి. రెండవది నిజముగ మీరు దేవునిని ఆశ్రయించి ఆయనకు ప్రార్ధించి ఆయన నడిపింపును. ఆయన కలిగించుటకు ప్రార్ధించండి. మూడవది దేవుడు కలిగించుకొనుట చేయకపోతే, అప్పుడు మీరు మీ మట్టుకు మనసాక్షి ప్రకారముగా ఏమి చేయుటకైననూ నిర్ణయించుకొనుటకు మీకు హక్కు కలదు. నాల్గవది మీరేది నిర్ణయించుకున్నారో అది మీ కొరకే మీ పిల్లలు కొరకు కాదు. మీరు మీ ప్రాణమును అడ్డు పెట్టి వారిని కాపాడాలి. మీ పిల్లలను త్యాగము చేయుటకు మీకు హక్కు లేదు. మీరు క్రైస్త విశ్వాసము కొరకు హతసాక్షులగుటకు హక్కు కలదు. కాని మీ పిల్లలను హతసాక్షులగునట్లు చేయుటకు మీరు హక్కు లేదు. అయిదవది, ఒకరిని హత్య గురించి మిమ్ములను మీరు భౌతికంగా కాపాడుకొనుట మధ్యలో బేధమున్నది. ఇక్కడ నేను ఎవరినైనా హత్యకావించవలెనని అడిగినా, ఖచ్చితముగా, మిమ్మును మీరు భౌతికంగా ఒకరిని ప్రాణం తీసివేయవలెననే ఉద్దేశ్యము లేకుండా మీ మనసాక్షి ప్రకారముగామిమ్మును మీరు కాచుకొనవచ్చు.

నేను : క్రీస్తు యేసు మార్కు 5:22లో చెప్పుచున్నాడు

"బయలుపరచబడుటకే గాని యేదియు మరుగుచేయబడలేదు." – మార్కు 5:22 KJV

ఎం.ఇ. : "హత్య" అర్థము ఒకని ప్రాణమును సరియైన కారణము లేకుండా లేక మామూలు కారణముగ నిన్ను నీవు కాపాడుకొనుటకు అది హత్యకాదు.

ఎ.వి. : పాస్టరు అప్పుడు ఎందుకు మొదటి క్రైస్తవులు 1వ శతాబ్దములో విశ్వాసులు వారి శ్రమలు కాలములో ఎందుకు ఇది అభ్యాసము చేయలేదు?

ఎం.ఇ. : గత 2000 సం॥లో అనేక మంది క్రైస్తవులు తమ ఇళ్ళను, వారి యొక్క ప్రియమైన వారిని, వారి యొక్క దేశములను కాపాడుకున్నారు. 2వ ప్రపంచ యుద్ధ సమయంలో నాజీలుకు వ్యతిరేకముగ క్రైస్తవులు పోరాటము చేయకపోయినట్లయితే గత 70 సం॥లు ప్రపంచము గొప్ప చీకటిలో ఉండిపోయి వుండును. ఈ ధైర్యము గలిగిన గౌరవనీయులు అయిన పురుషులు స్త్రీలు తమ జీవితములను ఇచ్చారు గనుక నేను నా కుటుంము క్షేమములో ఉండగలిగింది. మీ

రెండవ చెంప త్రిప్పండి అంటే మీ పిల్లలు బలత్కారము చేయబడుటకు, శిరస్సు ఖండించబడుటకు అదే అనుమతికాదు.

ఎ.వి. : పాస్టరు నేను ఆవాస్తవమును అంగీకరిస్తాను ఏ తండ్రి చేష్ఠలుడిగి తన కుమార్తెలు బలాత్కరింపబడుతూ వుంటే మొర్ర పెట్టాడు, తన కుమారులు తనముందే శిరస్సులు ఖండించబడుతూ వుంటే చూస్తూ వుండడు. ఆ తండ్రి ఏదైనా చేసి తన పిల్లలను కుటుంబమును కాపాడు కుంటాడు. అయితే నేను నమ్ముచున్నాను ఆ తండ్రి చేసే పని ఉద్రేకము కంటే మరింత ఎక్కువయినది మరియు ఆలోచించి అప్పుడు చేసే పని కంటే అనుకోకుండగనే జరిగిపోయేది ఈలాటి విషయాలు సిద్ధాంతములుగా తీసుకోవడము కాదు గాని జరుగుచున్న కార్యమునుబట్టి అప్పటికప్పుడు తీసుకొనవలసిన న్యాయమైన చర్య.

ఎం.ఇ. : చర్యకు ప్రతిచర్య పద్ధతిగా కాదు మీ పిల్లలు బలాత్కరము నుండి, శిరస్సు ఖండించడము నుండి కాపాడునప్పుడు చర్యకు ప్రతిచర్యకాదు అక్కడ ఆ పని జరిగినపుడు న్యాయంగా కోపమే రావాలి. ఉద్దేశ్య పూర్వకంగా బలవంతము చేయడం లేక మీ బిడ్డల శిరస్సు ఖండించడము జరుగుతుంటే కోపము రావడమే న్యాయము, యేసు వారు కూడా కోపపడ్డారు.

ఎ.వి. : నేను అంగీకరిస్తున్నాను పాస్టర్, అట్టి పరిస్థితులలో మనము ఏదో ఒకటి చేయవలెను.

ఎం.ఇ. : నిన్ను బట్టి గర్విస్తున్నాను నీవు నీ కుటుంబం కొరకు, స్నేహితుల కొరకు నీ ప్రాణం పెట్టవలెను.

ఎ.వి. : ఏ తండ్రి లేక కుమారుడు తన కుటుంబమును మరియు స్నేహితులను కాపాడుకొనుటకు అతడు ఏమి చేయగలడో అది చేయును. ఏమనుష్యుడు కూర్చొని సణుగుకోడు, తన భార్య మెడ మీద కత్తి పెట్టి ఉన్నప్పుడు పగతీర్చుట ప్రభువునకు చెందినది రోమా 12:19 అని సణగడు.

ఎం.ఇ. : ఆమెన్ యల్లప్పుడు మన ప్రభువు నందు ధైర్యము తెచ్చుకొనండి, ఎ.వి. ఒక చివరి ఆలోచన ఇక్కడ, నిను నీవు కాపాడుకోవడం పగ తీర్చుటకాదు. పగ అదుపులో తెచ్చుకొనుటకు, తిరిగి చెల్లించుటకు, శిక్షించుటకు వెదకును. కాచుకొనుట అనేది కాపాడుటకు వెదకును.

ఎ.వి. : నిజము, సాధారణముగా, క్రైస్తవులమైన మనము శ్రమలు పొందినపుడు ఈ వచనము బైబిలులో (రోమా 12:19) నుండి చెప్పబడింది. మనం మన హృదయంలో నమ్మి దేవుడు మనలను శ్రమలద్వారా ఉంచినడుపుచున్నాడు, ఆయనే తొలగించును అని నమ్మినాము.

ఎం.ఇ. : ఆమెన్ మనకు వ్యతిరేకముగా పాపము చేయు ప్రతి వానికి అట్టి వెలచెల్లించన వసరములేదు. కాని మనలను మనము కాచుకోవలెను.

ఎ.వి. : నిజము నేను మీరు చెప్పినది అంగీకరించుచున్నాను.

ఎం.ఇ. : మనము ఈ చర్చి చేసినందుకు సంతోషించుచున్నాను.

ఎ.వి. నేను కూడా పాస్టరు మనము మాట్లాడుకున్న తరువాత నూతనంగా నేన ఆలోచించడము మొదలు పెట్టాను. వందనములు దేవుడు దీవించును గాక.

ఇట్టి సమయంలో రోమా 12:19 వచనము అంతటితో ముందు వెనుకకు ఏమి చెపుతుందో ప్రాముఖ్యము:

18) శక్యమైతే మీ చేతనైనంత మట్టుకు సమస్త మనుష్యులతో సమాధానముగా ఉండుడి. 19 ప్రియులారా మీకు మీరే పగతీర్చుకొనక, దేవుని ఉగ్రతకు చోటియ్యుడి – "పగతీర్చుట నా పని" నేనే ప్రతిఫలము నిత్తును అని "ప్రభువు" చెప్పుచున్నాడని (ద్వితీ 32:35, 32:41, 32:43).

(రోమా 12:18-19 KJV)

ఆదికాండం 9:5-6 నుండి ముందు ఉటంకించిన దానినే మరల బలపరచుచున్నాడు. కొన్నిసార్లు ప్రభువు మానవాళిని తన పగతీర్చుకొనుటకు వాడుకొంటాడు అని గమనించుటకు సమానమైన ప్రాముఖ్యమైనది :

నా జనులైన ఇశ్రాయేలీయుల చేత ఏదోము వారి మీద నా పగతీర్చుకొందును. ఎదోమియుల విషయమై నా కోపమును బట్టియు, నా రౌద్రమును బట్టియు నేను ఆలోచించిన దానిని వారు నెరవేర్చుదురు. ఎదోమియులు నా క్రోధమును తెలిసికొందురు ఇదేయెహోవా వాక్కు (యెహెజ్కేలు 25:14 KJV).

మారు మనస్సు మరియు క్షమాపణ మీద

క్రీస్తు వ్యతిరేక సాక్షి

జీహాదీ, జీహాదీస్ట్ లేక ముజాహిద్దీన్ (మూడు పదములు అన్ని సమానార్థములు) ముస్లిము ఆచారములు బలవంతంగా గానీ సౌమ్యంగా గానీ తన విశ్వాసమును సంరక్షించుకొని మరియు దాని ఉద్దేశ్యములో విస్తరింపజేయుటలో తన ప్రాణమును ఫణంగా పెట్టైననూ లేక ముస్లిమేతరులు ప్రాణములను వెలగా చెల్లించైననూ పనిని చేయువాడు. జీహాద్‌కు పునాదులు (పవిత్ర యుద్ధము లేక పవిత్ర పోరాటము) "ఖురాన్" అంతటిలో కనుగొనగలము. జీహాద్ ప్రతి ముస్లిము యొక్క మత సంబంధమైన విధి మరియు యుద్ధ విరమణలు, సామాన్య ఒప్పందాలు మరియు కాల్పుల విరమణలు ముస్లిమేతరులతో ఒప్పందము చేసుకున్నను అవి ఎప్పుడు తాత్కాలికమే! అక్కడ శాంతి అనేదిముస్లిములు. ముస్లిమేతరుల మధ్య లేకుండా పోవుచున్నది. ఎందుచేతననగా ముస్లిములు ముఖ్యసూత్రము యొక్క మోసమును వారి తదుపరి కారణమును జరిగించుటకు ప్రయోగించుదురు ( తఖియ్యా, ఇదిత్‌రార్, కిత్‌మన్, ఇహియల్) జాగ్రత్తగా లేఖనములను చదివినచో అవి పరిశుద్ధ బైబిలు దేవుడు పాపము అంతటిని ద్వేషించున్నట్లు చూపించుచున్నది. ఆయన అతిగా అసహ్యించుకొన్నది (1) అబద్ద దేవుళ్ళను ఆరాధించుట, (2) అమాయకులైన వారి రక్తమును చిందించుట, (3) దేవదూషణ. ఈ మూడు పనులు ఎప్పుడు కలిసి జరుగుతాయో దేవుని న్యాయపరమైన కోపము ప్రత్యేకముగా మీ మీదికి ఆహ్వానించుకొంటున్నారు.

శ్రమల కాలములో, దేవుని ఉగ్రత అబద్ద దేవుళ్ళను ఆరాధించినవారై మారు మనస్సు పొందని వారందరి మీదకి, నిరాపరాధుల రక్తమును చిందించిన, దేవునిని దూషించిన వారి మీదికి దిగివచ్చును. భయంకరమైన దేవుని ఉగ్రత ప్రత్యేకముగా అమాయకులైన వారి రక్తమును చిందించి అబద్ద దేవుడు అల్లాను ఆరాధించుటతో దేవదూషణ చేయు వారి మీద కుమ్మరింపబడును.

మారు మనస్సు లేకుండా ఏ రక్షింపబడని పాపికి పాపములకు క్షమాపణ లేదు. కావున క్రైస్తవుల నుండి జీహాదీలకు క్షమాపణ సందేశములు, మారుమనస్సు పొందుటకై స్పష్టమైన పిలుపును కలుపుకొని ఇవ్వలేకపోయినచో, ఆ సందేశములు తక్కువైనవి. మారు మనస్సు పొందుటకు జీహాదీల పిలువకుండా, ప్రేమ, సందేశం, క్షమాపణ సార్వత్రికరమైన రక్షణ పొందుకొనుటకై అందించాలి. (వారు మారు మనస్సుపొందిన, పొందకపోయినను ప్రతివాడు రక్షింపబడును) ప్రేమ మరియు

క్షమాపణ పై సందేశములుఅన్నియు జీహాదీలకు రక్తముతో కూడిన సందేశములైనా ఒప్పించాలి. జీహాదీలచే చిందింపబడిన రక్తము అంతయును మరియు క్రైస్తవ హతసాక్షుల రక్తము యేసుక్రీస్తు రక్తము యొక్క శక్తికి సమానమైనది కాదు. క్రీస్తు రక్తము చిందింపకుండా పాపములకు పరిహారము అక్కడలేదు (హెబ్రీ 9:22 చూడుము) జీహాదీలు రక్షణపొందుకొనులాగున, అమాయకులైన వారి రక్తము చిందింపబడినపుడు, రక్తమును చిందించినట్లు హత్యచేయువాడును నేర్చుకొనవలసిన అవసరమున్నది అది ప్రత్యేకించి పరిశుద్ధ బైబిలు దేవుడు అవసరమైయున్నది. హత్య చేయి వాని పాపములు కప్పబడక పోయినట్లయితే, తీసివేయకపోయినచో, యేసుక్రీస్తు రక్తము చిందించుట వలన ప్రతిగా అర్పణ అర్పించుటతో పరిహారము దొరుకును. 1) యేసుక్రీస్తును వ్యక్తిగతముగా రక్షకుడుగానూ, ప్రభువుగానూ అంగీకరించుట మరియు 2) హత్యచేయువాడిచే మారు మనస్సు పొందుటతో రక్షణ పొందుకొనును.

చదువరీ, నీవు రక్షణ కోరుకుంటే, నేను నిన్ను నీ హృదయమందు విశ్వసించి, నోటితో ఒప్పుకొనవలెనని నిన్ను ఆహ్వానించుచున్నాను. ఈ ప్రార్ధన నాతో గట్టిగా చెప్పుము.

ప్రియ ప్రభువైన యేసు, నేను నాపాపములను క్షమించమని నిన్ను అడుగుచున్నాను. నేను వాటి నిమిత్తమై క్షమించమనియు, మారు మనస్సుపొందుచున్నాను, నిన్ను నా ప్రభువుగాను, రక్షకునిగాను అంగీకరించుచున్నాను నీవు నిజమై అద్వితీయ దేవుని కుమారుడవని సృష్టికర్తయైన ఒక్క దేవుడని, పరిశుద్ధ బైబిలు దేవుడవని నేను తెలుసుకొని యున్నాను. నేను నిన్ను నా ఆత్మలోనికి, నా హృదయములోనికి, నా మనస్సులోనికి ఆహ్వానించు చున్నాను. నేను నీ కొరకు ప్రతిదినము జీవించులాగున సహాయము చేయుమని అడుగుచున్నాను. నా ప్రార్ధన విన్నందుకు వందనములు. నీ వారిలో ఒకరిగా అంగీకరించునందుకు నీవు చిందించిన రక్తము చేత నాపాపములన్నియు కడిగినందుకును వందనములు. ప్రియ యేసూ! నీయందు మాత్రమే నా జీవితకాలమంతయు విశ్వసించునట్లు సహాయము చేయుము ఆమెన్.

★★★

# APPENDIX - A

## మహమ్మద్ కొరకు భాషాంతరము
## "666" గురించి సాధ్యమైన ప్రశ్నలకు జవాబులు

### Comparison Chart

Except for the reverse order spelling, Arabic and Hebrew are written right to left.

| Word | Letters | Explanation |
|---|---|---|
| محمد | dal-mem-he-mem | Arabic Spelling of Mohammed/Muhammad (no vowels) |
| מחמד | dalet-mem-chet-mem | Common Hebrew Transliteration (no vowels) |
| מהמד | dalet-mem-hey-mem | Alternate Hebrew Transliteration (no vowels) |
| מוחמד | dalet-mem-chet-waw-mem | Common Hebrew Transliteration |
| מוהמד | dalet-mem-hey-waw-mem | Alternate Hebrew Transliteration |
| מוהאמיד | dalet-yod-mem-aleph-hey-waw-mem | Correct Order Transliteration (cryptographic spelling) |
| דימאהום | mem(final)-waw-hey-aleph-mem-yod-dalet | Reverse Order Transliteration (cryptographic spelling) |

**Transliterations for Mohammed**
**Table Six**

**1. "ఇది అన్నింటిని ఎలా కలుపుతు (జత)ంది" అనే పేరుగల అధ్యాయములో నేను మహమ్మద్ పేరు యొక్క హెబ్రి స్పెల్లింగ్‌లను తర్జుమాలను ఇచ్చియున్నాను. ఈ ఆధునిక హిబ్రూభాష రచనలో YOD అనే పేరు లేనపుడు ఈ మాట ఏలాగు భాషాంతరమునకు వివరణ ఇవ్వగలను?**

YOD అనేది ఆధునిక హీబ్రూ రచనలో లేనప్పటికిని, అపో యోహాను తన దర్శనములో చూచిన పేరు చెప్పుటకు లేనప్పటికినీ Circa Ad 95 మరియు ప్రకటన 13:18లో "666"గా నమోదు చేయబడినప్పటికిని YOD అనేది అందులో లేదు. అందుచేత అక్షరమాల అక్షరము YOD అనేది హల్లులు మరియు అచ్చులు లక్షణములు కలిగియున్నది, ఇది ఒకే సమయంలో ఉచ్చరించుండగా పలుకు కొంత ఎక్కువ పొడవు ఇంగ్లీషు సి (స్వరము వలెను) గాను, మరి ఇతర సమయములో "కొద్ది సేపు" పలుకు ఇంగ్లీషు ఇ గను ఉండును. దానికితోడు YOD హల్లులు మరియు అచ్చులు లక్షణములను కలిగియున్నది. ఇది నిశ్శబ్ధముగ కూడా నుండును. ఖచ్చితముగ, అచ్చులు గుర్తులు అచ్చుల సంజ్ఞలుగ ఆధునిక హీబ్రూలో వాడబడనివి పురాతన హీబ్రూ శాస్తులచే ప్రచురచ కర్తలచే వాడబడలేదు. ఇక్కడ, YOD ని ఆరవ హీబ్రూ అక్షరమాల అక్షరంగ "మహమ్మద్" లో కలుపుట కారణముగను, అనుకూలముగను ఉండును. అందుచేత ఆ పేరు పురాతన (హీబ్రూ)లో ప్రారంభంలో లేదు, ఆధునిక హీబ్రూ ఆ పేరు యొక్క అచ్చమైన రచనా రూపమును ఖచ్చితంగా అదే రీతిగా ప్రతినిత్యం వుండుటకు దానికి కోరదు. (ఆ విషయము కొరకు ఆధునిక హీబ్రూ అదే విధముగ పురాతన YOD తోను దాని యొక్క వివిధమైన మాట పలుకులు మరియు ప్రాంతీయ రూపములు అన్ని శబ్దములన్నింటితో పునరుత్పత్తి చేయును) అంతకంటే, ఆధునిక భాషాంతీకరణ చేయువారు అన్నివేళల మంచి పని చేయుటలేదు. ఆధునిక ఇంగ్లీషు ఉచ్చారణ ఎంత కఠినముగ (వికృతముగ) నుండునో కొంచెం ఆలోచించండి. సొలోమోను పురాతన హీబ్రూ స్లోమో నుండి వచ్చింది Solomon is from Shlamo.

**2. మెమ్ సాధారణముగ దానితో 40 విలువగల సంఖ్య కలిగి యుండును. ఎందుకు నేను 600 విలువను దానికి చేర్చాను?**

మొదట, నేను 600 చివరి మెమ్ యొ విలువ కలిగినట్టుగ నేను పట్టిక ఇచ్చాను, ప్రారంభము లేక "మధ్యలోని మాట" మెమ్ (అది ఎల్లప్పుడు విలువను కలిగి వుంటుంది) కొన్ని సంవత్సరములకు పూర్వము నేను చికాగోలో నివసించినపుడు, దీనిని నేను స్పెర్టస్ ఇనిస్టిట్యూట్ ఆఫ్ జ్యూస్ స్టడీస్ వద్ద ఆషేరు లైబ్రరీలో పరిశోధించితిని. అక్కడ నేను కబ్బాలిస్టిల్ (ఖబాలిస్టిన్ లేక కబ్బాలిస్టిక్) మాటలును చివరి మెమ్‌కు సంఖ్యాపరమైన విలువలు గుర్తించుటకు కనుగొంటిని. ఇది కబ్బలాలో చార్లెస్ పోన్సుచే రుజువు చేయబడింది. (క్వెస్ట్ బుక్స్, వీటన్, 1978, పేజి 33, ఐ.ఎస్.బి.ఎన్. 0-8356-0510-8) ఆది, అనుకోకుండ నేను స్పెరటస్ వద్ద కొన్నాను. కబ్బాలిజమ్ వదిలి వేయమని బోధించబడుచున్న క్రైస్తవులైన వారి కొరకు, సంఖ్య కొరకు హీబ్రూ గుణములను వాడుట అనే హీబ్రూలో సాధారణమైన ఆచరణ మరియు ఆ అభ్యాసము కబ్బాలిజమ్ యొక్క స్వేచ్ఛా పూర్వకముగా మొదలైనది.

## 3. ఎందుకు నేను మహమ్మద్ పేరు వెనుకవైపు నుండి రాసియుంటిని?

ఇది నా నమ్మకము మహమ్మద్ పేరు అపోస్తలుడైన యోహానకు రహస్య రూపములో (సంజ్ఞలు రూపములో) తెలుపబడెను. వెనుక నుండి రాత (అక్షరములు వెనుక నుండి రాసినట్టు చెప్పవచ్చును) అనేక దినములు మూసి వుంచుటకు లేక సాధారణమైన గమనించువారి నుండి మాటలను వర్తమానములను దాచుటకును వుండినవి, అది నేను నమ్ముచున్నాను, ప్రకటన గ్రంథములో "666"గా సంఖ్యాపరంగా గుర్తించుటకు పేరునుగుర్తించుటలో పరిశుద్ధాత్ముడు ఉద్దేశించియున్నాడు.

యేసు క్రీస్తు (Yishua H Moshicash) దేవుని అద్వితీయ కుమారుడు కాదని దేవ దూషణ చేయుట తన్నుతాను ఆపాదించుకొను శాపమును మోసికొని వచ్చును. అందుచేత మహమ్మద్ అనే పేరు ఎన్నటికిని మారనంతగా అపరిశుద్ధమైనది, కావున నిత్య శాపము దానికి కలిసియుండినది. బహుశ, దేవుని పరిశుద్ధాత్మ "మాట్లాడుటకును వాడలేదు లేక సరాసరి అపోస్తులుడైన యోహానుకు ఆ పేరును ప్రస్తావించుకును ఇష్టములేక సంజ్ఞలు కూడిన విధముగ తెలిపెను (ఆదియను వెనుక వైపు నుండి నట్లు)

**4. హీబ్రూలో లేక యూదు సంఖ్యాశాస్త్రములో ఇది ఏమైన భిన్నత్వమును చూపునా? హీబ్రూ రూపములో ఇంగ్లీషు పదములు మహమ్మద్ లేక మహమ్మద్ తర్జుమాగా చేసినట్లయితే ప్రత్యేకత చూపునా?**

లేదు, ఉచ్ఛారణ లేక ధ్వని పొడవుగా 'O' ధ్వని (మహమ్మద్‌లో పలుకు స్వరం) మరియు "OO' ధ్వని (రెండు అచ్చులు కలిసిన స్వరం 'O' మహమ్మద్‌లో) అక్కడ ఏవిధమైన హీబ్రూ భాషాంతీకరణ రూపములై మహమ్మద్ మరియు ముహమ్మద్ మధ్య ఏ విధమైన సంఖ్యా పరమైన బేధము లేదు ("వేన్" లేక "వాన్" అని రాసిన బేధములేనట్లు) ఖచ్చితముగ హీబ్రూ రూపమైన ఆధునిక మాటకు ఇంగ్లీషు భాషాంతీకరణకు, వేన్ లేక వాన్ ఎట్లు బేధములేదో అలాగుననే బేధమేమియులేదు. అక్కడ అచ్చు పొడవాటి "O' మరియు "OO' హీబ్రూ పద ఉచ్ఛారణలలో బేధము కలదు అది సంఖ్యాపరమైన విలువలను చూపుటలో ఏమార్పులేదు (VAV వలెనే) మరిముఖ్యముగా, అచ్చు పరము wav ను మహమ్మ యొక్క రూపము భాషాంతకరణలో వాడువారు మరియు అచ్చు పదము Cholem ను మహమ్మద్ యొక్క రూపమును భాషాంతీకరణలో వాడినారు, వేవ్ లేక వావ్ గుర్తు ప్రస్తుతం సంఖ్య పరమైన విలువ 6 ను కలిగియున్నది.

**5. మహమ్మద్‌లో ప్రాతినిధ్యమున్న "యం" అను అక్షరము రెండుసార్లు ఉండినది రెండుసార్లు వచ్చిన "మేమ్" ఇంగ్లీషు నుండి హీబ్రూలోకి భషాంతీకరించినపుడు ఇది అవసరమా?**

కాదు. ఇంగ్లీషులో రెండు అక్షరములు వాడుట లేక ఇతర భాషలలో రోమన్ అక్షరమాల వాడుట అనేది నిఘంటువు రచనాకారులకు అనుకూలముగా ఉండుటకును, అనేక విషయాలను మిళితము చేయువారు కొరకు ప్రచురణకర్తలకు మరియు భాషలను ప్రేరేపించువారు. మాటలను పాఠ్యాంశమును ఆధారము చేసుకొని నొక్కి చెప్పాలనుకునే వారి కొరకు నియత్రించబడియున్నది.

(పాఠ్యాంశములు ఎల్లప్పుడు అచ్చులు అధారమున్నను తీసుకున్నను లేక అచ్చులు గుర్తులు రచన లేకపోయననూ)

# APPENDIX - B

## ఇశ్రాయేలీయుల యొక్క 7 పండుగలు

ప్రస్తుత రచయిత గుర్తించుచున్నాడు, తదుపరి పద్ధతులు ఉన్నవి లెక్కించుటకు కొన్ని తేదీలు తరువాత పేజీలో 7వ టేబుల్ మీద చూపబడినవి. 7 పండుగలన్నియు టేబుల్ 7లో పరిశుద్ధ బైబిలు దేవుడుచే (స్థాపింపబడుట మాత్రమే గాక) ఇశ్రాయేలీయులను పరిశుద్ధ పరచుటకు మాత్రమేగాక చివరికాలము యొక్క వరుస సంఘటనలను గుర్తించుటకు కూడాను స్థాపించబడెను. హీబ్రూ సంవత్సరము 5784 మరియు 5785 మరియు ఎడి 2024 టేబుల్ 7లో వాడబడినవి ఇతర సంవత్సరమును సరిపోల్చుటకు సాధనములుగా వాడబడినవి.

| Feast Name | Duration | Hebrew Religious Calendar | Scriptural References | Fulfillment √ - already fulfilled |
|---|---|---|---|---|
| Passover<br><br>(Commemorates 10th Plague of Egypt) | 1 Day<br>(8 Days) | 1st month<br>14th day<br>14 Nissan 5784<br>(Monday at Sundown: April 22, 2024) | Leviticus 23:4-6<br>Exodus 12:1-46<br>Mark 11<br>John 19:31-36<br>Joshua 5:10-12<br>Matt. 26:19-20; 26-30<br>John 1:29<br>1 Corinthians 5:7 | The Shed Blood of Jesus Christ as our Passover Lamb<br>(His Shed Blood commemorated by "the fruit of the vine" in Communion)<br>√ |
| Unleavened Bread<br><br>(Commemorates flight from Egypt) | 7 Days | 1st month<br>15th –21st days<br>15-21 Nissan 5784<br>(Tuesday, April 23 to Monday, April 29, 2024) | Exo.12:15-20; 34; 39<br>Leviticus 23:5-8<br>1 Corinthians 5:7-8<br>Matthew 16:6<br>Mark 8:15<br>Psalm 16:10<br>Acts 2:22-31<br>Acts 13:34-37 | Sinless Life of Jesus Christ<br>and His Body Incorruptible in Death during Burial<br>(His Broken Body commemorated by broken bread in Communion)<br>√ |
| First Fruits<br><br>-occurs in Spring- | 1 Day<br>(1st Sunday in Feast of Unleavened Bread) | 1st month<br>19 Nissan 5784<br>(Sunday, April 28, 2024) | Leviticus 23:10-11<br>Proverbs 3:9-10<br>Matthew 27:1,6<br>1 Corin. 15:12-23<br>1 Thess. 4:16-17<br>Matthew 27:53 | Bodily Resurrection of Jesus Christ<br>√ |
| Harvest (Weeks)<br>(Latter First Fruits)<br>(Commemorates giving of 10 Commandments)<br>-occurs in Summer- | 1 Day<br>(7th Sunday after the Feast of First Fruits) | 3rd month<br>9 Sivan 5784<br>(Sunday, June 16, 2024) | Leviticus 23:15-22<br>Acts 1:1-1:13; 2:1-22<br>Deuteronomy 16:9-10 | Pentecost<br>(Birth of the Church by the Holy Spirit)<br>√ |
| Trumpets<br>(Rosh Hashanah)<br><br>First day of Jewish civil new year | 1 Day<br>(1st Day of the Seventh Month) | 7th month<br>1 Tishrei 5785<br>(Wednesday at Sundown: October 2, 2024) | Leviticus 23:23-25<br>Numbers 29:1<br>Joshua 6:2-5<br>1 Thess. 4:16-17<br>1 Corin. 15:51-54 | Rapture of Church<br>(First step of a two-step Parousia)<br><br>Not Yet Fulfilled |
| Atonement<br>(Yom Kippur) | 1 Day<br>(10th Day of the Seventh Month) | 7th month<br>10 Tishrei 5785<br>(Friday at Sundown: October 11, 2024) | Leviticus 16:1-34; 23:26-30<br>Zechariah 12:10; 13:1,6<br>Romans 11:26 | 2nd Coming (Advent) of Jesus Christ<br>to deliver all Israel<br>(Second step of a two-step Parousia)<br>Not Yet Fulfilled |
| Tabernacles<br>(Shelters)<br>(Sukkot) | 7 Days<br>(15th - 21st Day of the Seventh Month) | 7th month<br>15-21 Tishrei 5785<br>(Starts Wed. at Sundown: October 16-23, 2024) | Leviticus 23:34-43<br>Zech. 8:3; 14:9,16-19<br>Ezekiel 37:26-27 | Millennial Rule of Jesus Christ on Earth<br><br>Not Yet Fulfilled |

***The Seven Feasts of Israel***
***Table Seven***

# APPENDIX - C

# ముస్లిములతో సంభాషించునపుడు గుర్తు పెట్టుకోవలసినదేమిటి

## అవాస్తవములు మరియు సిఫార్సులు :

1. క్రైస్తవుడు మరియు ముస్లిము మధ్య నిజమైన విధ్యబోధనకు సంబంధించిన మాటల చర్చ, పాల్గొను ఇద్దరు బైబిలు అంతటిని మరియు ఖురాను అంతటిని చదివితేనే సాధ్యమవుతుంది. అట్లు కాకపోతే, పరిశోధనా సంబంధమైన చర్చ వారి మధ్యలో సాధ్యముకాదు. బైబిలుఅంతటిని చదవని వారైన ముస్లిములకు మరియు ఖురాను అంతటిని చదవని క్రైస్తవులకు అలాంటి చర్చ అసాధ్యమవుతుంది. (నిజమైన విద్యాబోధన సంబంధమైన చర్చ ఇక్కడ "విద్యావంతుల బహిరంగ చర్చ, అంశము" ఉండి అది తప్పని నిరూపంచుటకును. తప్పు కాదని నిరూపించుటకును సంబంధించిన అంశమును వ్రాయ బడిన పత్రములకు చూపించుటలో పాలుపొంది ఒకని వ్యక్తిగత విశ్వాస పద్ధతినకు పునాదియై ఇతర వ్యక్తి యొక్క వ్యక్తిగత విశ్వాస పద్ధతిని అర్థము చేసికొనుట పాలు పొందునదై యుండును). స్పష్టంగా బోధన చర్చ వాడకుండా ఒకరితో ఒకరు సంభాషించుకొనవచ్చు కాని, ఆ పరిస్థితిలో, వారు ఒకరితో ఒకరు ఆత్మ సంబంధమైన సందర్భాలను గూర్చి మాట్లాడు కొనవచ్చును మరియు వ్యక్తిగత ఒప్పుదలలు, వ్యక్తిగత అనుభవములు అవి మాత్రమే అంశములు ఉండుట ఎందుచేతనంటే వ్యక్తి గతమైన వాటి మీద వారు ఆధారపడుదురు వాటి గూర్చి మాత్రమే సాక్ష్యమిచ్చుకొనవచ్చును. ఖచితముగ, హృదయ స్పందన గల వ్యక్తిగత సాక్ష్యము యేసు క్రీస్తు నందున్న విశ్వాసము జీవితము మార్చబడిన దాని గూర్చి లేకుండా, ఇతరులు అందరిని గూర్చి మన హృదయము ప్రేమ లేకుండా ముస్లిమును కలుపుకొని, నిజమైన బోధన సంబంధమైన చర్చ

తెలివి తేటలకు సంబంధించిన అభ్యాసము యొక్క శూన్యతలోనికి పడిపోతాది.

2. పశ్చిమ దేశాలలో ఉన్న క్రైస్తవులు కొరకు ముఖ్యము గుర్తుగా పెట్టుకోవలసినదేమంటే, కొన్ని ఇస్లామిక్ దేశాలలో నిరక్షరాస్యత శాతము చాలా ఎక్కువగా వున్నది. నిరక్షరాస్యత చాలా అధికముగ ఈ క్రింది ఇస్లామిక్ దేశాలలో అధికముగ (75 మరియు 25 శాతము మధ్యలో) ఉన్నది. అవి పై నుంచి క్రందికి వరుసగా వున్నాయి. అఫ్ఘనిస్థాన్, పాకిస్తాన్, మారుటూనియా, మొరాకో, యెమెన్, సుడాన్, జిబౌటి, అల్జీరియా, ఐగుప్తు, ఇరాక్ మరియు ట్యూనిషియా.

3. ఖురాను యొక్క దేవుడు పరిశుద్ధ బైబిలు దేవుని లాంటివాడు కాదు. ఖురాను అబద్ధ క్రీస్తు యొక్క ఆత్మచే ప్రేరేపింపబడి అబద్ధ ప్రవక్తయైన మహమ్మద్ అను వ్యక్తిద్వారా ఒకనిచేత వ్రాయబడింది. ఆ ఒక్క వ్యక్తి మాత్రమే. పరిశుద్ధ బైబిలు దేవుని పరిశుద్ధాత్మ చేత ప్రేరేపింపబడి అనేక మంది ప్రజలు చేత వ్రాయబడింది. దాని సందేశము యొక్క కొనసాగింపు ప్రతి ఒక్క రచన గురించి వ్యాఖ్యానము నిచ్చుచూ దైవిక గ్రంథ కర్తను మరియు అధికారమును పటిష్ఠపరచచున్నది. కొనసాగింపు మరియు వాఖ్యానము ఇక్కడ ఇవ్వబడినవి: ఎ) బైబిలు సంబంధమైన ఆదాము నుండి యేసుక్రీస్తు వరకు వంశావాళులు బి) బైబిలు సంబంధమైన యూదుల మెస్సియ్యా యొక్క మొదటి రాకకు సంబంధిన ప్రవచనములు (యేసు క్రీస్తు మొదటిరాక) సి) యేసుక్రీస్తు నందు మొదటి రాక సంపూర్తి యగుటద్వారా (ఆయన దేవుని అద్వితీయ కుమారుడు మరియు "శరీరమందున్న దేవుడు" డి) పాపములు క్షమించుట కొరకు దేవుడు కోరుకున్న దోషములేని రక్తత్యాగమును దృష్టాంతపరచే బోధనలు ద్వారా మరియు సి) యేసు క్రీస్తు సిలువ మరణములో మాత్రమే అవసరమైనది సంపూర్తి యగుట సాధ్యమయ్యే దాని ద్వారా పటిష్టపరచుచున్నది.

4. అరబిక్ పదము 'అల్లా' చెడ్డ పదము కాకపోయినప్పటికిని (దానర్థము అరబిక్‌లో 'దేవుడు') అల్లా అనుపదము చెడునకు ప్రాతినిత్యము వహించుచున్నది ఎందుచేతననగా ఎ) క్రీస్తు విరోధి యొక్క ఆత్మ బి) సాతాను

మరియు సి) అబద్ధ దేవుడు అన్య దేవుడుకి ప్రాతినిద్యము వహించున్నది. 'అల్లా' ఖురాను యొక్క దేవునికి ప్రాతినిధ్యము వహించుచున్నాడు మరియు నిజదేవుడు సృష్టికర్తయైన దేవుడుకు మాత్రం పరిశుద్ధ బైబిలు దేవునికి కాదు. కావున, యూదులు మరియు క్రైస్తవులుచే "అల్లా" పదము వాడుట నిరుత్సాహమును ఇస్తుంది. ఎందుచేతననగా "అల్లా" పరిశుద్ధ బైబిలు దేవునికి ప్రాతినిధ్యము వహించుట లేదు. ఇది వినేవారికి లేక చదువువారికి ఖురాను యొక్క దేవుడు బైబిలు యొక్క దేవుడు అని బయటికి వచ్చినపుడు తప్పుడు సంకేతాన్నిస్తుంది. అదే విధముగా, పాత నిబంధనలో "బయలు" అను మాట తరచుగా ప్రత్యేకమైన అబద్ధ దేవుని కొరకు వాడబడినది. హీబ్రూ పదమైన "బయలు" చెడ్డ పదము కానప్పటికనీ (దాని అర్థము హీబ్రూలో ప్రభువు) బయలు అనే పదము ఎ) చెడుకు బి) సాతానుకు మరియు సి) అబద్ధ దేవునికి ప్రాతినిధ్యము వహించుచున్నది. కావున, పరిశుద్ధ దేవుని పేరు కొరకు అన్నట్టుగా మాత్రము ఎన్నడూ వాడబడలేదు. అల్లాకును నిజమంతే సాతాను కొరకు అబద్ధమైన పేరు పెట్టబడినదే "అల్లా".

5. ఇస్లామిక్ దేశములలో క్రైస్తవులు ఎ) వారియొక్క స్థానిక భాష అర్థము "పరలోక తండ్రి" గా వ్యక్తపరచుటలో వాడుకొనవలెను బి) పరిశుద్ధ బైబిలు యొక్క దేవుడు అని సాధారణముగ చెప్పి, చదువు వారు లేక వినువారు (తెలిసికొనునట్లు నిశ్చయము చేసికొనుటకు) ఖురాను యొక్క దేవుని గూర్చి వారు మాట్లాడ కుండుట తెలిసికొని నిశ్చయము చేసి కొనుటకు క్రైస్తవులు "దేవుని అద్వితీయ కుమారుడు" "రక్షకుడు" మరియు యేసు ప్రభువు అని పలుకుటకై వారు ప్రోత్సహించబడవలెను. (టేబుల్ 3 చూడండి) క్రైస్తవేతరులతో యేసుక్రీస్తు గురించి మాట్లాడునపుడు ఇట్లు మాట్లాడవలెను.

6. చాలామంది, అనేకులు, కాకపోతే, ముస్లిములు గొఱ్ఱెపిల్ల బలిరక్తము క్రిందనున్న సందర్భమును అర్థము చేసికొనుచున్నారు. కావున, యేసుక్రీస్తు గొఱ్ఱెపిల్లగా ఆయన పాత్రను వివరించుటకు ఇది ఆచరించుటకు ఇది సాధ్యపడును (అలాగే బలియాగము మాత్రము దేవునికి అంగీకారము, ఆయన యొక్క నేరము మోపలేని దేవుని అద్వితీయ కుమారుడి జీవితము, పాపము చేయుటకు శోధింపబడినను, పాపము చేయనివాడు.

7. ముస్లిములు నమ్ముతారు : ఎ) దేవుడు అద్వితీయ కుమారుడుని కలిగిలేడు బి) ఆ దేవునికి అద్వితీయ కుమారుడిని కలిగి యుండు అవసరము లేదు మరియు సి) దేవుడు అద్వితీయ కుమారుడు కలిగియున్నాడు చెప్పుట అది దేవుని దూషించడం. ముస్లింలు మనందరము "అల్లా" పిల్లలము అని నమ్ముతారు, కావున మనందరము కుమారులమే. క్రైస్తవులు ప్రపంచము యొక్క పాపములన్నిటిని మోయుటకు సృష్టికర్తయైన దేవునికి అద్వితీయ కుమారునిగా యేసుక్రీస్తుని కలిగియుండు అవసరము గురించి మాట్లాడుట చేత ముస్లిములకు పరిచర్య చేయగలరు. (అలాగే మన వ్యక్తిగత స్వంత పాపములు అన్నియు కలసి)

8. యదార్థమైన క్రైస్తవులందరూ ఒకే దేవుని యందు విశ్వసించెదరు. బిరుదులు "తండ్రియైన దేవుడు", "కుమారుడైన దేవుడు" మరియు "పరిశుద్ధాత్మ దేవుడు" కొన్నిసార్లు ముస్లిములు గందరగోళమునకు గురియై క్రైస్తవులు ముగ్గురు దేవుళ్ళ నమ్ముచున్నారు అనే ముగింపునకు వారు వచ్చుటకు కారణమగుచున్నారు అది నిజము కాదు. నిజమైన క్రైస్తవులందరూ ఒక్క దేవునియందు మాత్రమే నమ్మకముంచుదురు. పరిశుద్ధ బైబిలు దేవుని యందు మాత్రమే. రెండు వేర్వేరు భాగములుగా, యదార్థమైన క్రైస్తవులు కొందరు, ఇతర నిజక్రైస్తవులు ముగ్గురు దేవుళ్ళయందు విశ్వాసముంచుచున్నట్టుగా నమ్ముదురు. ఏలాగైతేనేమి, అమాయకత్వము, హానిలేనితనము ఇట్టి వాస్తవము కాని ముగింపు కొరకు భారమును మోస్తుంది. అని ముస్లిములు అనుకుంటారు వారు క్రైస్తవులు ఎవనియందు నమ్మకముంచుదురో అదే దైవత్వమునందు విశ్వాసముంచుచున్నట్టు అనుకొందురు మరియు వారి యొక్క రాక అబ్రహాము నుండియే వెలువబడినదని వారి మాటను రుజువు చేయుటకు సహాయముగా నుండును. ఏలాగైతేనేమి, ఇస్లాము యొక్క దేవుడు సర్వశక్తిమంతుడైన దేవుని నుడి భిన్నమైన దేవుడు. "అల్లా" "యావే" కాదు. ఖురాను దేవుడు సాతాను, పరిశుద్ధ బైబిలు దేవుని యొక్క నిత్య విరోధి.

9. ముస్లిములు బైబిలు కలుషితమైనదని బోధించుదురు, కాని అది నిజముకాదు, పాత నిబంధన పుస్తకముల చాలినన్ని ప్రతులు ఖుమ్రాన్ నుండి లభించినవి (అలాగే మృతసముద్రమునొద్దనున్న గ్రంథపు చుట్టలు) పాతనిబంధనను

ఈ రోజున మనం కలిగియుండినదానిని వేల సంవత్సరాలకు పూర్వము నుండియే పా.ని. నిబద్ధతను స్థాపించినది (ఒప్పుకొనినది) మరియు చాలినన్ని నూతన నిబంధన యొక్క వ్రాత ప్రతులు దానియొక్క వాస్తవికత ఒప్పుకొనుటకు స్థిరపరుచుటకు మిగిలియేయున్నవి. ముస్లిములు కల్పితమైన పనివైపు చూపుచూ "బర్నబా యొక్క సువార్త"ను వాస్తవమైన లేఖనముగా చెప్పుదురు. అది కానప్పటికిని, అక్కడ చారిత్రాత్మకమైన, వాస్తవికమైన ఆధారము ఏదియు దానికి లేదు. వాస్తవము కాని కార్యము "బర్నబా యొక్క పత్రిక" గా తెలుసును, ఇది బర్నబా సువార్తకాదు.

10. ప్రభువైన యేసుక్రీస్తు నందు విశ్వాసముంచి పాపులు తమ పాపములను ఒప్పుకొనువారికి పాపక్షమాపణ దేవుని కృప మరియ కరుణ కలదని నొక్కి వక్కాణించుటచే క్రైస్తవులు ముస్లిములకు పరిచర్య చేయగలరు (అలాగే ఆయన సిలువ మరణమునందు విశ్వాసముంచితే ఆ త్యాగమే పాపములను క్షమించుటకు దేవునికి అంగీకారము) "మీద" ఇక్కడ "యందు" కు వ్యతిరేకము వాడబడింది ఎందుచేతననగా, ఉదాహరణకు, మహమ్మద్ వాస్తవముగా జీవించుచున్నాడు, కావున, నేను ఆయన యందు విశ్వాసముంచుచున్నాను. (అలాగే ఆయన ఉన్నందున), నేను నాతిత్య రక్షణను ఆ నమ్మకం మీద ఫణంగా పెట్టను నన్ను నడుపుటకు నిర్దేశించుటకు అనుదినము ఆయనను ఆశ్రయించను. క్రైస్తవులు ప్రభువైన యేసుక్రీస్తు నందు (ఆశ్రయముంచి). దేవుని పరిశుద్ధాత్మ ద్వారా వారిని నడిపించుటకు ఆశ్రయించాలి. ఆయన వారి ప్రాణములయందు నివసించి వారి నిత్యరక్షణ యొక్క నిశ్చయతగా వుండి, వారి యొక్క శరీరములుకు భవిష్యత్ విమోచన, మరియు వారి యొక్క శరీరములును "ప్రత్యక్ష గుడారముగ లేక ఆయన నివసించు స్థలముగ ప్రస్తుతము వాడుచున్నాడు.

11. ముస్లిములు పరిశుద్ధాత్మ నివాసము వారి యందు లేనందుచేత (వారు సౌమ్యంగాను, దయ, దయాళుత్వముగా నుండుట చేత) వారు క్రీస్తును మరియు క్రైస్తవ్యమును మరియు వారి యొక్క పాపమును క్షమించుట కొరకు యేసుక్రీస్తు యొక్క రక్తము చిందుటచే రక్షణ జ్ఞానము ద్వారా వారికి మారు మనస్సును ఇచ్చినట్లయితే అర్థము చేసికొనగలరు. క్రైస్తవులైనవారు

ముస్లిముల కొరకు దేవుడు వారికి రక్షణ జ్ఞానమునువారి యొక్క పాపములకు క్షమాపణ నిమిత్తమై మారుమనస్సు ఇచ్చునట్లు ప్రార్థించవలెను అదే సమయములో వారు పరిశుద్ధ బైబిలు దేవునికి వారిని నడుపునట్లుగా ప్రార్థన చేయునట్లు. వారు ఏమి చెప్పవలయునో, ఎట్లు వారు దాని చెప్పవలెనో, ఎప్పుడు దానిని వారు చెప్పవలెనో, దాని నిమిత్తమై వారి కొరకు ప్రార్థన చేయవలెను. క్రైస్తవులైనవారు కొందరు ముస్లిములైనవారు ముస్లిములు మాత్రమేనని గుర్తించాలి ఎందుచేతనంటే వారు విశ్వాసపు పద్ధతిలోనికి చిన్నప్పటి నుండి సిద్ధాంతములలోనికి నడిపించబడినారు మరియు సాంకేతికముగా కాకుండనే వారి జీవితములను సంపూర్ణముగా వారి స్వయిష్ఠమును జరగించుట వలన సాతానుకు అప్పగించు కొన్నారు. నేను వ్రాస్తున్నాను. "ఇంకనూ" యేసు క్రీస్తు ద్వారా మరియు యేసుక్రీస్తు వలన మాత్రం రక్షణ సువార్తను అర్థము చేసికొనుటకు తృణీకరించి, వినుటకును వారు తృణీకరించినట్లయితే వారు తమ జీవితములను సాతానుకు అప్పగించుకొనుట చేత ముగించుకుంటున్నారు.

12. క్రైస్తవుడు ఖురాన్‌లోని ప్రకటనలను వాడకూడదు. క్రీస్తుయేసునకు భరోషాగా, క్రైస్తవులు, క్రైస్తవ్యము, మోషే, యూదులు, యూదాయిజం, లేక పాత నిబంధనలోని ప్రవక్తలు (హీబ్రూ తనాఖ్) ముస్లిములకు సువార్త చేయు సహాయముకై ఆ ప్రకటనలను వాస్తవ పరిస్థితులలో ప్రజలు చేర్చినట్లుగా నిశ్చయతకై ఆప్రకటనలను వాడవలెను. (అలాగే ముస్లిములకు పరిచర్య యేసుక్రీస్తు ద్వారా రక్షణ సువార్తను చేయవలెను యేసుక్రీస్తును మాత్రమే చూపవలెను). అటువలనే క్రైస్తవుడు ఖురాణ్‌లో నుండి ప్రకటనలను వాడ కూడదు అని బైబిలులో కనుగొన్న సత్యములతో పోటిగా నున్నట్లు కనబడును. అంతకంటే అలాంటి ప్రకటనలను వాడినచో ఖురానుయే పరిశుద్ధ లేఖనము అన్నట్లుగా, కాకపోయిననూ ప్రాధ్యాన్యత పొందుకొన్నదువుతుంది. అట్టి ప్రకటనలు ముస్లిముల ఉద్దేశ్యములో నిజమైన దేవునిచే నిజమైన దేవుని వలన ఖురాన్‌యే పవిత్ర గ్రంథము అని అంగీకరించి నట్లవుతుంది - యూదులు యూవేగా, యెహోవా లేక యెహోవా (స్వయంభవుడైన లోకమందున్న ఒక్క యెహోవాయే) మరియు క్రైస్తవులకు యాషువాహ్

మెస్సియ్యాగా తెలియును (యేసు మెస్సియా, లేక యేసు క్రీస్తు దేవుని అద్వితీయ కుమారుడు శరీరమందున్న దేవుడు గాను ఎరుగుదుము).

13. దేవుని యొక్క (అలాగే ఆయన న్యాయమైన కోపము) ఉగ్రత సాతాను యొక్క క్రూరత్వము లాంటిదికాదు. సాతాను మానవాళిని దాడులు జరుగుట భౌతికముగ ఒకని వలనైన భయము, ఉద్రేకము మరియు ఆత్మ సంబంధమైన బాగు నిమిత్తమైన భయమును కలిగిచును, ఉదాహరణకు ఎ) సాతాను భయము చేత వణికింపజేయును ఎట్లనగా వాడు క్రైస్తవులను దేవుని వ్యతిరేకముగా వారి యొక పాపములను వారి మీద నేరారోపణ చేయించుట. మరల చేయుంచుట ద్వారా ఈ పాపములు వారు ఒప్పు కొనిననూ దేవునిచే క్షమింపబడవనియు, అట్లు ప్రతివాడు నిత్యముగా సృష్టికర్త నుండి వారిఇ పాపములచేత వేరై పోతారేమోనని భయకంపితులను చేయును. బి) ప్రపంచ ఆర్థిక స్థితిని స్వాధీనములోనికి తీసుకొనుటవలన, ప్రజలలో భయము చొప్పించుట ద్వారా, అవసరతలేకపోయిననూ వారు పని చేయవలయునేమోనని, ఇప్పుడు ఆనందించుచున్నట్టి భాగ్యములు సౌకర్యముల ఒకనాటికి ఉండవేమోననని సాతాను భయ కంపితులను జేయుచున్నాడు. సి) సాతాను క్రైస్తవులను భౌతికమైన అనారోగ్యము మరియు భౌతిక మరణము మరియు హత్య వంటి దాడులు ద్వారాను భయకంపితులను చేయుచున్నాడు. (ఇది కొందరు భౌతికంగ అంగవైకల్య రూపములో కలుగవని, అనుమతించబడవని లేక దేవునిచే ఇవ్వబడవని లేక వారి విశ్వాసము కొరకు కొందరు క్రైస్తవులు హతసాక్షులగుటకు దేవుడు అనుమతించడని అంటారు అలాంటికాదు) డి) సాతాను అయోమయమును కలిగించి వారి యొక్క సమాధానమును, సంతోషమును దొంగిలించుటవలన భయకంపితులను చేయును, సాతాను వినాశనము యొక్క దేవుడు, ఒంటరితనము మరియు తీవ్రవాదము ద్వారా యుద్ధము వచ్చుటకు దేవుడు.

14. క్రైస్తవులు ముస్లిములను సాక్ష్యమిచ్చుటకు దయార్థ పూర్వకమైన సమాజ సంక్షేమ పనులు ద్వారాను, అదే సమయంలో వారు యేసు క్రీస్తు ద్వారా యేసు క్రీస్తు వలననే రక్షణ యొక్క సువార్త సందేశము పరిచయము చేయుదురు. ఈ సువార్తకు ఉపోద్ఘాతము లేకుండగ, "విశ్వాసము లేకుండ

మంచి క్రియలన్నియు" ఘనతను మహిమను తెచ్చును, చేయువానికి పొగడ్తలు వచ్చును గాని పరిశుద్ధ బైబిలు దేవునికి కాదు. ఏదైతేనేమి ఏలాగైననూ, క్రైస్తవులు యేసుక్రీస్తు సువార్త సందేశము యొక్క విత్తనమును ముస్లిములలో నాటుటకు ప్రయత్నము చేయవలెను. క్రైస్తవులు పందులు యెదుట మీ ముత్యములను వేయ కూడదు మరియు ముస్లిములు బహిరంగముగ లోకరక్షకుడు పరిశుద్ధ బైబిలు దేవుని యొక్క అద్వితీయ కుమారుడైన యేసుక్రీస్తు యొక్క సువార్త సందేశమునకు బహిరంగము గౌరవించక పోయినప్పుడు క్రైస్తవులు ముస్లిములను ఖచ్చితముగ ప్రక్కన పెట్టవలసినదే. (యేసు చెప్పారు రక్షణ సువార్త సందేశమును అంగీకరించుటకు ప్రజలు తిరస్కరించినపుడు మీ పాదముల నుండి ధూళిని దులిపి వేయుడి అని చెప్పారు)

15. వారి యొక్క మంచి సామర్థ్యముతోను, క్రైస్తవులు అన్యాయముగ ఏ విధమైన ముస్లిములపై బలత్కారము చేయుటకు ప్రయత్నించకూడదు లేక పగతీర్చు కొనుటలో కార్యము చేయకూడదు. ఎ) వారియొక అంశమైన ఇస్లాము యొక్క దేవుడు తీవ్రవాదము ద్వారా యుద్ధమునకు దేవుడు అనేది రుజువు చేయుటకు లేక బి) వారు తమకు తాము హతసాక్షులగుటకు వెదకుటచే క్రైస్తవులు మంచివారు అనిపించుకొనడంలో రుజువు చేయుటకు ప్రతికారము తీర్చుకొనకూడదు. అయినప్పటికినీ, నిజమైన క్రైస్తవ హతసాక్షులగా నుండుట అనేది వున్నది. మనకు మనముగ హత సాక్షులగుట కొరకు వెదకులాడ కూడదు. ఏలాగైననూ, మనము దేవుని ఘనపరచుటకై మనలను మనము త్యాగము చేసుకొనుట ఎంచుకొనవచ్చును / లేక ఇతరులను కాపాడుటలో సహాయపడుటకైననూ ఎంచుకొనవచ్చును.

16. క్రైస్తవులు హతసాక్షులగుటకు వెదక కూడదు ఎందుచేతననగా హతసాక్షులగుట దేవుని వలన నియమించబడినది గాని శరీరులువలన కాదు. అనాగరికమైన క్రూరంగా ముస్లింలచే క్రైస్తవుల తలలను నరుకుట సంభవించినది మరియు ఇంకనూ సంభవించును. క్రైస్తవులు అట్టి తొలగించకోలేని భయంకర సంఘటనలు వారుకు వారుగ కనుగొన్నట్లయితే అట్టి స్థితిలో ఏ విధమైన సహాయములేనటువంటి స్థితిలో ఉన్నట్లు కనుక్కొంటే క్రైస్తవులు వాటిని అంగీకరించవలసినదే. కాని క్రైస్తవులు తమకు తాముగ

ఉద్దేశ్య పూర్వకముగ పరలోకంలో గొప్ప బహుమానము పొందుటకు ఈ కఠినమైె విధానములో తమ్మును తాము పెట్టుకొనకూడదు. అలాంటి పరిస్థితులు తమ్మును తాము సేవించుకొనుటకే గాని దేవుని సేవించుటకు కాదు. ఖచితముగా, ఇది ఎట్లయిననూ ఒకడు యేసుక్రీస్తును దేవుని యొక్క అద్వితీయ కుమారుడుగాను మరియు ఒకని వ్యక్తిగత రక్షకుడుగాను యేసుక్రీస్తునందు ఆమె లేక అతడు వుండిన విశ్వాసము కొరకు హతమగుటకైననూ భయపడనివాడు అని తన్నుతాను ప్రకటించుకొనుటకు కాదన్నది.

17. క్రైస్తవులు ముస్లిములు పరిచర్య చేయుటకు ఎట్లో నేర్చుకొనుటకు బాధ్యత వహించ వలయును అది క్రమేపి జరుగవలసిన విధి మరియ ఆ విధానములో అనేకమైన పొరపాట్లు వారు చేయుదురు, ప్రత్యేకించి వారు వారి యొక స్వంత అమాయకత్వముపై, గర్వము, మరియు ఇష్టముపై ఆనుకొనినట్లయితే, అనేక పొరపాట్లు చేయుదురు. వారి సొంత పొరపాట్ల నుండి నేర్చుకొన అవసరతవుంది, దేవుని క్షమాపణ కొరకు అడిగి, ఆ విధానములో నడిపింపును, ముందకు సాగుటలోను, ఎక్కువ ఫలవంతమైన సాక్షులుగ ఉండునట్లు నేర్చుకొనవలెను, ప్రజలందరు కొరకు, ముస్లిములను కలుపుకొని యేసుక్రీస్తు యొక్క ప్రేమతో ఫలవంతమైన సాక్షిగ నుండుట ప్రారంభమగును.

18. యేసు క్రీస్తు ద్వారా, యేసు క్రీస్తు వలననే రక్షణ జ్ఞానము కలిగించుటచే ముస్లిములకు మారుమనస్సు దేవుడు అనుగ్రహించునట్లు ప్రార్థన చేయాలి. ప్రత్యేకించి ముస్లిములు చిన్నప్పటి నుండి వారి మత విశ్వాసముల పద్ధతిలో సిద్ధాంతముల వేళ్ళూను కొని మరియు వారు వ్యక్తిగత విశ్వాసమును ఎచ్చట ఉంచవలెనో స్వేచ్చగా నిర్ణయము తీసుకొనునట్లుగా అవకాశమును కలిగియుండరు గనుక ప్రత్యేకముగా వారి కొరకు ప్రార్థన చేయవలెను. ముస్లిము విశ్వాసమునకు సంబంధించిన విషయము లన్నియు ముస్లిములకు బయలు పరచబడునట్లును, అలాగుననే క్రైస్తవులకు బయలు పరచబడునట్లు దేవునికి ప్రార్థన చేయువలెను. క్రైస్తవ విశ్వాసమునకు చెందిన విషయములన్నియు దేవుడు బయలు పరచబడునట్లు ప్రార్థన చేయుండి.

క్రీస్తు వ్యతిరేక సాక్షి

(అలాగే శ్రమ పొంది, సిలువ వేయబడి, పునరుత్థానము పొంది, పైకెత్తబడి, క్రీస్తు యేసు తిరిగివచ్చుట) ముస్లిములకును, అలాగుననే నామకార్థ క్రైస్తవులకును, సాధారణమైన క్రైస్తవులకు బయలు పరచబడునట్లు ప్రార్థించండి.

19. ముస్లిములకు యోహాను సువార్త మరియు అపోస్తలులు కార్యము గట్టిగా ముస్లిములకు చదువవలెను వినిపించవలెను.

20. పరిశుద్ధ బైబిలు దేవుడు ప్రేమగల దేవుడని తీవ్రవాదము ద్వారా యుద్ధమునకు దేవుడుకాదని నొక్కి వక్కానించవలెను. దేవుని ఉగ్రత ద్వారా నీతి గల తీర్పు, సాతాను యొక్క భయము, ఎద్దైన చేసి భయమును పుట్టించే సాతాను క్రూరత్వమునకు మధ్య తేడాను వివరించవలెను. చారిత్రాత్మకంగానూ క్రైస్తవులు, మరియు ముస్లిములు తీవ్రవాదము యొక్క నేరమును అంగీకరించవలెను. ప్రతీవారముతో నిండుకొని ఒకరి నొకరు బలవంతముగా మార్చుటకు ప్రయత్నించుట నేరముగ గుర్తించవలెను. (నిజమైన మార్పు ఒకనియొక్క స్వచిత్తముగా జరుగవలసినదే ఎన్నటికిని బలవంతముగ చేయించకూడదు).

21. ఒకడు ఎట్లు సుళువుగ దేవుడు ఎవరు దేవుడు ఏమిటి అనునట్లు సుళువుగ లాగివేయబడగలడో, మంచి స్థితి నుండి మళ్ళించబడ గలదో నొక్కివక్కాణించవలెను. ఖురాను అంతయు ఒక వ్యక్తి చేత వ్రాయబడి అనుకోకుండాగనే పరిశుద్ధ గ్రంథమును వ్యతిరేకించునదిగ సందేహించు విభాగములోనికి పెట్టబడినది. బైబిలు అనేకులచే వ్రాయబడినను, ఇంకనూ, చెప్పుకోదగిన ఐక్యత, కొనసాగింపు మరియు అంతటికి సంబంధించిన వ్యాఖ్యానమును కలిగియుండినది.

22. పరిశుద్ధ బైబిలు వేల సంవత్సరాలుకు పైబడినది మానవాళిచే కలుషితమైన పని కాదని నొక్కి వక్కాణించవలెను. హీబ్రూ పురాతన “ధర్మశాస్త్రపదేశకులు” (తోరా పండితులు) శాస్త్రులు (తనిఖ్ రచయితలు) పాత నిబంధనను నిశ్చయ పరుచుటకు సరిగ్గాను, సరాసరి అచ్చుంగా ప్రతిని తయారుచేయుటలో శ్రమను తీసుకునుటకు సహాయపడినారు. పాత నిబంధనలో నున్న ప్రతి పుస్తకమునకు ... వాస్తవికత చూపుటకై సహాయపడుటకు అలాగననే క్రొత్త నిబంధనలోని

పత్రికలు, సువార్తలుకును చూపుటకై వేల సంవత్సరాలుగ కావలసినవన్ని గ్రంథపు చుట్టలు సహకారమునందిచుచున్నావని వక్కాణించవలెను.

23. పరిశుద్ధ బైబిలును చదువవలసినదిగా ముస్లిములను ప్రోత్సహించవలెను. ఆదికాండము నుండి ప్రారంభించి నిర్గమము మరియు అప్పుడు నాలుగు సువార్తలు క్రమముగా చదువవలెను ప్రోత్సహించవలెను (యోహాను, మత్తయి, మార్కు, లూకా క్రమముగా)

24. కలుషితములేని రక్తముబలిగా పాపములు క్షమింపబడుట కొరకు దేవునికి అవసరము అనియు, మరియు ఎట్లు పరిపూర్ణమైన రక్తబలిని ఆయన తన అద్వితీయ కుమారుని ద్వార యాషువహ్ మెస్సియ్యాహ్ (యేసు, మెస్సియా లేక యేసుక్రీస్తు) ద్వారా ఇచ్చినాడో దానిగురించి మాట్లాడవలెను.

25. ఆయన కృప ద్వారా దృష్టాంతపరచిన దేవుని మంచితనము గూర్చి మట్లాడవలెను (మనము ఆయన నుండి పొందుకొనుటకు అర్హులముకాము) కరుణ (మనము పొందుకొను అర్హులమే ఆయన నుండి పొందుకొనుటలేదు) దేవుని కృప మన పాపములకొరకై క్షమాపణ పొందుకొనుటకైన అవకాశము ద్వారా దృష్టాంతపరచబడినది మరియు దేవుని కరుణ దేవుని నుండి మనము నిత్య ఎడబాటు వలన దానిని పొందుకొనలేని స్థితి చేత దృష్టాంతపరచబడినది. అది వాస్తవముగా పొందుటకు మనలో ప్రతి ఒక్కరు అర్హులుమే.

26. ఎట్లు, ఎప్పుడు మనము క్రీస్తు సిలువ దగ్గరకు వస్తామో, పాపము నుండి కలుగు నేరారోపణ నుండి వస్తామో అప్పుడు రక్షింపబడుదుము.

# APPENDIX - D

# ఉపదేశకుని సూచనలు

## మన ప్రభువును రక్షకుడైన యేసుక్రీస్తు ప్రశస్తనామములో శుభములు

ఇస్లామ్ బైబిలు విద్యార్థులకు సామర్థ్యములకు గుర్తించదగిన సంబంధము కలిగియున్నది. తద్వారా అంత్యఆకల సంఘటనలను అనువదించుటకు అలాగుననే వారు తమ క్రైస్తవ విశ్వాసములో స్థిరముగా నిలబడుటకు వారం శ్రమలను ఎదుర్కొనుటతో సామర్థ్యమైతే మరణమును ఎదుర్కొన గలుగునట్లుగా సంబంధము కలిగియున్నది.

అంశము యొక్క పేరు ఇస్లామ్ యొక్క సహజమైన క్రీస్తుకు విరోధము మరియు ఖురాన్ ఇది చర్చకు ఉద్దేశించినది. మీరు ఈ కోర్సు కరస్పాండెన్స్ ద్వారా తీసుకొనినట్లయితే, అప్పుడు మీరు క్రమముగ మీకు బోధించువారితో సంభాషణ చేయునట్లు చూచుకొనవలయును. లేక సూచన లిచ్చు వారితో ఈమెయిల్, ఫోను లేక తపాలా ద్వారా సంభాషించాలి. ప్రతి విద్యార్థి చిన్ని గుంపులను నడిపిస్తూ, ఈ పుస్తకములో ఇవ్వబడిన అంశములపై చర్చించవచ్చును అదే సమయంలో ఆమె లేక అతడు ఈ కోర్సును పూర్తి చేయవచ్చును.

వారములో గుంపులో ఈ పుస్తకములోని విభాగములను కరస్పాండ్ చేస్తూ చర్చించవలసిందిగా సిఫారసు చేయుచున్నాము. మీరు ఈ పాఠమును కరస్పాండెన్సు ద్వారా తీసుకుంటే, 11 పాఠములకు ఒక్కొదానికి (ESSAY) వ్యాసమును వ్రాయండి (12 పాఠము తన స్వంత విధానమును కలిగియున్నది).

## ముందుమాట

1. ప్రకటన గ్రంథము నంతటిని చదివి ప్రతి అధ్యాయమును “వృతాంత పరంగా సంఘటనలను వరుసక్రమంలో విజయవంతముగా” లేక “సందర్భానుసరంగా సంబంధించినట్లు” ముందు అధ్యాయమునకు గుర్తించండి. మీ యొక్క కారణములను ప్రతి అధ్యాయమును వర్గీకరణ చేయుటకు సంఘటనల

వరుస క్రమం విజయవంతంగా లేక సందర్భానుసారంగా ముందు అధ్యాయానికి సంబంధమున్న వాటిని వివరించండి.

2. అధ్యాయము విభాగముల యొక్క స్వేచ్ఛ ప్రకటన గ్రంథ పుస్తకము విభాగముల మీద ఆధారము చేసికొని దాని వివిధ లేఖనభాగాల స్పష్టమైన ప్రత్యేకతలును నిర్వహించండి. అధ్యాయము ఒకటి ఉపోద్ఘాతము.

3. చరిత్రలో ఏ సంఘటనలు, గత కొద్ది దశాబ్దాలలో ప్రత్యేకముగా ఇస్లాము మతము అసహ్యించు కొనదగనిదని సహించలేనిది అనియు, మరియు ప్రేమ మరియు శాంతి లేని మతము అని ప్రపంచమునకు చూపించినది?

## అధ్యాయము రెండు : ఇస్సాకు మరియు ఇష్మాయేలు మధ్య బేధము

4. ఎ) మీ బైబిలుకు కంకాడెన్సు ఉపయోగించి, ఇస్సాకు ఇష్మాయేలీయులు సంతతిని గూర్చి చర్చించండి. బి) ఇస్సాకు మరియు ఇశ్రాయేలును సూచించుచు వాడి అన్ని లేఖణములను ఒక చోట చేర్చండి సి) ఈద్ ఆల్ ఆధా యొక్క అర్థమును చర్చించి బైబిలు సత్యము సరిపెట్టుకొనుటకును, తక్కువ చేసి చూపుటకును ఎట్లు సంబందించెనో చర్చించండి.

## అధ్యాయము మూడు : యేసు-మహమ్మద్ మధ్య బేధాలు

5. లేఖనములు ఉపయోగించి (పరిశుద్ధ బైబిలు లేఖనములు మాత్రమే) ప్రవక్తలుగా ముద్రవేయ వేయబడినవారు ఎందుకో చర్చించండి (అలాగే మహమ్మద్) ఎ) బైబిలు యొక్క నెరవేర్పు కొరకు అతను అవసరము లేదు బి) క్రైస్తవులచే తృణీకరించ అవసరతవున్నది.

6. ఎ) "క్రీస్తు విరోధులు" మరియు "క్రీస్తు విరోధి" మధ్య వ్యత్యాసమేమిటి? బి) అంత్యకాల క్రీస్తు విరోధి యొక్క సాధారణమైన గుణలక్షణములు ఏమిటి? సి) వెలుపలి వనరులను ఉపయోగించి (గ్రంథాలయ పరిశోధనా పరికరములు, హీబ్రూ ఇంటర్నెట్ వెబ్ పేజీలు స్థానిక రబ్బీలు మొదలగునవి) హీబ్రూలో సంఖ్యలు ఎట్లు సూచించబడినో పరిశోధించి ఉదాహరణలు ఇవ్వండి. (దీని మీద ఈ అంశము అనేకమైన వెబ్‌సైట్స్ మరియు ప్రచురించిన

పుస్తకములు లభించుచున్నవి) డి) చివరి క్రీస్తు విరోధి కలిగియుండు ప్రత్యేకమైన శక్తులు, అడాల్ఫ్ హిట్లర్ కున్నటువంటివి వాటికంటే విభిన్నము ఎట్లుండునో చర్చించండి ఇ) రహస్యభాష సమాచారాన్ని ప్రత్యేకమైన రూపములో నుంచి అనేకులకు అర్థము కాకుండునట్లు చదువ లేకుండునట్లుగాను, వర్తమానమును రహస్య రూపములోనికి మార్చి చిన్నదిగా పంపుట, చదవలసినవారికి అర్థమగునట్లు సందేశమును బొమ్మల రూపములో పంపుట, ముఖ్యంగా పంపవలసిన రహస్య భాష, తిరగరాసి పంపే రహస్య భాష, సంఖ్యను బదులుగ వాడే రహస్య భాష, మరియు లెక్కలతో కూడిన రహస్య భాషను వివరించండి.

## అధ్యాయము అయిదు : ఇస్లాము యొక్క ఉద్దేశ్యములో అంత్యకాల ప్రవచనమును అనువదించండి

7. ఎ) పాత నిబంధనలోని మరియు క్రొత్త నిబంధనలోని కాలములోని సాధారణంగా ప్రాముఖ్యమైన ప్రవచనాత్మక పలుకులను (మాటలను) ప్రస్తుతమున్న యదార్థ క్రైస్తవ విశ్వాసములకు ప్రాముఖ్యమో చర్చించండి. బి) బైబిలు ప్రవచనములు యొక్క ప్రాముఖ్యతను అంత్యకాల సంఘటను గూర్చినవి ప్రాముఖ్యమైనవి చర్చించండి సి) ప్రకటన17 మరియు 13 అధ్యాయంలో నున్న మృగములను సరిపోల్చి బేధములను గుర్తించండి.

## అధ్యాయము ఆరు - చెడ్డ అయ్యోలు

8. అయిదవ బూర : ఆరవబూర, మరియు ఏడవ బూరతో సంబంధమున్న చెడ్డ అయ్యోలును చర్చించండి.

## అధ్యాయము ఏడు : అంత్యక్రీస్తును గురించి స్పష్ఠమైన వివరములు

9. ఎ) బైబిలు ప్రకారముగా మాట్లాడిన, అంత్యకాల క్రీస్తు విరోధి బయలు పరచబడినపుడు ఎట్లు మనము కనుగొనగలము? బి) క్రీస్తు విరోధి ఈ పాటికే శక్తిని సంతరించుకొనుటకు సాధ్యమేనా? సి) శ్రమలును అర్థము

చేసికొనుటకు క్రీస్తు విరోది యొక ఆధునిక సాంకేతిక పరిజ్ఞానము యొక్క పాత్ర ఎట్లుండునో? (ప్రత్యేక బైబిలు వచనములను ప్రకటనలను బలపరచేవి ఉపయోగించండి)

## అధ్యాయము ఎనిమిది : కాలము సంపూర్ణమైనపుడు

10. చర్చించండి : ఎ) స్వేచ్ఛ మరియు అనాది సంకల్పము బి) దేవుని స్వచ్ఛమైన ఇష్టము మరియు ఆయన సరియైన కాలము మరియు సి) ఇశ్రాయేలీయులు ఏడు పండుగలు మరియు ఎపిండెక్స్ బిని వాడుచున్న క్రైస్తవ సంఘము మధ్య సంబంధము.

## అధ్యాయము తొమ్మిది : మానవాళి సంఘర్షణ

11. "మీ మరియొక్క చెంపను త్రిప్పండి"అను దానికి సంబంధించి (చర్చించండి) మిమ్ములను మీ ప్రియులను కీడు నుండి అనగా చంపబడే పరిస్థితుల రూపములో నున్న కీడు నుడి కాపాడుకొనుటను గూర్చి చర్చించండి.

## చేయవలసినపని : 12

ఈ కోర్చు తీసుకున్న విద్యార్థుల సంఖ్యను ఆదారము చేసికొని, ఖురానులోనున్న పేజీలు సంఖ్యను ఉపదేశకుడు విభాగించి, అట్లు ప్రతి విద్యార్థి సమానమైన పేజీలను పనికి విడునట్లుగా నుండును. ప్రతి విద్యార్థి అప్పుడు కనీసం 30 వచనములును ఖురానులోనున్నవి అవి పరిశుద్ధ గ్రంథమునకు విభిన్నముగా నుండినవి పని చేయుటకు కొనుగొనవలెను. ఖురానులో అధ్యాయములను అవసరమైనన్ని వారములు చర్చించుటకు తరగతులు తీసికొనవచ్చును తరువాత క్రీస్తు విరోధి యొక్క సాక్ష్యము, ప్రతి విద్యార్థి వారి యొక్క ఖురానులోని విభాగములపై రిపోర్టులను బైబిలుతో విభేదించినవి కనుగొనినవి, అవి ఎందుకు విబేధించుచున్నావో ఇవ్వవలెను. విద్యార్థులు ఈ కోర్సు కరస్పాండెన్సు ద్వారా తీసుకున్నట్లయితే ఖురానులోని ఎక్కడైన 30 వచనములు ఎంచుకొని పరిశుద్ధ గ్రంథమునకు విభేదించినవి ఎంచుకొని బాధ్యత వహించవలెను. టేబుల్ 8లో చూసినట్లుగా విద్యార్థులందరు వారు కనుగొనినవి చూపవలెను.

జవాబు ఈ రోజు ఇంటిపని 12 కు టేబుల్ 8 మార్చుట చేయాలి.

చివరిగా, ఉపదేశకునికి సమయమున్నట్లయితే అతడు లేక ఆమె చర్చ ద్వారా క్రైస్తవులు ఎట్లు ముస్లిములకు మంచిగా సువార్త చేయగలరో చూడాలి. (ఎఫిండెక్స్ సి మరియు ఇతర పరిస్థితులు ఉపయోగించి) ఉపదేశకుడు విద్యార్థుల పట్టీని కలిగియుండి, ప్రపంచ మందున్న సంఘటనలు సాతానుకు ముడిపడియున్నది, ఎట్లు ప్రపంచమును గెలుచుటకు వాడుచున్నాడో అనేవి పట్టికను కలిగియుండాలి.

ఇది సమాచారము సేకరించి, చర్చించుటకైన తరగతి. ప్రతి విద్యార్థి యొక్క మూల్యాంకనము తరగతియందు నిశ్చయము చేసి, ప్రతి విధ్యార్థి యొక్క పరిశోధన విస్తరించాలి మరియు బహిరంగముగ నోటితో వివరముగా బయలు పరచాలి. (దూర విద్య ద్వారా ఈ పాఠము తీసుకుంటే ఇంటిపని చేసి ప్రతిస్పందించాలి).

**టేబుల్ 8**

| సురా మరియు ఖురాన్‌లో వచనం | ఆది కాదు అని రుజువు పేరు బైబిలు అంశములు | వ్యతిరేకించు అంశములు |
|---|---|---|
| సురా 6.032 | యోహాను 16:33 | ఖురాను బోధించుచున్నది అల్లాను అనుసరించువారికి అందరికిని "ప్రస్తుత జీవితము" ఆటాడి వదిలేసేది లాంటిది. కాని బైబిలు బోధించుచున్నది ఈ లోకములో యేసును వెంబడించువారికి శ్రమ కలుగును అని. |

# BOOKS BY THE AUTHOR

**As I See It : The Nature of Reality by God** by Rev. Joseph Adam Pearson, Ph.D., Christ Evangelical Bible Institute, Copyright 2015. ISBN 978-0615590615. Print-on-demand copies of this book can be ordered at www.amazon.com. (The e-book Kindle format is also available at www.amazon.com)

**God, Our Universal Self : A Primer for Future Christian Metaphysics** by Rev. Joseph Adam Pearson, Ph.D., Christ Evangelical Bible Institute, Copyright 2013. ISBN 978-0985772857. Print-on-demand copies of this book can be ordered www.amazon.com. (The e-book Kindle format is also available at www.amazon.com)

**Divine Metaphysics of Human Anatomy** by Rev. Joseph Adam Pearson, Ph.D., Christ Evangelical Bible Institute, Copyright 2017. ISBN 978-0985772819. Print-on-demand copes of this book can be ordered at www.amazon.com. (The e-book Kindle format is also available at www.amazon.com.)

**Hello from 3050 AD!** by Rev. Joseph Adam Pearson, Ph.D., Christ Evangelical Bible Institute, Copyright 2017. ISBN 978-0996222402. Print-on-demand copies can be ordered at www.amazon.com (The e-book Kindle format is also available at www.amazon.com.)

## క్రీస్తు వ్యతిరేక సాక్షి

**Christianity and Homosexuality Reconciled: New Thinking for a New Millennium!** by Rev. Joseph Adam Pearson, Ph.D., Christ Evangelical Bible Institute, Copyright 2017. ISBN 978-0985772888. Print-on-demand copies of this book can be ordered at www.amazon.com. (The e-book Kindle format is also available at www.amazon.com.)

**The Koran (al-Qur'an) : Testimony of Antichrist** by Rev. Joseph Adam Pearson, Ph.D., Christ Evangelical Bible Institute, Copyright 2018. ISBN 978-0985772833. Print-on-demand copies of this book can be ordered at www.amazon.com. (The e-book Kindle format is also available at www.amazon.com.)

**Intelligent Evolution** by Rev. Joseph Adam Pearson, Ph.D., Christ Evangelical Bible Institute, Copyright 2017. ISBN 978-0996222426. Print-on-demand copies can be ordered at www.amazon.com. (The e-book Kindle format is also available at www.amazon.com)

To download free e-book copies of Dr. Pearson's books, visit:
www.christevangelicalbibleinstitute.com
or
www.dr-joseph-adam-pearson.com

www.ingramcontent.com/pod-product-compliance
Lightning Source LLC
Chambersburg PA
CBHW061651040426
42446CB00010B/1681
* 9 7 8 0 9 9 6 2 2 2 4 5 7 *